தேவனின் காதலி

இயலிசம்

ISBN 979-888546253-2

பொருளடக்கம்

1

தேவனின் காதலி

அன்று மயிலாட்டம் ஒயிலாட்டம்,மேளதாளங்கள் சூழ,

பூவாலேயே அலங்கரிக்கப்பட்ட பல்லாக்கு ஒன்று, இருபுறமும் வேட்டு வெடி சத்தத்துடன்,ஆரவாரமாய் போய்க்கொண்டு இருந்தது.

அது ஒரு சவ ஊர்வலம்..

ஊர்வலத்தின் நடுவே ஆட்டமும் ஆரவாரமுமாக ஜமீன் வாரிசு சந்தானதேவன்.

அவனது உருவம் ஆறடிக்கும் குறையாமல்,நிமிர்ந்த ஆணழகில் நிலைகொண்ட கண்களோடு,முறுக்கு மீசையோடு,சற்று திருத்தாத தாடியோடு,நிறத்தில் செம்பொன்னின் அழகுதேகத்தையும்,குணத்தையும் ஒருங்கே கொண்டவன்.பெண்களுக்கு கனவுக் கள்வனாய் இருப்பவன்.அந்த ஊரைச்சுற்றிலும் உள்ள பகுதியில்,அவனைப் பார்த்த பெண்களின் கனவுகளில் அவனே காதலனாகவும் தோன்றும் அளவிற்கு மிக அழகானவன்.அவனுக்காக ஆசைப்படாத பெண்களே இல்லை என்று சொல்லுமளவிற்கு,ஆபத்தான அழகன்.ஆனால் எள் அளவும் பெண்ணாசை இல்லாதவன்..

ஆனால் இப்போது,தலைமுதல் கால்வரை முழுவதும் போதையில் தள்ளாடிக் கொண்டு இருந்தான்.கூடவே ஆட்டம் பாட்டம் கும்மாளமுமாய் அந்த ஊர்வலத்தை நடத்திக்கொண்டு இருந்தான்.சிலர் விருப்பத்தோடும் ஒரு சிலர் அவனது தொந்தரவு தாங்காமலும்,அவனது கோபத்திற்கு பயந்தும்,அவனோடு ஆடிக்கொண்டு வந்து கொண்டிருந்தனர்.

காரணம் சவ ஊர்வலத்தின் நாயகனும் அவன் தான்.. சவமாக வந்து கொண்டிருப்பது அவனது அம்மா..தெய்வநாயகி..தனது மகனின் சிறுவயதிலேயே தன் கணவரை பறிகொடுத்தவள்.தன் மூன்று வயது மகனையே தனது உலகமாக நினைத்து வாழ்ந்து வந்தவள்.இன்று அவனது கல்யாண வயதில்,அவனது கல்யாண கோலத்தைக்கூட காணக்கிடைக்காமல்,தனது கடமையை அரைகுறையாக முடித்த வருத்தத்தோடு,தனது உயிரை விட்டு உடலைப் பிரிந்திருந்தாள்.

தன் மகன் துரைக்கு தேவையான அனைத்து பணிகளையும் தேடித்தேடி செய்வதே நேற்றுவரை அவளின் முதல்வேலையாக இருந்தது. வீட்டில் அத்துனை சமையல்காரர்கள் இருந்தாலும் தன் மகனுக்கு தன் கையால்சமைத்தே உணவை அளிப்பாள்.பலநேரம் அவன் வளர்ந்த பிறகும் உணவை ஊட்டியே விடுவாள்.சந்தானதேவனும் அம்மா மீது மிகுந்த பாசம்

கொண்டவன்.அவள் செல்லமாக அவனை துரை எனவே அழைப்பாள்..அதுவே சந்தான தேவனுக்கும் பிடிக்கும்.

சந்தானதேவனுக்கும் அம்மா தான் உலகம், உயிர் எல்லாமே.அவனது கெட்டபழக்கமே இந்த குடிதான்.அதற்கு காரணம் அவனது மாமா ஆண்டான் அதியமான். தெய்வநாயகியின் தம்பி.இப்போதைக்கு,அந்த ஊரிலேயே முதல் மரியாதை பெறக்கூடிய தகுதியான ஆள் இவர் தான். இவருக்கும் சந்தான தேவனே உலகம் . அவன் நலனை தன் நலனாக நினைப்பவர்.கூடவே அவனது சொத்துக்களுக்கும் பாதுகாவலர் அவரே.கூடவே தனது மகளுக்கும்,சந்தான தேவனுக்கும் எப்படியாவது திருமணத்தை முடித்து இருவரது சொத்துக்களையும் இணைக்க வேண்டும் என்பதே அவரது விருப்பமாகவும் இருந்தது.காரணம் சொத்துக்கள் அனைத்தும் சந்தானதேவனின் வாரிசுக்கே கிடைக்கும் என அவனது தாத்தா உயில் எழுதி வைத்திருந்தார்.அது தெரிந்த நாள் முதலே ஆண்டானும் அந்த வாரிசு தனது மகளின் வயிற்றில் தான் பிறக்க வேண்டும் என்பதை என்றோ முடிவு செய்திருந்தார்.

ஆனால் தெய்வநாயகிக்கு,உண்மையிலேயே தெய்வம் போன்ற மனது.இல்லையென்று வருபவர்களுக்கு போதும் என்னும் அளவிற்கு,கொடுக்கும் நல்ல இதயம் படைத்தவள்.அதனால் அவளது பிரிவில் இன்று பல நல்ல உள்ளங்கள் கலங்கியதும்,தெருவின் ஓரத்தில் சிலர் பேசும் பேச்சுக்களில் வழியாகவும் அறிய முடிந்தது.அதுவே ஊர்வலத்தின் சோகமுகங்களில் பிரதிபலிக்கவும் செய்தது.அதிலும் சிலர் சந்தானதேவன் தனது அம்மாவின் இறப்பை இப்படி குடித்து கூத்தடித்து கொண்டாடியதை விமர்சிக்காமலும் இல்லை.

காரணம் எந்த ஒரு சவ ஊர்வலமும் வீட்டிலிருந்து கிளம்பி நேரடியாக மயானத்தை அடைவதுதான் வழக்கம்.ஆனால் சந்தானதேவன் அந்த ஊரிலுள்ள அனைத்து வீதிக்கும் தெய்வநாயகியின் ஊர்வலத்தை கொண்டு சென்றான்.ஏதோ சாமி ஊர்வலத்தை வீடுவீடாக கொண்டுசெல்வது போலவே ஏற்பாடுகளை செய்திருந்தான்.இது ஊரிலுள்ள சிலரை அவனை கோமாளி,குடிகாரன் என்று கோபத்தில் விமர்சனம் செய்யுமளவிற்கு கொண்டு சென்றது.

நேரம் இரவு எட்டு மணியை தாண்டியிருந்தது.ஒரு வழியாக சவ ஊர்வலம் சந்தான தேவனின் பண்ணைத்தோட்டத்தில் ஒதுக்கப் பட்டிருந்த,புதைக்கும் இடத்தை அடைந்தது..புதைக்கக் கூடிய அந்த நிலம் சந்தானதேவனுக்கே சொந்தமான இடம்.அது அவனது பண்ணை வீட்டிலிருந்து சற்று அருகாமையில் இருந்தது.அங்கேயே புதைக்கவும் ஏற்பாடு செய்திருந்தான்.தன் தாய்க்கு அங்கேயே மணி மண்டபம் கட்டவும் முடிவெடுத்திருந்தான்.இவை அனைத்தும் தெய்வநாயகி ஏற்கனவே சந்தானதேவனிடம் கடைசி ஆசையாக சொல்லிவைத்திருந்தவை தான்.அதன்படியே அனைத்தையும் சிறப்பாக செய்தான் சந்தானதேவன்.

ஒருவழியாக சந்தானதேவன் மொட்டையடித்து சடங்குகள் செய்ய தயாரானான்.இன்னும் அவனுக்கு போதை குறைந்த பாடில்லை.

சவக்குழியின் அருகில் ஒரு மண்மேடையில், சவப்பெட்டியில் தெய்வநாயகியின் உடல் கிடத்தப்பட்டிருந்தது.அவளது ஆசைப்படியே உடல் வைக்கப்படும் சவப்பெட்டி குழிக்குள் கிடத்தப்பட காத்திருந்தது.அருகில் வெட்டியான் பிச்சைமுத்தும்,அவனது மாமா ஆண்டான் அதியமானையும் தவிர வேறுயாரும் அனுமதிக்கப்படவில்லை.

சடங்குகள் சில முடிக்க தனது அம்மாவின் உடலின் அருகில் போதையில் தள்ளாடியபடியே வந்தான் சந்தானதேவன்.

அவனது கைகளில் வெட்டியான் பிச்சைமுத்து ,அரிசியைக் கொடுத்து,அவளுக்கு வாய்க்கரிசி போடுமாறு சைகை செய்தான்.

தனது அம்மாவிற்கு வாய்க்கரிசி போட உடலின் அருகில் வந்த சந்தானதேவனுக்கோ,போதை தலைக்கேற தொடங்கியது. தனது அம்மாவின் உடலை பார்க்கையில்,அம்மா சாகாமல் உயிருடன் படுத்திருப்பதை போலவே அவனுக்கு தெரிந்தது அவனது உன் உணர்வும் அதையே சொன்னது. அவனும்சற்று நிதானத்தை வரவழைக்க முயற்சித்தான் மெல்ல உற்றுப் பார்த்தான்.ஆனாலும் நிதானம் வரவில்லை.அப்போது அவளது உடல் மெல்ல நெழிந்து அவனை அழைப்பதைப்போல இருந்தது.அவள் கிடத்தப் பட்டிருந்த மண் மேடையில் சில மண் துகல்கள் மெல்ல சரிவது போலவும் அவனுக்கு தெரிந்தது.ஆனாலும் போதையின் உச்சத்தில் இருந்த சந்தானதேவனுக்கு,இது சாத்தியமில்லை,தனக்கு போதையில் தான் இப்படி தெரிகிறதோ என மீண்டும் மீண்டும் தனக்குள் கேட்டுக் கொண்டு தனது அம்மாவின் உடலை மீண்டும் உற்று உற்று பார்த்துக்கொண்டு நின்றிருந்தான். நீண்ட நேர யோசனைக்குப் பிறகு ஒரு முடிவுக்கு வந்திருந்தார். தனது அம்மாவின் உயிரற்ற உடலை ஒரு முறை தொட்டு பார்த்து விடலாம் என்று முடிவெடுத்து அம்மாவின் அருகே வர முற்பட்டான்.

தன் அம்மாவின் உடலை ஒருமுறை தொட்டுப் பார்க்க ஆசைப்பட்டு,உடலின் அருகில் சென்றான்.

அப்போது அவனது மாமா ஆண்டான் அதியமான் ..வேகவேகமாக அவனின் அருகில் வந்தவர் ....

''..வேண்டாமடா..துரை..அம்மா இனி திரும்ப வர மாட்டார்கள். இங்கே மயானத்தில் வந்து இதுபோல் செய்ய கூடாது..பின்னே வா .." என சத்தமாக சொன்னவர்.வேகமாக ...

அவனின் கையை தட்டிவிட, அரிசி அந்த உடலின் மேல் பட்டு தன் கடமையை செய்து முடித்தது.

..சவக்குழியின் அருகில் சந்தானதேவனும்.ஆண்டானும்..அந்த வெட்டியான் பிச்சைமுத்தை தவிர வேறு யாரும் அருகில் இறுதிவரையும் அனுமதிக்கப் படவில்லை...இறுதிவரையும், வெட்டியானே அனைத்து சடங்குகளையும் செய்து முடித்தான்.

...சந்தான தேவனோ இறுதியில் தன் கைகளால் மண் அள்ளிப்போட்டு தன் கடமையை முடித்தான்.தனது அம்மாவை,அவரது விருப்பப்படியே சொர்க்கத்திற்கு அனுப்பிவைத்துவிட்டதாக நினைத்துக்கொண்டான்.

மண் மெல்ல அவளது சவப்பெட்டியை மூடமூட சந்தானதேவனின் உடல் மெல்ல நடுங்கத் தொடங்கியது கண்கள் கலங்க அவனது கைகளோ நடுங்கியது.அவனது உணர்வு ஏதோ ஒன்றை சொல்லஅவனுக்கு,புரியவைக்க முயன்று தோற்றுப் போய்க்கொண்டிருந்தது.

அவனது அம்மா தெய்வநாயகி,

"..துரை ..... என்னைப்பாரடா..என் கண்ணே.." என கத்தி அழுவதைப்போலவே மனதுக்குள் உணர்ந்தான்.கதறி அழுதான்..

கடைசி கண்ணீர் துளியால் தன்னைப்பெற்ற தாய்க்கு பிரியாவிடை கொடுத்தான்.

அன்று மழையின் தூரல் சற்றே தூரிக்கொண்டு இருந்த சாயங்கால வேளையின் முற்பகுதி.

துரையும் அவன் நண்பன் கணக்கப்பிள்ளை மகன் சோமுவும் பக்கத்து சென்று விட்டு குதிரை வண்டியில் திரும்பிக்கொண்டு இருந்தனர்.

குதிரை வண்டி அந்த ஊரின் எல்லையான மாகாளிஅம்மன் கோவில் பாதையில்போய்க்கொண்டு இருந்தது..அந்த ஊரிலேயே அந்த கோவில் தான் பழமையான கோவில் அதை கட்டியதும் துரையின் கொள்ளு தாத்தா தான்.சந்தான தேவனுக்கும் இந்த மாகாளியம்மன் தான் குலதெய்வம்.

அவனது தாத்தா வைத்த அந்த ஆலமரம் இன்னும் அவர் நினைவை ஊருக்கே சொல்லியபடி அடர்ந்து படர்ந்து வளர்ந்து அந்த ஊருக்கே அடையாளமாக மாறியிருந்தது..

பகலில் குழந்தைகள் முதல் பருவமங்கைகள் வரை அந்த கோவிலுக்கு வந்து வழிபடுவதும்..இரவானால் அந்த கோவிலில் இருந்து வேட்டைக்கு போகும் மாகாளி தங்களை கொன்றுவிடும் என்ற பயத்தில் அந்தப்பக்கம் வராமலே இருப்பதும் வழக்கம்.சிலரோ அந்த மாகாளி கோவிலை பேய்க்காளி கோவில் என்று பயந்து அழைப்பதும் வாடிக்கையானது.காரணம் இதற்கு முன்பு சிலர் உயிரற்ற நிலையில் ஆலமரத்தின் அடியில் கிடந்தது. பக்கத்து ஊரைச் சேர்ந்த ஒரு பெண் ஆல மரத்தில் தூக்குப்போட்டு இறந்து போயிருந்ததும் அந்த ஊர் மக்களுக்கு மனதில் பயத்தை ஏற்படுத்தி இருந்தது.

ஆனாலும் அந்த மாகாளி கோவில் பாதையே அந்த ஊருக்கு ஒற்றையடி பாதை.ஆனால் இவர்களுக்கு அந்த வழிதான் எப்பவுமே பிடிக்கும்.

ஏனென்றால் போகும் வழியெங்கும் பசுமையான சோலைகளும் குயில் கூவும் வனமும் அதை ஒட்டியே ஓடும் அந்த ஊரின் ஆற்றின் கரையும் அத்தனை அழகாய் இருக்கும்.

அதை ஒட்டியே இருக்கும் துரையின் தென்னந்தோப்பும் அவன் அம்மாவின் கல்லறையும் அவனுக்கு ரொம்பவும் பிடிக்கும்.

இருவரும் என்றும் இல்லாத ஆனந்தத்தில் பேசியவாறே சந்தோசமாக போய்க்கொண்டு இருந்தார்கள்..

அப்போது அந்த ஆலமரத்தின் அருகில் ஒரு வயசான பெரியவர் நின்று கொண்டிருந்தார்.சற்றே வெளுத்த தாடி ஒல்லியான தேகம்.

இவர்களைப் பார்த்ததும் அந்த பெரியவர் குறுக்கே வந்து வழிமறித்தார்.

..அவர் குறுக்கே வருவதை கண்ட சோமுவோ குதிரை வண்டியை நிறுத்தினான்..சற்றே கோபமாக கத்தினான்..

"..யோவ்..யாருய்யா..நீ ..நடுவுல கையை காட்டி நிறுத்துற இதென்ன உன் வீட்டு வண்டியா.. நான் பாட்டுக்கு ஏத்திட்டு போயிட்டே இருப்பேன்..பாத்துக்க.." என கொக்கரித்தான்.

"... இல்லிங்க.அய்யா என்ன மன்னிச்சுருங்க.உங்களை பாத்தா பெரிய இடத்து பசங்களாட்டம் தெரியுது.நான் இந்த ஊருக்கு புதுசு..ஊருக்குள்ள போக இன்னும் எவ்வளவு தூரம் நடந்து போகணும்னு தெரியல..அய்யா..கொஞ்சம் சொல்ல முடியுமா.."என கெஞ்சினார்.

“....அப்படியா..இன்னும் மூணு மைல் போகணும்...பெரியவரே...” என பதில் சொன்னான் சோமு.

“..நன்றி அய்யா..அதோட ஒரு உதவிய்யா..கொஞ்சம் எங்களை இந்த ஊருக்கு பக்கமா கொண்டு போயி விடமுடியுமா..” என மீண்டும் கெஞ்சுவது போல கேட்டார் அந்த பெரியவர்.

“..இதைப் பாரேன் கூத்த..உன்ன நாங்கள் ஊருல விடறது தான் எங்க வேலையா..இவர யாருனு நெனச்சு பேசிட்டு இருக்க..இவர் தான் இந்த ஊரு சின்னஜமீன் சந்தான துரை ..இவரு வண்டியிலயே இடம் கேட்கறியா..இந்த ஊருல நீ இருக்கவே முடியாது.. பாத்துக்க..” என்றான் சோமு சற்றே எகத்தாளம்..

ஏழையைப் பார்த்தால் தானே வரும் பணக்கார திமிர் சோமுவின் பேச்சில் அப்போது கலந்து இருந்தது...அதனைக் கவனித்த துரை அவனை அதட்டினான்.துரை..

“..டேய்..நீ சும்மா இருக்க மாட்ட..அவரோ ரொம்ப வயசானவரா இருக்காரு..அவர்கிட்ட இப்படியா பேசுவ...”

கொஞ்சமே கோபமும் கலந்தான்..

அந்த பெரியவர் ஓட்டமும் நடையுமாக இப்போது துரையை நோக்கி ஓடிவந்தார்.

“..அய்யா..நீங்கள் தான் சின்ன ஜமீனா நாங்கள் உங்களை பாக்கதான்.வந்துட்டே இருக்கோம்.. “ என்றார் பரிதாபமாக.. பேச்சில் துரை நீங்கள் தான் எங்களை காப்பாத்தணும் என்ற தொனி கலந்து இருப்பதை உணர்ந்தான் துரை..

“..ஏன் பெரியவரே ஏன்.என்னை பார்க்க வந்தீங்க..”

“.. ஐயா ஊரெல்லாம் மழை தண்ணி இல்லைங்க அதுதான் பொழப்பு தேடி உங்க கிட்ட ஏதாவது வேலை செஞ்சுபொழப்ப ஓட்டலான்னு நாங்க வந்து இருக்கோமுங்க..” என்று தனது மனக்குறையை கெஞ்சுவது போல சொல்லிக் கொண்டிருந்தார் அந்தப் பெரியவர்.

“...நாங்கனா உங்க கூடஇன்னும் யாரு யாரெல்லாம் இருக்காங்க..இந்த வயசான காலத்துல உங்களுக்கு என்ன வேலை தாரது...” என தொடர..

“..அய்யா..என்கூட என் பேத்தியும் இருக்கா.. அம்மா அப்பா இல்லாத பொண்ணு..அவ கால் வலிக்குதுன்னு..இந்த ஆலமரத்துலயே உட்காந்துட்டா..அதான்..நான் யாராவது உதவிக்கு வருவாங்களானு ..வழியை பாத்துக்கிட்டே இருக்கேன்...” என்றார் அவர்..

“..சரி..உங்க பேத்தி எங்க...எங்களுக்கு நேரமாச்சு..கூப்பிடுங்க..நாங்கள் ஊர் எல்லையில விட்டுடறோம்..” என்றான் குரலில் சற்று இறக்கம்..கண்டிப்பு..

“..இருங்க..அய்யா..இவ்வளவு நேரம் இங்கதான் உட்கார்ந்து இருந்துச்சு..இப்பதான் சாமிய கும்பிட்டுட்டு வர்றேன்னு சொல்லி கோயிலுக்கு உள்ள போச்சு..செத்த இருங்க கூட்டியாறேன்...” என்றவாறே வேகமாக ஆலமரத்தை நோக்கி ஓடினார்..

இதை கவனித்துக்கொண்டு இருந்த சோமுவோ ..

“..ஏனடா..துரை..இதெல்லாம் தேவையா....என்ன..இதுகள கூட்டிட்டு போகணும்னு தலை யெழுத்தா..என்ன..” என்றே பொருமினான்..

“....நீ கொஞ்சம் அமைதியா..இருக்கியா. என்னை நம்பி பொழப்பு தேடி இந்த ஊருக்கு வந்து இருக்காங்க அவங்க வெறும் கையோடு திருப்பி அனுப்ப சொல்றியே... நீ கொஞ்சம்

சும்மா இருடா..” .என்று மீண்டும் அடக்கினான்..

சற்று தூரமாக அந்த பெரியவரின் சத்தம் கேட்டது,

“.வொய்..... பொன்கொடி கொஞ்சம் வெரசா... இங்கே வருவியா...” என கத்திய-வாறு,

சற்று தூரத்தில் அந்த பெரியவர் வேகமாக நடந்து வர, அவருக்கு பின்னே அந்த பொன்கொடிஅசைந்து ஆடி ஓடி வந்தாள்.

அவள் அத்தனை அழகாய் இருந்தாள் அவளது பெயரைப் போலவே... அவள் பொன்-கொடி தான்.

இடையும்..

தும்பைப்பூ நாசியும்

இருப்பது இமைகளா மின்மினிப்பூவா

இதழ்கள் இருக்கிறதா இல்லை

அவனை இழுக்கிறதா..

இடையும் இடையிடையே

இருமாராப்பும் நேற்று பூத்த பூவாய்

மேனியும் அந்த ஊரில்

இதுவரை யாரும் கண்டிராத

பேரழகியாய்..தாவணியில்

பூத்த தேவதையாய்

துரையின் கண்களை மட்டுமல்ல

அந்த சோமுவின் கண்களையும் சேர்த்தே பறித்தாள்..

அவள் வண்டியில் ஏற,துரையை நோக்கி

கையை நீட்ட துரையோ..தன்கையை

சோமுவின் தோளில் கிடந்த துண்டில் துடைத்தபின்..

அவள் கையைப்பிடித்தே மெல்ல தூக்கினான்.அவளோ மெல்லிய பூவாய் மேலே ஏறி வந்து துரையின் அருகில் இருந்த இடத்தில்அமர்ந்தாள்..

மெல்ல இதழை திறந்து ..

“..நன்றி அய்யா..” என சொல்ல அந்த வார்த்தையில் உறைந்தே போனான் துரை..அந்த குரல் அவனை அப்படியே கட்டிப்போட்டது..

குழந்தைப் பருவம் முதலே அம்மாவோடு மட்டுமே வாழ்ந்து இருந்த அவனுக்கு, நீண்ட நாள் கழித்து தன் அம்மாவின் வாசம் அவள் அருகில் இருக்கையில் வருவதாய் உணர்ந்-தான்..அப்போது அவளோ.....

“..அய்யா..கொஞ்சம் இந்தப் பக்கம்திரும்புங்க...” என்றவள் துரையின் தோளைத் தொட்டு மெல்ல தன் பக்கம் இழுக்க,.

துரையோ மெல்ல திரும்ப அவள் தன் கையில் வைத்திருந்த திருநீற்றை அவன் நெற்-றியில் வைத்து விட்டவள்.சிதறிய திருநீற்றை தன் கையை நடுமறித்து தன் இதழ் குவித்து ஊத...அந்த செயலில் தன் தாயை நேரெதிரே கண்டான்.கண்கலங்கினான்..

"..அய்யா..என்னாச்சு..கண்ணுல விழுந்துடுச்சா.." என்றவாறே அவன் கண்களை நீவி மீண்டும் உதட்டை குவித்து காற்றை உள்ளிழுத்து ஊத..துரை இப்போது துடித்தே போனான்...

மெல்ல அவள் கைகளை பற்றியபடி

"..மிக்க நன்றி.. போதும்.." என்றான்.

..அவள் கைகளை தீண்டியதிலேயே புரிந்து கொண்டான்.இவள் மலரினும் மெல்லியவள்..

"..சரிங்கய்யா..." என்றவாறே தன் தாத்தாவை பார்த்து..

"..ஏறுங்க தாத்தா..சீக்கிரம்.. அவங்க நேரம் வீணாகிப்போகுது..." என்றே சொல்ல..

"..பாப்பா..உன் பாட்டிய இன்னும் காணோம் பாரு..." என்றவாறே. வேகமாக கத்தினான்..

"..அடியே பார்வதி என்ன பண்ணுற.சீக்கிரம் வா.." என

அப்போது அந்த வயதான பொன்கொடியின் பாட்டியும் சற்று வேக வேகமாக நடந்து வந்து,வண்டியில் ஏறிக்கொள்ள ..

வண்டியில் இடம் போதவில்லை.. பொன்கொடியோ சற்றே துரை மீது உரசியபடியே உட்கார வேண்டியதானது.

வண்டி சற்று குலுங்கி ஓட.ஆரம்பித்தது..துரையின் மனமோ தத்தளிக்க ஆரம்பித்தது.இத்தனை நாளாக எந்தப்பெண்ணிடமும் வந்திராத ஏதோ ஒரு உணர்வு அவனுக்கு இப்போது மனதுக்குள் எட்டிப்பார்க்க ஆரம்பித்திருந்தது. பொன்கொடியின் முகம் அவளது பேச்சும் நடந்து கொண்ட விதமும் அவனை ஏதோ செய்ய ஆரம்பித்து இருந்தது.

குதிரை வண்டி இப்போது மேடு பள்ளத்தில் குலுங்கி ஓட ஆரம்பிக்க,இருவரின் உடல் உராய்வில் காதல் தீயில் எரிய ஆரம்பித்தான்.அவளை தன் மனதில் தங்கவைக்க தயாரானான்..

"..ஆமா..நீங்கள் இந்த ஊருல எங்க தங்க போறீங்க..." என்று சோமுவே ஆரம்பித்தான்..

இதற்காகவே காத்திருந்தது போல இப்போது,வேகமாக பதில் வந்தது துரையிடமிருந்து ..

"..ஏனடா..இவங்க என் தென்னந்தோப்புலயே தங்கிகட்டும் அப்படியே தோப்பையும் பாத்துக்கட்டும்.." என்றான் முடிவே செய்தவனாக எடுத்த எடுப்பில்.

இப்போது சோமுவுக்கு தெளிவாக புரிந்து இருந்தது இந்த பெண்ணை பார்த்தவுடன் இவனுக்கு ஏதோ ஆகி விட்டது என்பது மட்டும் அரசல் புரசலாக அவனது புத்தியில் உரைத்தது.ஆனாலும் மனதில் ஒரு சந்தேகம் துரை அப்படிப்பட்ட ஆள் இல்லையே என்றும் ஒரு கணம் யோசனையில் ஆழ்ந்திருந்தான்..

"..ரொம்ப நன்றி அய்யா..எங்களுக்கு வேலையோட இருக்க இடமும் தந்து எங்கள் மானத்தை காப்பாத்திடிங்க.." என அந்த பெரியவர் சொல்ல..

இப்போது புன்னகையோடு துரை பொன்கொடியை கேட்டான்.

"...உங்களுக்கு சந்தோசம் தானே .." இப்போது பொன்கொடிஇடம் இருந்து தலையாட்டல், ஒரு சிறு புன்னகையோடு சேர்ந்து பதிலாக வந்தது..

அடுத்த சில நிமிடங்கள் துரை தனது மனதுக்குள் ஏதேதோ கற்பனையில் மூழ்கி போயி-ருக்க அவனது பண்ணைத் தோட்டத்தின் அருகில் வந்து இருந்தது குதிரை வண்டி.

அவர்கள் இறங்க வேண்டிய இடமும் ..அந்த தென்னந்தோப்பு வீடும் வந்திருந்தது..

வண்டியில் இருந்து அவர்களோடு இறங்கிய துரை அவர்களை பண்ணை வீட்டில் தங்க வைத்து விட்டு முதல் முறையாக தனது அம்மாவின் கல்லறைக்கு செல்லாமல்,தனது மாளி-கையை நோக்கி வண்டியில் பயணம் செய்ய ஆரம்பித்திருந்தான் துரை .

....

அன்றிரவு முழுவதும் துரைக்கு பொன்கொடிபற்றிய ஞாபகமே வந்து கொண்டிருந்தது.

இரவு முழுவதும் தூங்காமல் அவளைப்பற்றி நினைத்துக் கொண்டிருந்தான்..

இத்தனை நாளும் இல்லாத பெண்களின் நினைவு..இன்று ஏனோ பொன்கொடியின் முகத்தை பார்த்ததும்.அவனது மனதில் எழுந்திருந்தது, அவளது நினைப்பு அவனை கட்டிப் போட்டிருந்தது. நீண்ட நேரமாக தூக்கம் வராமல் படுக்கையில் புரண்டு கொண்டிருந்தான்.

அவள் முடி முதல் அடி வரை அத்தனையும் நினைவில் நினைத்துபார்த்து இருதயத்தில் இருக்கி அணைத்து தவித்துக் கொண்டிருந்தான். முதல் முறையாக துரை தனது சுயத்தை இழந்து, அவளது நினைப்பில் புரண்டு கொண்டிருந்தான்.

அன்று அவனது அறை முழுவதும் பொன்கொடியின் நினைவு நிரம்பியிருந்தது.மெல்ல எழுந்து சன்னலின் வழியாக வெளியே வேடிக்கை பார்க்க ஆரம்பித்தான் துரை.

தூரத்தில் தெரியும் நிலவின் முகத்திலும் பொன்கொடியே தெரிந்தாள்.அறையின் கண்-ணாடியிலும் ஆட்டம் காணும் அவன் அறை கடிகாரத்திலும் அவளே தெரிந்தாள்.

தூரமாய் தெரிந்த அவன் வீட்டில் படர்ந்திருந்த கொடி வகைகளிலும் பொன்கொடியே பூத்துக்குலுங்க காதலில் இருகினான்.உருகினான்.

அவளை காதலிக்க துடித்தான் கல்யாணம் செய்து மகாராணியாய் கூட்டி வரவும் மனதை தயார் செய்து வைத்துவிட்டான்.

மெல்ல நடந்து வந்து தனது படுக்கையில் அமர்ந்தான். அப்போது வீட்டில் ஒரு பல்லி ஓங்கி ஒலித்த சத்தத்தோடு, கத்துவது போல் சத்தம் போட்டது.

அந்தப் பல்லியின் சத்தத்தைக் கேட்டதும் துரைக்கு அந்த நேரத்தில் தனது அம்மாவின் நினைவு மெல்ல மனசுக்குள் எட்டிப்பார்த்தது.அப்போதுதான் அவனுக்குத் தோன்றியது இன்று நான் அம்மாவின் கல்லறைக்கு செல்லவில்லை என்பதை நினைத்து மெல்ல மனதிற்-குள் வருந்தினான். அப்போது தூரமாய் ஒரு நாய் வேகமாக ஊளையிட்டது.அந்த ஊளை சத்தம் காற்றில் பறந்து வந்து அவனது காதுகளுக்குள் விழுந்தது. ஆனால் அந்தச் சத்தம் மிக அருகாமையில் தனது மாளிகையின் அருகில் இருந்து கேட்பது போலவே இருந்தது. மெல்ல படுக்கையில் சாய்ந்து படுக்க ஆரம்பித்தான்.அப்படியே உறங்கியும் போனான்.

அடுத்தநாள் காலை,அதிகாலை 4 மணிக்கு எழுந்து விட்டான்.

குளித்து முடித்து புது உடைக்கு மாறினான்.காலார நடந்து பண்ணை தோட்டத்திற்கு செல்வது என்று முடிவெடுத்து, வேகவேகமாக பண்ணை தோட்டத்தை நோக்கி நடக்க ஆரம்பித்தான்.

அதிகாலை நேரம் சூரியன் மெல்ல மெல்ல வெளியே வந்து கொண்டிருந்தது.

பண்ணை தோப்பின் அருகில் வந்தான்.மிதமான வெளிச்சத்தில் மிகவும் அழகாக பரந்து விரிந்திருந்த அவனது பண்ணைத் தோப்பு.பச்சைப்பசேலென அவனை வரவேற்றது..

அவனது மனதிற்குள் ஒரு சந்தோசம் அதிகாலையில் அவளைப்பார்க்க போவது..அவனை அறியாமலேயே இதயம் ஆசையில் இன்னும் அதிகசத்தத்துடன் துடிக்க ஆரம்பித்திருந்தது..

அப்போது தூரமாய் மெல்லிய வெளிச்சமதில் பண்ணை வீடு தெரிந்தது.. ஏனோ இன்று அவன் கண்ணுக்கு இந்த வீடு இன்னும் அழகாய் தெரிந்தது.

நீண்ட நெடிய தேக்குமரம் அதனருகில் ஒரு பெரிய மாமரம் அருகருகே இரண்டு வேப்பமரங்கள் அதன் நடுவிலே அந்த பண்ணைவீடும் பேரழகாய் அந்த பொன்கொடியும்..

அவன் கண்ணுக்கு தூரத்தில் ஒரு நிலா தெரிவது போலிருந்தது..

..ஆம்.. அந்த நிலா பொன்கொடியே தான் காலையில் குளித்து முடித்து தலையில் ஒரு துண்டு கட்டி. குட்டி குட்டி புள்ளி வைத்து அவள் புன்னகையும் சேர்த்து முற்றத்தில்கோலம் போட்டுக்கொண்டு இருந்தாள்.

குளித்து முடித்த தலையின் ஈரம் காயாமல் அவள் துண்டின் வழியாக வழிந்து அவள் இடைவழியே நிலத்தை முத்தமிட முயற்சி செய்து, இடையில் சேமித்துக்கொண்டிருந்தது..

மெல்லிய குரலில் காற்றையும் அதிகாலையையும் தாலாட்டி பாடலும் பாடிக்கொண்டிருந்தாள்..

“..கண்ணெதிரே சூரியனார்....
சூட்சும பகலவனார்..
பட்டு ஒளி பாட்டாலே..என் மேனியை
தீண்டாதே..
காதலிக்க கன்னியில்லை..ஏக்கமில்லை..என்
கற்பை நீயும் சீண்டாதே..
வானகுல கண்ணனும் கார்குழல் வேந்தனும் என்ன கண்ணில் வைச்சு காதலிக்க..
நேத்து பூத்த செண்பகமே
என் நெத்திகூட கோர்த்து வந்து
நாணும் என் வெட்கம் பார்த்து
மாலைகட்டி போட்டிடுவார்..
காதலில் உருகிடுவேன்..நீயும் தூது போ..சூரியனே....”
என..பாடிக்கொண்டு இருந்தாள்..

மெல்லமாய் நடந்து வந்தே அந்த மாமரத்தில் ஒளிந்து கொண்டிருந்த துரையோ பாடலில் கரைந்தே போனான்.

அவள் அழகை பார்த்து ரசித்துக்கொண்டே இருந்தான். தன்னிலை மறந்து தென்னை மரத்தையே கட்டி தழுவினான்.

அப்போது அவனது காலில் ஏதோ அரவம் தென்பட சற்று காலை உயர்த்தி பார்த்தான்.

அவனை பாம்பு தீண்டி இருந்தது வலி மெல்ல அவனது காலில் இருந்து தலையை நோக்கி பறந்தது.

பாம்பு ஒன்று அவனைத் தீண்டி இருந்தது..அந்தப் பாம்பு வேகவேகமாக அந்த இடத்திலிருந்து ஓடத்தொடங்கியது.

உடனே கத்தியவாறு அந்த இடத்தை விட்டு நகர்ந்தான்.தூரத்திலிருந்து இதைப் பார்த்த பொன்கொடியும் பதறியடித்து ஓடிவந்தாள்.

“.... ஐயா என்ன ஆச்சு..ஏன் கத்தினீர்கள்...” என சற்றே தயக்கமாய் பதட்டமாக கேட்டாள்..

துரையோ வலியில் பேச இயலாமல் காலை தூக்கி காண்பிக்க காலில் பாம்பு தீண்டிய தடம் தெரிந்தது.

துரையோ மயங்கி கீழே வழுந்து விடுவது போலிருந்தான்.

சற்றும் தயங்காத பொன்கொடி அவனை அப்படியே தோளில் தாங்கிக் கொண்டாள்.மெல்ல தன் வீட்டை நோக்கி அழைத்துச் சென்றவள்.

கூடவே கத்தவும் செய்தாள்..

“... தாத்தா இங்கே வாங்கள்..” என்று கத்தினாள்.

அப்போது பொன்கொடியின் தாத்தா பதறிப்போய் ஓடிவந்தார்.

“...என்னமா என்ன ஆச்சு பொன்கொடி. அய்யா எப்ப வந்தீங்க.. என்ன ஆச்சு.உங்களுக்கு...”

என்று இடைவிடாது கேள்வி எழுப்பிக் கொண்டிருந்தார்.

பொன்கொடியும் நடந்ததை விவரிக்க, உடனே வீட்டுக்குள் ஓடினார்.

ஒரு மூலிகை அடங்கிய மூட்டையை எடுத்துக்கொண்டு வேகவேகமாக ஓடிவந்தார்.

அதில் பாம்பு விஷத்தை முறிக்கக் கூடிய வேரை தேடி எடுத்தார்.

உடனே அந்த வேரை அப்படியே சாப்பிட துரைக்கு கொடுத்தார்.

துரை சாப்பிட்டவன் அப்படியே கண்ணைமூடி தூங்க போனான்.அப்போது பொன்கொடியின் தாத்தா கத்தினார்.

“...பொன்கொடி..பொன்கொடி அவரை கண்ணை மூட விடாதே... இன்னும் கொஞ்ச நேரம் வரைக்கும் கண்ணை முழிச்சு கிட்டே இருக்கணும்.. இல்லையினா...விஷம் தலைக்கு ஏறிவிடும். அவர காப்பாத்த முடியாது...” என்று கத்தினார்.

பொன்கொடியும் தன் இருகைகளால் துரையின் கன்னத்தை தட்டி தட்டி அவனுக்கு விழிப்பு வரும்படி செய்து கொண்டிருந்தாள்.

துரைக்கோ அவள் கைவிரல்கள் கன்னத்தை தட்டி தட்டி மேளம் வாசிப்பது போல் இனிமையாக இருந்தது..

அப்போது எப்படியோ அங்கு வந்த சோமு அலறியடித்து ஓடி வந்தான்.

“.... என்ன ஆச்சு...துரையை என்ன பண்ணிங்க...” என்று கத்தினான்.பேச்சில் பயம் படபடப்பு..

பொன்கொடியோ..

“... ஐயா நாங்கள் அய்யாவை ஒன்று செய்யவில்லை. ஒரு பாம்பு தீண்டிவிட்டது..”

என்று விளக்கமாகக் கூறினாள்.

உடனே சோமு துரையை தூக்கி குதிரை வண்டியில் போட்டுக்கொண்டு வைத்தியரின் வீட்டை நோக்கி ஓட்டினான். குதிரைகள் வேகமெடுத்து ஓடத்தொடங்கியது.

வேகமாய்ப் போன வண்டிக்கு பின்னாலே பொன்கொடியும் அவளது தாத்தாவும் கூடவே ஓடினார்கள்.

வண்டியோ இவர்களுக்கு முன்னதாக வைத்தியரின் வீட்டை அடைந்திருந்தது.

வைத்தியர் துரையை பரிசோதித்து பார்த்தார். பின்னர் சோமுவிடம் சொன்னார்..

"... பயப்படுவதற்கு ஒன்றுமில்லை இவருக்கு விஷமுறிவு மூலிகையை கொடுத்திருக்கி-றார்கள் விஷம் ஏற்கனவே முறிந்துவிட்டது. இன்னும் சற்று நேரத்தில் கண்விழித்து விடுவார் பயப்படுவதற்கு ஒன்றுமில்லை..."

என்று ஆறுதல் கூறினர்.

அப்போது அங்கே வேக வேகமாக ஓடி வந்த பொன்கொடியையும் அவரது தாத்தாவை-யும் வைத்தியர் பார்த்தார்.

"...இவர்கள் யார்.." என்று சோமுவிடம் கேட்டார்.

வைத்தியரிடம் "...இவர்கள்தான் நீங்கள் சொன்ன விஷ முறிவு மூலிகையை துரைக்கு கொடுத்தவர்கள்..." என கூற.

இதை கேள்விப்பட்ட வைத்தியர் ஆச்சரியத்தில் மெய்சிலிர்த்து போனார்.

".. அருமையான வைத்தியம் செய்தீர்கள்.இல்லையெனில் இந்நேரம் துரைக்கு இந்த விஷம் தலைக்கு ஏறி இருக்கும்.நல்ல வேலை செய்தீர்கள்.."..என்று அவர்களை வைத்தியர் பாராட்டிக்கொண்டிருக்கும் போதே...

துரை சற்றே கண் விழித்திருந்தான்.

எதிரில் பொன்கொடியை பார்த்ததும் அவன் மெல்ல எழ முற்பட்டான்.புன்னகைத்தான்.

அதனைக்கண்ட பொன்கொடியோ ஓடிச்சென்று அவனை அப்படியே தோளில் தாங்கிக் கொண்டாள்.

துரைக்கும் சொர்க்கத்தில் படுத்துக் கொண்டிருந்தது போல அத்தனை ஆனந்தம் தான். கண் விழித்தான்.மெல்ல வைத்தியரை பார்த்தவன்.

".. ஐயா.. நன்றி ஐயா என் உயிரை காப்பாற்றி விட்டீர்கள் மிக்க நன்றி..." என்று நன்றி தெரிவித்தான்.

அதற்கு வைத்தியரோ

"..உண்மையை கூறினால் நான் வைத்தியம் செய்து உன்னை காப்பாற்ற வில்லை அய்யா. இவர்கள் கொடுத்த விஷமுறிவு மருந்து தான் உயிரை காப்பாற்றி இருக்கிறது. நன்றி சொல்ல வேண்டும் என்றால் இவர்களுக்கு தான் சொல்ல வேண்டும்.." என்றார்.

அதனைக் கேட்டு துரையோ பொன்கொடியின் தாத்தாவைப் பார்த்து கைகூப்ப..

".... ஐயா வேண்டாம்.ஐயா நீங்கள் எங்களுக்கு புது வாழ்க்கையை தந்து எங்கள் மானத்தையும் காத்தவர். உங்களது உயிரைக் காப்பது எங்கள் கடமை எனக்கு நன்றி சொல்ல வேண்டாம் ஐயா ..." என முடித்தார்.கூடவே..

"...ஐயா நாங்கள் கிளம்புகிறோம்.." என்றவர் பொன்கொடியை அழைத்துக்கொண்டு அந்த இடத்திலிருந்து கிளம்பினார்..

துரையும் பொன்கொடியை வழியனுப்ப.. பொன்கொடியும் அவள் தாத்தாவும் தன் வீட்டுக்கு கிளம்பினார்கள்.

சிறிது நேரத்தில்துரையும் சோமுவோடு தன் பங்களா நோக்கி புறப்பட்டான்.

துரையின் குதிரை வண்டி பங்களா வாயிலை அடைந்தது..

இன்று ஏனோ பங்களாவின் முற்றத்தில் நாற்காலியில் அமர்ந்தவாறு ஊர்க்கார்களுடன் பேசிக்கொண்டிருந்தார்.

துரையின் மாமா ஆண்டான்.

இருகண்ணும்
கனல் கக்கும் எரிமலையாம்..
கோபத்தில்..
மதுரை வீரனின்
அரிவாளாய் மீசைகள்..
பருவமங்கைகளை
படர்ந்தே சளித்த
மார்புகளாம்..கருங்கல்லாம்
அதனுள் துடிக்கும் இருதயம்..
இதுவரை பிடிக்காமல்
கொன்றவர்கள்
பலபேரும்..
பிடித்ததால் கொன்ற
சிலபேரின் சாபமாய்
விளங்கும்...
வெளிரிய தலையும்..
செய்யென சொல்வதை
செத்தாவது செய்
என்றே...
கதறும் நாவுகளும்..
இன்னொரு எமனாம்..
அவனுக்கு பிடிக்காதோருக்கும்...
அவன் நிலத்தை
பிடுங்க
நினைப்போருக்கும்...
இவன் கெட்டவனல்ல...கேடு கெட்டவன்...

அவர் துரையை பார்த்ததும் ..

“..எங்க போயிட்டு வர்றீங்க....இங்கே வாங்க துரை கொஞ்சம் பேசணும்.”. “என்று அழைத்தார்.

துரைக்கோ இதென்ன புதியதாய் கூட்டம்...எப்போதும் பணத்திற்கு கையெழுத்து வாங்க மட்டுமே கூப்பிடும் அவர் இன்றோ கூட்டத்திற்கு மத்தியில் அழைப்பதேன்...என்று

யோசனையோடே அருகில் சென்றான்.

“...என்ன துரை என்ன ஆனது... காலையிலேயே மிகவும் களைப்பாக தெரிகி-றாய்..என்ன நடந்தது.. “ என்று வினவினார்.

துரைக்கோ விளங்கி இருந்தது.

இதுவரை செய்தி அவர் காதுகளை அடையாமல் இருந்திருக்காது.ஆனாலும் என் வாயால் கேட்க வேண்டுமென்ற எண்ணம்..சற்றே தயங்கினான்..

அப்போது குறுக்கிட்ட சோமு..

அதற்கு விளக்கம் கொடுத்தான்.

சோமு நடந்தது அனைத்தையும் விளக்கினான்.

அனைத்தையும் கேட்டு முடித்த ஆண்டான்.சம்பந்தமே இல்லாமல் அடுத்த கேள்வியை கேட்டார்..

“..அது சரி.. துரை..யார் அவர்கள் அவர்களை ஏன் நீ தோப்பில் என்னிடம் கேட்காமல் தங்க வைத்திருக்கிறாய்..” என்று கேட்டார்..

இதில் ஏதோ உள்நோக்கம் உள்ளதை உணர்ந்தான் துரை.மேலும் பொன்கொடியின் முகம் அவன் கண்ணெதிரே தோன்றி மறைந்தது..

அதற்கு உடனடியாக வார்த்தை வந்தது துரையிடமிருந்து..

“... எதற்கு மாமா நான் உங்களிடம் கேட்க வேண்டும். அது என்னுடைய வீடு அல்-லவா.எனக்கு தோன்றியது தங்க வைத்தேன்...” என சற்றே தெளிவாக..

சற்றே தன் சொத்தை தனதென கொண்ட பொறுப்போடு..

இந்தப் பதிலை சற்றும்

எதிர்பார்க்கவில்லை ஆண்டான்..

இத்தனை நாள் தன் பேச்சுக்கு மறுபேச்சு பேசாதவன்.

முதன் முறையாக தன் சொத்து என்ற வார்த்தை அவனது வாயில் வந்தது. அவருக்கு மிகவும் ஆச்சரியத்தைத் தந்தது.

சற்றே மழுப்பலாக கேள்வி பதிலை அத்துடன் முடித்து வைத்தார்..

“...இருக்கட்டும் துரை நீயே முடிவெடுக்கலாம். அதோடு இந்த கேள்விக்கும் பதில் சொல்லி விடு போதும்.. “ என்றவர் தொடர்ந்தார்.

“.... வரும் வாரத்துல நம்ம மாகாளியம்மன் கோயில் திருவிழா கொண்டாடலாமுன்னு முடிவு பண்ணியிருக்கோம் ..இது சம்பந்தமா..நீயி ஏதாவது சொல்ல விரும்புறயா ...துரை ...” என சற்றே துரையை விளக்கம் கேட்கும் தோரனை தெரிந்தது.

“ .. இல்ல மாமா... வழக்கம்போல உங்கள் தலைமையில் சீரும் சிறப்புமாக செய்து முடிங்க. அவர்கள் கேட்கும் அன்பளிப்பை தாராளமாகக் கொடுங்க... நான் ஓய்வெடுக்க செல்கிறேன்..”

என்றவாறு தனது அறையை நோக்கி நடந்தான் துரை.ஆண்டானின் பதிலை கேட்கும் நிலையில் அவன் இல்லை.. என்பது அவன் நடையிலேயே தெரிந்தது..

ஆண்டானுக்கோ உள்ளுக்குள் கோபம் .துரையின் பழக்கம் மாற்றமாய் தெரிந்தது..இந்த திடீர் மாற்றத்தின் காரணம் என்ன என சிந்தனை சிந்திக்க ஆரம்பித்தது..

“..அதான்.என் மருமகனே சொல்லிட்டார்... பின்ன என்ன சிறப்பா செஞ்சிடலாம்.. எல்லாரும் போயிட்டு வாங்க...” என கூட்டத்தை கலைந்து போகச் சொன்னார்.

ஊர்க்காரர்களுக்கு நன்றி சொல்லி அனைவரையும் அனுப்பிவிட்டு சோமுவை அழைத்தார்.

“..சோமு என்ன நடந்தது.அங்கே பண்ண தோப்பில் குடியிருப்பவர்கள் யார் என்று விசாரணை செய்..அப்புறம் ஏன் துரையின் பேச்சில் ஒரு வித்தியாசம் தெரிகிறது...” என கேட்க...

“... எனக்கும் அதுதான் ஆச்சரியம் ..அய்யா..” என்று ஏற்றி விட்டான் ஆண்டானிடம் சோமு.

ஆண்டானின் கைக்கூலி அவன் என்பதை நிரூபித்தது அவன் பேச்சு..

“...அந்த பண்ணை தோப்பில் ஒரு அழகான பெண்ணை குடிவைத்து இருக்கிறான். அவளோ இவனை தாங்குகிறாள். இவனோ அவள் நினைப்பிலேயே அலைகிறான்.... “ என பொன்கொடியைப் பற்றி சோமு சொல்ல...

ஆண்டானுக்கோ சந்தேகம் துளிர்விட ஆரம்பித்தது..

“..எனக்கு என்னமோ அவள் மூலமாக ஏதோ நமக்கு கெட்டது நடக்க வாய்ப்பு இருக்கிறது என்று தோன்றுகிறது. நீ எதற்கும் அவர்கள் மீது ஒரு கண் வைத்திரு..அங்கு என்ன நடந்தாலும் எனக்கு தகவல் கொடு..சரியா.. “ என்று எச்சரிக்கை மணி அடித்து சோமுவை அனுப்பி வைத்தார்.

அந்த நேரம் அவர் மனதிற்குள் யார் அந்த அழகி அவளை ஒருமுறை அடைய முயற்சித்தால் என்ன..என்ற எண்ணம் அவனுள் ஓடத்தொடங்கியது..

அடுத்த நாள்.

துரைக்கு மிகவும் பசி.வேகமாக குதிரை வண்டியை ஓட்டிக் கொண்டு தன் வீட்டை நோக்கி, சாப்பிட புறப்பட்டான்..

குதிரை வண்டி வேகமாக மாகாளியம்மன் கோவில் கடந்து ஆலமரத்தை கடந்து வேகமாக போய்க் கொண்டிருந்தது.

இன்றோ அவனே குதிரை வண்டியை ஓட்டிக்கொண்டு வந்தான்..சோமு வேறு வேலையாக பட்டணத்திற்கு சென்றிருந்தான்.

எதிரில் அவனது தென்னந்தோப்பு கடந்து போகும் போது அவனுக்கு பொன்கொடி நினைப்பு வந்துவிட்டது.

பசிக்கும் அவனுக்கு, ஒருமுறை அவள் முகத்தை காண வேண்டுமென்ற எண்ணம் எழ...

வண்டி தானாகவே தோப்பினுள் நுழைந்தது.பண்ணை வீட்டின் முன் நின்றது..

வீட்டின் முன் வண்டியை நிறுத்தி விட்டு இறங்கி சுற்றிலும் பார்த்தான்.

அவனுக்கு ஆச்சரியம் வீட்டில் யாருமே இல்லை என்பது போலவே தோன்றியது.

ஆனால் வீடு வாசல் மட்டும் ஒரு புறமாக திறந்து இருந்தது.

ஒரு வாசல் மெதுவாகத் திறந்து இருந்ததை பார்த்த துரை..

சற்று சத்தமாகவே

“...பொன்கொடி...பொன்கொடி...” .என

அழைத்தான் .

வீட்டிற்குள் அப்போதுதான் குளித்து முடித்து விட்டு உடைமாற்றிக்கொண்டு இருந்தாள் பொன்கொடி.துரை அழைக்கும் தருவாயில் தன் தலையை துவட்ட நினைத்தவள்..அவன் அழைத்ததும் தலையில் கட்டிய துண்டோடே வெளியே ஓடி வந்தாள்..

“.. ஐயா நீங்கள் எப்படி இருக்கிறீர்கள்..” என கேள்வியோடு பொன்கொடி வரவேற்றாள்.

“.. நான் நல்லா இருக்கேன் பொன்கொடி. கொஞ்சம் தாகமாய் இருக்கிறது தண்ணீர் தர முடியுமா •••” என்று கேட்க..

பொன்கொடிக்கோ தாளாத வருத்தம் தங்கள் வயிற்றுக்கு சோறு போட்டவர் தாகத்தில் தண்ணீர் கேட்டால் என்ன செய்வாள்..

அவள் மனமோ ஆனந்தம் அவனுக்கு சேவை செய்யும் வாய்ப்பு கிடைத்ததில் மகிழ்ச்சி..

“..இதோ வருகிறேன்..அய்யா..” என்றவாறே,அருகில் இருந்த தன் தாத்தாவின் கயிற்று கட்டிலை நகர்த்தி மாமர நிழலில் போட்டுவிட்டு துரையை அமருமாறு சொல்லி விட்டு வீட்டிற்குள் ஓடினாள்.

மனதினுள் எல்லையில்லா மகிழ்ச்சி அந்த கடவுளுக்கே சேவை செய்ய வாய்ப்பு கிடைத்ததாய் பூரித்துப்போனாள்.

சற்று நேரத்தில் வீட்டிலிருந்து வெளியேறிய பொன்கொடி மோரை கலக்கி வந்து அவனுக்கு கொடுத்தாள்.

“...என்ன பொன்கொடி. இது நான் தண்ணீர் கேட்டால் சாப்பிட போகும் நேரத்தில் மோரை கொடுக்கிற. நான் எப்படி••• சாப்பிடுவது..” என்றான்துரை..

“ ...ஐயா நீங்கள் ஒன்றும் கவலைப்பட வேண்டாம்.நான் உங்க முகத்தை பார்த்தே கண்டுபிடித்து விட்டேன்.நீங்கள் மிகுந்த பசியில் இருப்பதை சற்று பொறுங்கள். நான் இப்பொழுது அடுப்பில் இருக்கும் ஆட்டுக்கறியை சூடு பண்ணி உங்களுக்காக எடுத்து வருகிறேன். நீங்கள் அதுவரை சற்றே அமைதியா இதை அருந்துங்க....” என்றவள் மீண்டும் உள்ளே ஓடினாள்.

அவள் ஓடி ஓடி வேலை செய்வதையும் தனக்கென துடிப்பதையும் துரை ரசித்துக்கொண்டே அந்த மோரை அருந்தினான்..சற்றே அவள் நினைவில் கனவில் மூழ்கினான்..

..கற்சிலையே..என்னை
கடவுளாக மாற்றியவளே...
பாறையில்
பார்வையால் பனிதூவிப்
போனவளே...
மலையை உடைத்த
சிற்றுளியே...இதழே..
மடலே..
மடந்தையே...என்
மாளிகை மகாராணியே...
என்னை மடிசுமந்தவளின்

மறுஉருவமே...
மறைந்து உன்னைப்
பார்த்தற்கே
காதலில் சர்ப்பமாய்
பார்வையில் தீண்டியவளே...
உன் கரம்பிடித்தே
மணமுடிக்க ஆசையடி..
என்னாவேனோ நான்..
ஆயிரம் ஆனாலென்ன
என் உயிர் உன்னோடே..என்
வாழ்க்கை உன் பின்னாலே...
வா..கொடியே...வாடா குளிரே
என்னை வாட்டும் தளிரே..
இளந்தளிரே...
கற்பனையில் கலந்தே
காதலும் செய்பவளே..
கண்ணெதிரே காண்கிறேனே..
என் கண்ணிமை மூடத்
தோணலயே...

...அப்போது பாத்திர சத்தங்கள் கேட்க ..சிந்தனை மாறி ..நினைவுக்கு வந்தான்.

பொன்கொடி வேகமாக வெளியே திரும்பி வந்தபோது.. அவளது கையில் சூடாக..

பாத்திரத்தில் கேப்பை கூலையும் கூடவே ஆட்டுக்கறி குழம்பும் வாசனையாக இருந்தது.

அந்த வாசனையை ரசித்து சுவைத்து அதை உடனடியாக சாப்பிட்டு விடும் அவசரத்தில் இருந்தான் துரை.

தன் நாவில் எச்சில் ஊற கைகளை கழுவிவிட்டு சாப்பிட தயாரானான்.

அந்த மாமர நிழலும் மடியில் உணவும் கூடவே பொன்கொடி கூந்தலின் வாசனை-யோடு..மஞ்சள் பூசிய முகவாசனையும்...அவனை சூழ்நிலையை காதலை தாண்டிய காமத்தை யோசிக்க வைத்தது.

பெரிய பனைவோலையில் நெய்த பெட்டியை வைத்து அதன் மீது மரப்பட்டை வைத்து அதன் மேல் வாழையிலையில் கேப்பகளியையும் ஆட்டுக் கறியையும் பறிமாறினாள்.

கூடவே அருகில் நின்றிருந்தாள்..

அவனுக்கு அத்தனை சுவையாக இருந்தது.அவன் இதுபோல் சுவையான கேப்பைக் களியையும் ஆட்டுக்கறியை இதுவரையும் சாப்பிட்டதே இல்லை என்ற அளவிற்கு திருப்தி-யாக வயிறு முட்ட சாப்பிட்டான்.

சாப்பிட்டு முடித்து வெற்றிலைபாக்கு போட்டபடி கட்டிலில் உட்கார்ந்து இருந்தான்.

சாப்பிட்ட பாத்திரங்களை வீட்டில் வைத்து விட்டு வேறென்ன வேண்டும் என்று கேட்ப-துபோல திண்ணையில் அமர்ந்திருந்தாள் பொன்கொடி.

அப்போது துரை அவளை

“..இங்கே வா..” என்று அழைத்தான்.

வாசலில் காத்திருந்த பொன்கொடி மெல்ல அவன் அருகில் வந்து நின்றாள்.

“..பொன்கொடி சாப்பாடு அருமையாக இருந்தது.இத்தனை சுவையான கேப்பைக் களி ஆட்டுக்கறியுடன் இதுவரை சாப்பிட்டதே கிடையாது.எத்தனை அருமையான சுவையாக சமைத்து பறிமாறிய உனக்கு நான் ஏதாவது பரிசளித்தே ஆகவேண்டும்...” என்று அவன்.

தனது கழுத்தில் இருந்த தங்க சங்கிலியை அப்படியே கழட்டி...சட்டென அருகில் நின்ற பொன்கொடியின் கழுத்தில் எதிர்பாராதவிதமாக போட்டே விட்டேன்.

இதை சற்றும் எதிர்பாராத பூங்குடி உடல் சிலிர்த்து, அந்த தங்க சங்கிலியை கழட்ட முற்பட,அதற்குள் அவள் கையை பிடித்து தடுத்தான் துரை.

கூடவே தீர்க்கமாக பேசினான் துரை.

“..பொன்கொடி உன் எண்ணம் எனக்கு புரிகிறது. நான் இதை வேண்டுமென்றே தான் செய்தேன்.எனக்கு உன்னை பிடித்திருக்கிறது.உன்னை திருமணம் செய்து கொள்ளவே விரும்புகிறேன்.. “ என்றான்.

இதைக் கேட்டதும் பொன்கொடிக்கு தலையே சுற்றுவது போலிருந்தது.

“...ஐயா நீங்கள் இங்கே எங்களுக்கு தங்குவதற்கும் புது வாழ்க்கையை கொடுத்திருப்பதற்கும் நாங்கள் நன்றிக்கடன் பட்டிருக்கிறோம்.இதுபோல் எங்களிடம் பேச வேண்டாம் ஐயா... நாங்கள் மிகவும் தாழ்ந்தவர்கள் தினசரி வருமானத்திற்கு உங்களின் கைகளை நம்பி தான் நாங்கள் காத்துக் கொண்டிருக்கிறோம். இந்த நிலையில் உங்கள் கைகளைக் கட்டிக் கொள்ளும் அருகதை என்றும் எனக்கில்லை அய்யா.. “ என கண்களில் நீரை வார்த்தாள்..

“..பொன்கொடி நீ ஏதோ குழப்பத்தில் இருக்கிறாய்.நான் இன்னொரு நாள் வருகிறேன்... “ என்று

அவளின் பதிலுக்கு காத்திராமல் தனது குதிரை வண்டியை நோக்கி நடக்க தொடங்கினான் துரை.

சற்றே தூரத்தில் குதிரை வண்டியை நோக்கி போனவன் தன் காலின் அருகில் தூக்கி எறியப்பட்ட அவனது தங்கச்சங்கிலி வந்து விழுந்தது.

மனதிற்குள் அதிர்ச்சி,பேரதிர்ச்சி தூரத்திலிருந்து கத்திக்கொண்டு இருந்தாள் பொன்கொடி.

“.... ஐயா நாங்கள் வயிற்றுப்பிழைப்புக்காக உழைப்பவர்கள் உடலை விற்பவர்கள் அல்ல. நீங்கள் அவ்வாறு தவறாக நினைத்து என்னிடம் பழகியதாக இருந்தால் நாங்க இந்த ஊரில் வாழ்வதில் அர்த்தமில்லை.நாங்கள் இந்த வீட்டை காலி செய்துவிட்டு கிளம்புகிறோம்.உங்களது அன்புக்கு நன்றி...”

என்று கத்திக் கொண்டிருந்தாள்.

துரையின் நெஞ்சில் நஞ்சுண்டவலி துடித்தே போனான்.....அதே வேகத்தில் திரும்பி ஓடிவந்தான் துரை.

“... பொன்கொடி... பொன்கொடி ..நீ என்னை என் செயலை தவறாக புரிந்து கொண்டு இருக்கிறாய்.நான் உன்னை தவறான நோக்கில் பார்க்கவில்லை.நான் உன்னை திருமணம் செய்து கொள்ள விரும்புகிறேன்...” என்று கத்தினான் துரை.

அப்போது வீட்டின் பின்னால் இருந்த பொன்கொடியின் தாத்தா பதறி அடித்து ஓடி வந்தார்.

பொன்கொடியின் முகத்தையும், துரைமுகத்தையும்,தரையில் கிடந்த சங்கிலியையும் பார்த்ததுமே அவருக்குப் புரிந்துவிட்டது .

பொன்கொடி தனது வேலையை காட்டியிருக்கிறாள்.

“... ஐயா நீங்கள் பொன்கொடியை பற்றி தவறாக நினைத்துக் கொள்ளாதீர்கள் ஐயா .இவள் எங்க குல மாணிக்கம் பெண்ணினத்தின் பெருமை... ஒழுக்கத்தில் சிறந்த கண்ணகியின் வம்சமய்யா இவள். உங்களுக்கு பொன்கொடியை திருமணம் செய்து கொள்ள விருப்பம் இருந்தால் உங்கள் மாமாவின் மூலமாக முறையாக பெண் கேட்டு திருமணம் செய்து கொள்ள வாங்க அய்யா.அதை விடுத்து இவ்வாறு தனியாக இருக்கும் பெண்ணிடம் நடந்து கொள்வது முறையில்லையே அய்யா தயவு செய்து எங்களை மன்னித்து விடுங்கள்.. “என்றார்.

இந்த இடத்தில் திடீரென்று பொன்கொடியின் தாத்தாவை எதிர்பார்க்காத துரைக்கு என்ன செய்வது என்று தெரியவில்லை.

பொன்கொடியை ஒரு கையிலும்,பொன்கொடியின்தாத்தாவை ஒரு கையிலும் பற்றியவன்.

அவர்கள் இருவரையும் வேகமாக இழுத்துக் கொண்டு தன் தாயின் கல்லறையை நோக்கி நடந்தான்.

பண்ணை வீட்டில் இருந்து சற்றே அருகிலேயே தான் அவனது அம்மாவின் சமாதி இருந்தது.

தன் அம்மாவின் கல்லறை அருகில் வந்தவன்.பொன்கொடியை கை பிடித்தபடியே தன் தாயின் தலையின் மீது சத்தியம் செய்தான்.

“...இதோ பாரு பொன்கொடி உனக்கு தெரியும்... என் தாய் மீது நான் எத்தனை அன்பு பாசம் வைத்திருக்கிறேன்... என்று என் தாய் மீது ஆணையிட்டுச் சொல்கிறேன்... நான் உன்னை தவறான எண்ணத்தில் பார்க்கவில்லை. நான் உன்னை திருமணம் செய்துகொண்டு கடைசி வரையும் காப்பாற்ற விரும்பினேன். இதுவே என் தாய் மீது சத்தியம். இந்த உடலில் என் உயிர் இருக்கும் வரையும் அது உனக்காகவே துடித்துக்கொண்டிருக்கும்.

நான் முறைப்படி உன்னை திருமணம் செய்துகொள்ள விரைவில் வருவேன்..... “ என்று கோபமாய் தீர்மானமாய் சொன்னவன் .

கோவமாக அவர்களின் பதிலை எதிர்பாராமல் தன் வண்டியை நோக்கி வேக வேகமா நடக்க ஆரம்பித்தான்.

அவனது காதலை போல அந்த சங்கிலியும் . அங்கே தரையிலேயே விழுந்து புரண்டு கொண்டிருந்தது..

5.திருவிழா ஆட்டம்

அடுத்து சில நாட்களாகவே துரைக்கு ஒன்றும் பிடிக்கவில்லை.

எந்த நேரமும் பொன்கொடிக்கு தான் செய்து கொடுத்த சத்தியம் தூங்கவிடாமல் செய்துவிட்டது.

தன் பாதி நேரத்தை சிந்தனையிலேயே கழித்துக் கொண்டிருந்தான்.

அடுத்த இரண்டாவது நாள்.

அவர்களின் குலதெய்வம் அந்த ஊரின் காவல் தெய்வமான மாகாளியம்மன் கோவிலில் திருவிழா.

ஊரே அத்தனை அழகாய் தயாராகிக் கொண்டிருந்தது. எல்லா வீடுகளும் வெள்ளையடித்து புத்தாடை உடுத்தி வீட்டின் வாசலில் பொங்கல் வைத்து ,கெடா வெட்டி கறி சமைத்து ஊரிலுள்ள ஏழைகளுக்கு சாப்பாடு போட்டு மொத்த ஊரும் சந்தோசமாயிருந்தது.

மாகாளியம்மன் கோயில் முதல் ஊரின் எல்லை வரை மூன்று காத தூரத்திற்கும் வண்ண விளக்குகளால் ஜொலித்துக் கொண்டிருந்தது.

கோவிலும் வெள்ளை அடிக்கப்பட்டு இன்று புதிதாய் தெரிந்தது.

அதைச் சுற்றிய பகுதிகளும் ஆலமரமும் அதைச் சுற்றிய பகுதிகளும் இன்று அழகாய் இருந்தது.

ஊரின் ஒதுக்குப்புறத்தில் வள்ளி திருமணம் நாடகம் நடத்த மேடை தயாராகிக்கொண்டு இருந்தது.

பொன்கொடியும் தன் தாத்தா,பாட்டியை அழைத்துக்கொண்டு திருவிழாவிற்கு செல்ல தயாரானாள்.

இன்று அவ்வளவு அழகாய் பட்டுப் புடவை கட்டியிருந்தாள்.அவளைப் பார்க்கும் யாரும் இவர் ஒரு கூலித்தொழிலாளி பேத்தி என்று சொல்லவே மாட்டார்கள். அத்தனை அழகு சற்று விலை உயர்ந்த பட்டுப்புடவை. அவள் நடந்து போன வழி எங்கும் மாவிலைத் தோரணங்கள் தென்னங்கீற்று என எல்லாம் தோரணமாக கட்டி தொங்க விடப்பட்டிருந்தது.அத்தனையும் அவளை வரவேற்பதுபோல தலையசைத்து காத்திருந்தது..

இத்தனை நாளும் இல்லாத அளவுக்கு இன்று பட்டிதொட்டியிலிருந்து எல்லா கூட்டமும் அந்த கோவிலை நோக்கி சென்று கொண்டிருந்தது .

ஊரே மிகுந்த திருவிழா கோலத்தில் இருந்தது. உற்சாகம் எங்கும் நிரம்பி வழிந்தது.

திருவிழா நடைபெறும் கோயிலிலிருந்து ஊரின் இறுதி எல்லைவரை தோரணங்கள் ஒலிபெருக்கிகள், பொம்மை சாமான் விற்கும் கடைகள் ரோட்டில் இருமருங்கிலும் தரையில் பொருட்களை வைத்து விற்றுக் கொண்டிருக்கும் சிறு குறு வியாபாரிகள்.

அதேநேரம் துரையும் திருவிழாவிற்காக கிளம்பி இருந்தான்.

இன்று அவனும் பாரம்பரிய உடையான வேட்டி சட்டையில் இருந்தான். பட்டு வேட்டி சட்டையில் பார்க்க கம்பீரமாக இருந்தான். தனது குதிரை வண்டியை எடுத்துக்கொண்டு திருவிழாவிற்கு பறந்தான்.

பொன்கொடி தனது தாத்தா பாட்டியை ஓரிடத்தில் அமர சொல்லிவிட்டு சுற்றிலும் வேடிக்கை பார்ப்பதற்காக கிளம்பிவிட்டாள்.

ஓரிடத்தில் நாட்டுத்துப்பாக்கி வைத்து பலூனை உடைத்து பரிசை வெல்லும் போட்டி கடை இருந்தது.

பொன்கொடியும் அந்த போட்டியில் கலந்து கொள்ள வேண்டும் என்று அந்த இடத்திற்கு வந்து சேர்ந்தாள்.

அதேநேரம் துரையும் திருவிழா கூட்டத்திற்கு வந்திருந்தான்.துரை சற்றே தூரமாய் நின்று பொன்கொடியின் செயல்களை வேடிக்கை பார்த்துக்கொண்டிருந்தான்.

கூடவே சோமுவும் வந்திருந்தான்.துரையை வம்புக்கு இழுத்தான்.

“...என்ன துரை வரவர வேலையை விட பொன்கொடியின் மீது கவனம் அதிகமாகவே இருக்கிறது... “ என கிண்டலடித்தான்.

“...அப்படி ஒன்றும் இல்லை சோமு..அவளைப் பார்க்கையில் ஏனோ எனது அம்மாவை பார்ப்பது போலதோன்றுகிறது.மற்றபடி வேறொன்றும் இல்லை ..” என சொன்னான் மழுப்பலாக.

"..துரை இந்த புடவையில் அவ ..இன்னும் அழகா இருக்கா போல .. "என தனது ஆராய்ச்சியோடு ஆரம்பித்தான் சோமு.

"..ஆமா ..அவ இன்றைக்கு ரொம்ப அழகாகத்தான் ..இருக்கிறாள் .. " என ஆமோதித்தான் துரை.

சோமுவுக்கும் நன்றாகவே புரிந்திருந்தது.

“ ...துரை நீ அந்தப் பெண்ணை விரும்புவதாக இருந்தால்.. அதை அந்தப் பெண்ணிடம் நேரடியாக சொல்லிட வேண்டியது தானே... “ என்று ஆசையாகக் கூறி, அவனின் மனதை அறிய முயன்றான்.

“.. நீ வேற சொல்லு.. நான் அவளுக்கு நன்றி சொல்வதற்கு என் தங்கச்சங்கிலியை கொடுத்ததுக்கே ,அதை தூக்கி குப்பையில் எறிஞ்சிட்டா . இதில் என் காதலை வேறு சொல்லியிருந்தால் என்னை என்ன செய்திருப்பாளோ •••” என துரை பாதியை சொல்லி பாதியை மறைத்தான்.

“... இது எப்போ நடந்தது நீ கொடுத்த தங்க சங்கிலியை தூக்கி எறிந்தாளா..அவ்வளவு திமிர் பிடித்தவளா..என்ன..என்ன துரை சொல்றீங்க ... எனக்கு என்னமோ அந்தப் பொண்ண பார்த்தா... அப்படி ஒன்னும் தெரியலையே ...அப்படி திமிருபிடிச்சவளாயிருந்தா ஏன் நீங்க ... வாங்கிக் கொடுத்த புடவையை கட்டிக்கிட்டு,இங்கே வந்திருக்கணும்..அதோ பாருங்க அவ புடவைய •••” என்றான்.

“... என்ன சொல்ற அவ... கட்டிக்கிட்டு இருக்கிறது நான் எடுத்துக் கொடுத்த புடவையா ...நான் எப்படி.. அவளுக்கு புடவை எடுத்துக் கொடுத்தேன்.." என்று தனது ஆச்சரியத்தை வெளிப்படுத்தினான் துரை.

“... என்னங்க ...என்ன ஆச்சு உங்களுக்கு... ரெண்டு நாளைக்கு முன்னாடி.. நாம ரெண்டு பேரும் டவுனுக்கு ஜவுளி எடுப்பதற்காக போனமே .. நீங்கதானே அந்த புடவையை ரொம்ப புடிச்சிருக்குன்னு வாங்கினீங்க ... அவளுக்காக,அதைக்கூட மறந்துட்டீங்களா என்ன.. இன்னும் என்னத்தை எல்லாம் இந்த போதையில் மறந்து தொலைச்சு இருக்கப் போறீங்களோ போங்க ..துரை அதுக்காகத் தான் ..அன்றைக்கே குடிச்சுட்டு போக வேணான்னு ..சொன்னேன் ..எங்கே கேட்டாத்தானே ....” என்று கோபமாக, சொல்ல,

இப்போது துரையின் புத்திக்குள் ஏதோ உறைக்கத் தொடங்கி இருந்தது. இரண்டு நாட்களுக்கு முன்பாக சோமு கூட சேர்ந்து, அவன் துணிகள் வாங்குவதற்காக வெளியூருக்கு போவதாக முடிவெடுத்து, அவனோடு கிளம்பி இருந்தான்.போகிற வழியில் அவன் சாராயக் கடையில் சிறிது நேரம் குடித்து விட்டு செல்லலாம் என்று இறங்கியது வரை, அவனுக்கு நினைவிருந்தது, அதுவும் இப்போது தான் அவனது நினைவுக்கு வந்தது. மெல்ல தனது

தலையை ஆட்டியவாறு யோசனையோடு சோமுவை நோக்கினான்.

“.. என்ன சொல்ற,எனக்கு ஓரளவுக்கு நினைவிருக்கு.. ஆனா.. நான் அந்த புடவை எப்போ அவ கிட்ட கொடுத்தன்..அது மட்டும் எனக்கு நினைவில்லை..” என்று தனக்கு நினைவில் இருந்ததை மெல்ல ஒப்புக்கொண்டான் துரை .

“... அட போங்க... அவள் கட்டியிருக்கற .. புடவையை நல்லா பாருங்க.. அது நீங்க எடுத்த புடவை தான்... இவ்வளவு விலை உயர்ந்த புடவையை ... அவளுக்கு எடுத்துக் கொடுத்துவிட்டு... இப்போ ஒண்ணுமே தெரியாத மாதிரி நடிக்கிறீங்க... ..கொஞ்சம் மெல்ல அவள உத்துப் பாருங்க.. அவளால ...எல்லாம் ,, இப்படி ஒரு விலை உயர்ந்த புடவைய... இந்த ஜென்மத்துல வாங்க முடியுமா என்ன..” என்று அவன் பக்க நியாயத்தை இன்னும் துரைக்கு புரியும்படி தெளிவாக சொன்னான்.

இப்போது துரை தனது மனதுக்குள் சோமு சொன்னதை முழுவதுமாக ஏற்றுக் கொண்டிருந்தான்.

".. ஆமாம் ..அவளால் இவ்வளவு விலை உயர்ந்த புடவையை வாங்கியிருக்க முடியாது... கண்டிப்பாக இது நான் எடுத்துக் கொடுத்ததாகத்தான் இருக்கும்.." என்ற முடிவுக்கு இப்போது துரை வந்திருந்தான் .

அப்போது சோமு,

“... துரை நீங்க பண்ணுறதெல்லாம் சரியில்ல... நீங்க இதே மாதிரி இன்னும் அதிகமாக குடிச்சுட்டு, போதையில் செய்கிற எல்லாத்தையும் மறந்துட்டு இருந்தீங்கன்னா... இது எந்தெந்த பிரச்சினையில் எல்லாம் கொண்டு போய் முடியுமோ ... எனக்கு தெரியல... இன்னும் ஒரு தடவை இந்த மாதிரி நடக்காம பாத்துக்கங்க... எதுக்கும் எப்பயும்... ஒரு நிதானத்தோடு.... அளவோடு குடிங்க ... அதான் உங்களுக்கு ...நல்லது..” என்று தனது நண்பனை மீண்டும் ஒருமுறை எச்சரித்தான் சோமு.

தனக்கு புரிந்தது போல தலையை மட்டும் ஆட்டியவாறு, தனது கவனத்தை பொன் கொடியின் மீது செலுத்தினான் துரை.

அதேநேரம் பொன்கொடி நாட்டு துப்பாக்கியை வாங்கி ஒரு பலூனை உடைப்பதற்காக குறி பார்த்துக் கொண்டிருந்தாள்.

இதை கவனித்த சோமு துரையை வம்புக்கு இழுத்தான்.

“...துரை இப்ப அந்த பலூன உடைக்க மாட்டாள் என நான் சொல்றேன் நீ என்ன சொல்ற.... “ என கேட்டான்.

“... எனக்கு ஒன்றும் தோணவில்லை சோமு இருந்தாலும் அவள் உடைத்து விடுவாள் என்றே தோன்றுகிறது...” என சொன்னான் அழுத்தமாக..

துரை சொன்னது அவள் காதில் விழுந்ததோ இல்லையோ அவள் சரியாக இலக்கை சரியாக உடைத்தாள்.

அந்த கடைக்காரனுக்கு மிகுந்த ஆச்சரியம்.

அடுத்து அவன் அடுத்த பலூனை இன்னும் தூரமாக வைத்தான்.சுமார் பதினைந்து அடி தூரம் இருக்கும்.

கடைக்காரன் கூடவே கட்டளையும் போட்டான்.

“... அம்மா நீ இந்த பலூனை உடைச்சுட்டிங்க...அப்படின்னா உங்களுக்கு ஒரு பெரிய குடை பரிசு கூடவே...இன்னொரு முறை சுடவும் வாய்ப்பு தருவேன்.....” என்றான் நக்கலாக அவனுக்கு பொன்கொடி மேல் துளியும் நம்பிக்கை இல்லை..

தூரத்தில் நின்று பார்த்துக் கொண்டிருந்த சோமுவிற்கும் துரைக்கும் இப்போது ஆர்வம் தொற்றிக் கொண்டது.ஆச்சரியத்தோடு பார்த்துக் கொண்டிருந்தார்கள். அவர்களுக்கும் பொன்கொடி மேல் சந்தேகம். அந்த பலூனை உடைத்து விடுவாளா மாட்டாளா என ஆச்சரியத்தோடு பார்த்துக்கொண்டிருந்தார்கள்.

ஆனால் பொன்கொடியோ அனாயசமாக குறிவைத்து அந்த பலூனையும் சரியாக குறி பார்த்து உடைத்து இருந்தாள்.

கடைக்காரனுக்கு சற்று பயத்தில் வியர்வை ஊற்றெடுக்க ஆரம்பித்தது.

தூரத்திலிருந்து கவனித்துக் கொண்டிருந்த சோமுவுக்கோ சற்றே உதறல் எடுக்க ஆரம்பித்தது.

“ ..என்ன துரை இவள் இவ்வளவு துல்லியமாக அந்த பலூனை உடைத்து விட்டாள்.இது எப்படி சாத்தியம் துரை... “ என்று துரையிடம் சந்தேகம் எழுப்பினான்.

துரையோ எனக்கும் ஒன்றும் புரியவில்லை என்றான்.

சற்று குழப்பமாக .அதேநேரம் கடைக்காரனும் இன்னும் தூரமாக சென்று பலனை வைத்தான். இந்த முறை பொன்கொடியை தோற்கடிப்பதில் குறியாக இருந்தான்.

“..எம்மா இதோ பாரு...இந்த பலூனை உடைத்து விட்டால் அதோ தெரியுது பாருங்கள்.அந்த ஆளுயர கண்ணாடியை நீங்கள் எடுத்துச் செல்லலாம்...” என்றான்.

பொன்கொடிக்கோ சற்றும் பயமும் இல்லை.கைகளில் நடுக்கம் ஏற்பட்டதாக தெரியவில்லை.

“ ...துரை என்ன இந்த கடைக்காரன் பரிசுகளை ஏற்றிக் கொண்டே போகிறான்.இவளும் உடைத்துக் கொண்டே போகிறாள். இது எதில் போய் முடியும் என்று தெரியவில்லையே...” என்றான் சோமு.

“ ... சற்றுப்பொறு எனக்கு ஆச்சரியமாகத்தான்

இருக்கிறது.அங்கு என்ன நடக்கிறது என்று பார்ப்போம்..” என்றான் துரை.

அதேநேரம் பொன்கொடியை சுற்றிலும் கூட்டம் கூட ஆரம்பித்தது.

“..யாரு... யார் இந்த பெண் இவ்வளவு தூரத்தில் உள்ள இலக்கை எப்படி சரியாக சுட்டுத் தள்ளுகிறாள் ..” என்று அனைவரும் ஆச்சரியத்தில் அவளைச் சூழ்ந்தார்கள்.

பொன்கொடியை சுற்றிலும் நான்கு பெண்கள் சூழ்ந்து கொண்டார்கள்.கூடவே ஆண்களும் பெண்களுமாய் அந்த இடம் ஒரு பெரிய கூட்டமாகவே மாறி இருந்தது.

இவர்களுக்கோ அங்கே நடப்பது தெளிவாக தெரியவில்லை... வேகமாக கூட்டத்தில் புகுந்து கலந்தார்கள்.

வேகவேகமாக நடந்து சென்று கூட்டத்தின் நடுவே ஒளிந்துகொண்டு பொன்கொடி சுடுவதை வேடிக்கை பார்க்க தொடங்கினார்கள்.

சுமார் 50 அடி தூரம் இருக்கும் ஒரு சிறிய அளவில் ஊதிய பலூனை கடைகாரன் வைத்திருந்தான்.

அந்த பலூன் நட்டு வைத்திருந்த,குச்சியின் மேல் ஒட்டப்பட்டு இருந்தது கடைக்காரன் பொன்கொடியை பார்த்து சொன்னான்.

“.... ஏம்மா பொண்ணு.. இப்ப நான் சொல்றத தெளிவா கேட்டுக்க... இந்த பலூனை நீங்கள் உடைக்கவில்லை என்றால் நீங்க இதுவரை ஜெயித்த எல்லா பரிசுகளும் எனக்கு கொடுத்துவிட வேண்டும்.. மாறாக இந்த பலூனை நீங்கள் உடைத்து விட்டால் அந்த பெரிய கண்ணாடியை எடுத்துக் கொள்ளலாம். நீங்கள் இதுவரை ஜெயித்த பரிசுகளை வாங்கிக் கொள்ளலாம்..” என்றான் தீர்க்கமாக இவள் உடைக்கமாட்டாள் என்ற நம்பிக்கை அவன் குரலில் தெரிந்தது.கூடவே தனது பொருள்கள் அனைத்தையும் திரும்பப் பெற்று விட வேண்டும் என்ற அவனது ஆசையும் அதில் கலந்திருந்தது.

ஆனால் அவனது குரலில் சற்று பயமும் கலந்து இருந்தது.இவள் உடைத்து விட்டால் என்ன செய்வது என்ற பதட்டமும் கூடவே கலந்திருந்தது.

பொன்கொடிக்கும் சற்று நடுக்கம் இருந்தது சுற்றிலும் அத்தனை ஆண்களையும் பெண்களையும் கூட்டத்தையும் அவள் எதிர்பார்க்கவில்லை.இத்தனை கூட்டம் தன்னைச் சுற்றிலும் கூடுமென்று அவள் நினைத்துக்கூட பார்த்திருக்கவில்லை..

அதில் ஒரு பெரியவரும் பொன்கொடியை பார்த்து கூறினார்..

“...அம்மா நீ சுடுமா சுட்டுத்தள்ளுமா..அந்த பலூனை...நான் இங்கே இருக்கற எல்லாத்தையும் எடுத்துட்டு போயிடுறேன்....” என கிண்டலாக சொல்ல

கூடவே இருந்த பெண் ஒருத்தியும்

“... ஏன் பெருசு பொம்பளைங்கள பத்தி என்ன நெனச்சிட்டே.. நாங்க நினைச்சா என்ன வேணாலும் செய்வோம்...இப்போ...இந்த பொண்ணு அந்த பலூன உடைச்சிட்டா...நீ மீசைய எடுத்துக்கறியா..என்ன..” என்று அந்த பெரியவரை கிண்டலுக்கு இழுத்தாள்.

பொன்கொடிக்கோ சிரிப்பே வந்துவிட்டது.

தன்னை வைத்து போட்டி போட்டுக் கொள்ளும் அவர்களை நினைத்து அவளுக்கு சிரிப்பு வந்து விட்டது.

ஆனால் அவள் சற்றும் கலங்கவில்லை .அந்த பலூனை உடைப்பதில் முழுவதும் குறியானாள்.

சுற்றிலும் இருந்த கூட்டத்தின் முழு கவனமும் இப்போது பொன்கொடியின் துப்பாக்கியின் மீதும், உடைய போகும் அந்த பலூன் மீதும் மட்டுமே இருந்தது கூட்டம் அமைதியாக இருந்தது.

தன் முழு கவனத்தையும் குவித்தாள் துப்பாக்கியை நேர் செய்தாள்...குறிவைத்து சுட்டால்...

..... உடைந்தது .

அந்த பலூனும் துரையின் மனமும்,கூடவே சோமு மெல்லிய குரலில் சற்று பயத்தை கலந்தே சொன்னான்.

“ .... துரை இவள் சாதாரண பெண் இல்லை...உன்னால் கூட இவ்வளவு துல்லியமாக அந்த பலூனை சுட்டு இருக்க முடியாது. ஆனால் இவள் சுட்டிருக்கிறாள்..இவள் சாதாரண பெண்ணாக இருக்க முடியாது.. இவளைப் பற்றி நன்கு விசாரித்து தெரிந்து கொள்....அதுவே

நமக்கு நல்லது.. “ என்றான்..

.. துரையும் உள்ளத்திற்கு உள்ளே சற்றே கலங்க தொடங்கினான்.

அதேநேரம் சுற்றி இருந்த எல்லோரும் பொன்கொடியை பாராட்ட தொடங்கினார்கள்.

அந்த கடைக்காரனும், தரையில் விழுந்து புரண்டு அழுகாத குறை..

“…அம்மா நான் கடனை வாங்கி இந்த கடையை வச்சிருக்கம்மா.. எல்லா பரிசையும் நீ யே எடுத்துட்டு போயிட்டா..நான் என்னம்மா பண்றது…” என்று பொன்கொடி இடம் கெஞ்சிக்கொண்டு அழத் தொடங்கினான்.

அதைப் பார்த்த பொன்கொடி சற்று வாய்விட்டு சிரித்தே விட்டாள்.

“ ….பெரியவரே நான் அந்த பரிசு களுக்காக இதை செய்யவில்லை.. எனக்கு நீங்கள் சொன்ன சொல்லின் ஒவ்வொரு சொல்லையும் நான் முடித்து காட்ட வேண்டும்.எனது தன்னம்பிக்கை வெளிப்படுத்த வேண்டும் என்று தோன்றியது .அதனால்தான் நான் சுட்டேன் .அந்த பரிசுகளை நீங்களே வைத்துக் கொள்ளுங்கள் …. “ என்று கூறினாள்.

அவரின் பதிலை எதிர்பாராமல் அந்த இடத்தை விட்டு நகர்ந்தாள்.

துரையும் சோமுவும் தலை சுற்றிப்போய் நின்றிருந்தார்கள்.

அன்றைய நாள் இரவு ..

கோவிலில் நாடகம் விமரிசையாக நடந்து கொண்டிருக்க,ஊரெல்லாம் அங்கே கூடியிருந்தது

சோமுவும் துரையும் அமர்ந்து மதுபானம் குடித்துக் கொண்டிருந்தார்கள்.

இவர்கள் தொடர்ச்சியாக மதுபானம் குடிப்பது ஒன்றும் புதிதல்ல. ஆனால் இன்று இருவரும் சமமாக அமர்ந்து மதுபானம் குடிப்பது இதுவே முதன்முறை.. அதுவும் ஆற்றங்கரை ஓரமாக இரவில் அமர்ந்து குடிப்பது இதுவே முதல்முறை.

சோமு ஊற்றிக்கொடுக்கக் கொடுக்க, குடித்துக் கொண்டிருந்தான் துரை.

அவன் ஊற்றிய ஒவ்வொரு கோப்பையிலும் பொன்கொடியே நிறைந்திருந்தால், அவளது நினைவே நிறைந்திருந்தது.நன்றாக போதைக்குள் மூழ்க ஆரம்பித்திருந்தான் துரை.

ஒவ்வொரு கோப்பையை பருகும் போதும் பொன்கொடியின் அழகு, அவள் வந்த விதம், தன்னிடம் காட்டிய தாய்ப்பாசம்…அன்று நடந்து கொண்ட விதம், திருவிழாவில் அவள் செய்த செய்கை எல்லாம் அவனுக்கு ஆச்சரியத்தை ஏற்படுத்தியது என்னவோ உண்மைதான்.

ஆனால் அந்த அத்தனை ஆச்சரியமும் போதையில்,எங்கே தனக்கு கிடைக்காமல் போய்விடுமோ என்ற அந்த ஏக்கம்,அப்போது அவனுக்குள் கோபமாக மாறிக்கொண்டிருந்தது.

அதை எப்படி சோமுவிடம் சொல்வது,பொன்கொடியிடம் எப்படி தனது காதலை சொல்லி சம்மதம் பெறுவது,அப்படியே சம்மதம் வாங்கி விட்டாலும் ஆண்டானை எப்படி சமாளிப்பது என தனது மனதிற்குள் பல கேள்விகளோடு சாராயத்தை குடித்துக் கொண்டிருந்தான் துரை.அப்போது சோமுவே முதலில் பேச்சை தொடங்கினான்.

“ ….துரை ஏன் அந்த பொண்ணு … தங்க சங்கிலியை தரையில் தூக்கி , வீசி எறிந்தும் கூட நீங்கள் அவளையே நெனச்சுக்கிட்டு இருக்கீங்க ….”

“....ஏன் ...ஏன் இப்படி கேட்கிறாய் ...” இது துரை.

துரையின் பதிலில் இருந்து சோமு, துரையின் குழப்பத்தையும்,இப்போது நான் சொல்வதை எல்லாம் இவன் காது கொடுத்து கேட்கும் நிலையில் தான் இருக்கிறான் என்பதையும் நன்கு புரிந்து கொண்டான்.தனது மனதில் தோன்றியதை பேசத் தொடங்கினான்.

" .....ஆமாம் நண்பா... நாம் இருவரும் சிறு வயதிலிருந்தே நல்ல நண்பர்கள். நான் உன்னை இதுவரையும் ஒரு போதும் கூட ..வாடா போடா ..என்று கூட அழைத்ததே கிடையாது. நான் உன் மீது அத்தனை மரியாதை வைத்திருக்கிறேன். இந்த ஊரில் உள்ள அத்தனை பேரும் உன் மீது அத்தனை.... மரியாதை வைத்திருக்கிறார்கள். அப்படி இருந்தும் நீ வாழ்க்கை பிச்சை போட்ட அந்த பொன்கொடி நீ அன்பளிப்பாக அளித்த தங்கச் சங்கிலியை தூக்கித் தரையிலே எறிந்திருக்கிறாள்....இது எந்த வகையில் நியாயம்...."

"....சரி .அதுக்கு .நீ இப்போ என்ன சொல்ல ..வர்ற .." இது துரை ..சற்றே போதையில் உளற ஆரம்பித்திருந்தான்.

"... துரை நீ அவளை ஏதாவது செய்தே ஆக வேண்டும்.அவ எப்புடி சங்கிலியை தூக்கி தரையில் எரிந்தாளோ,அதே மாதிரி நீ அவளை வீட்டைவிட்டு அடித்து விரட்ட வேண்டும்.இன்றைக்கே நல்ல முடிவை எடுத்துவிடு அதுவே நல்லது..." என்று சொன்னான்.

இப்போது துரையும் நல்ல போதையில் இருந்தான்.

சோமுவின் பேச்சுக்கு அப்புறம்,அவனுக்கு என்ன செய்வது என்று ஒன்றும் விளங்கவில்லை .ஆனால் அவனது காதலை ஏற்றுக்கொள்ளாத பொன்கொடி,அவனது மனதில் இப்போது ஒரு எதிரியாக உருமாறி இருந்தாள்.

குவளையில் ஊற்றி வைத்து இருந்த,சாராயம்,இப்போது பொன்கொடியின் முகமாக மாறி,துரையைப் பார்த்து சிரித்துக் கொண்டிருந்தது .துரை மேலும்,மேலும் கணக்கின்றி குடித்துக் கொண்டே இருந்தான்.

இவர்களின் மதுபான குளியல் நீண்டு கொண்டிருந்தது .அப்போது மணி இரவு பன்னிரண்டை கடந்திருந்தது .

துரைக்கோ குடி அளவில்லாமல் போயிருந்தது.

"..துரை ..எனக்கு போதும் ..இதோட முடிச்சுக்கலாம் .." என ஒருவழியாக முடிவுக்கு வந்திருந்தான்.

.

ஆனால் துரை அப்போதுதான் போதையின் உச்சத்தில் அழ ஆரம்பித்திருந்தான்.

..சோமு ...என்னோட இந்த கஷ்டத்துக்கெல்லாம் காரணம் ..என்னோட அம்மா தான் ...அவங்க எனக்காக ஒரு பொண்ண பாத்து வைச்சிருந்ததாவும் என்கிட்டே சொல்லியிருக்காங்க ..அம்மா மட்டும் இப்போ ..உயிரோட இருந்திருந்தா ..நான் இவ்வளவு கஷ்டத்தையும் அனுபவிக்க வேண்டியிருந்திருக்காது .அம்மா ...ஏனம்மா ..என்ன விட்டுட்டு போனீங்க அம்மா ..ஆ ..ஆ ... என உளற ஆரம்பித்தான்.

..என்ன துரை சொல்லற ...யாரு அந்தப் பொண்ணு ..

"..எனக்கு அது தெரியாது ...ஆனால் ஒரு பொண்ண பார்த்துட்டு வந்ததா ..சொன்னாங்க .. " என அம்மாவின் நினைப்பில் அழுத்தவன் மெல்ல எழுந்து நடக்க ஆரம்பித்தான்.

"...சரிங்க ..துரை ...எங்கே ..போறிங்க ..." என கத்தினான் சோமு.

துரையோ போதையின் உச்சத்தில்,பதிலேதும் சொல்லாமல், தன் தாயின் நினைப்பு வர கல்லறையை நோக்கி நடக்க ஆரம்பித்தான்.

துரை போதையில் தட்டுத் தடுமாறி,நடந்து வந்தான்.தனது அம்மாவின் கல்லறையின் மீது மெல்ல படுத்தான்.மீண்டும் அழ ஆரம்பித்தான்.

"..ஏனம்மா ..என்னை தனியா விட்டுட்டு போனீங்க ...." என மீண்டும் மீண்டும் கதறி அழுது கொண்டிருந்தான்.தனது கையால் கல்லறையை ஓங்கி குத்திக் கொண்டிருந்தான்.

சற்று நேரத்தில் அவனுக்கு தொண்டை வறட்சியில் தண்ணீர் தாகமெடுக்க தொடங்கியது.மெல்ல சுற்றும் முற்றும் கண்ணுக்கு தெரிந்த மட்டும் யாரவது வருகிறார்களா ..என தேடினான்.மெல்ல அவனது கவனம் அவனது பண்ணை வீட்டை நோக்கி திரும்பியது.

அதே நேரத்தில் வீட்டுக்குள் தூங்கிக் கொண்டிருந்த பொன்கொடியை,துரையின் அழுகை எழுப்பி இருந்தது.

அப்போதுதான் பொன்கொடி நன்கு உறங்கத் தொடங்கியிருந்தாள்.அவளது தூக்கத்தை கெடுப்பது போல ஏதோ ஒரு சத்தம் அவளுக்கு கேட்டுக் கொண்டிருக்க, மெல்ல கண் விழித்தாள். அவளது வீட்டின் அருகில் யாரோ ஒப்பாரி வைத்து அழுவது போல அவளுக்கு கேட்டது.

அந்த அழுகைச் சத்தம், இது வரையும் அவள் கேட்காதது போல ஒலித்தது.அது ஒருவிதமான பயத்தை அவளது மனதுக்குள் அந்த நேரம் உருவாக்கியிருந்தது.காரணம் இப்போது தாத்தாவும் பாட்டியும்,நாடகம் பார்க்க சென்றிருக்க,இவள் மட்டுமே வீட்டில் தனியாக உறங்கிக் கொண்டிருந்தாள்.

அந்த அழுகை ஒரு ஆணின் ஒப்பாரி குரல் போல கேட்டுக்கொண்டிருக்க,அவளது பயம் மேலும் அதிகமானது.இருந்தாலும் சற்றே தைரியத்தை வரவழைத்து கொண்டாள்.நேரத்தை மனதிற்குள்ளாக கணித்தவள்.

நேரம் அர்த்த சாமத்தை கடந்திருக்கும் என்பதை உணர்ந்தாள். இந்த அடர்ந்த இரவு நேரத்தில் யார் இப்படி நமது வீட்டின் அருகே அழுது கொண்டிருப்பது என்ற குழப்பத்தோடு மெல்ல எழுந்தவள்.தனது கண்ணை கசக்கிக்கொண்டு, அழுகை வந்த திசையை நோக்கி நடக்க ஆரம்பித்தாள்.

அழுகைச்சத்தம் அவளது வீட்டிற்கு வெளியே கேட்டுக்கொண்டிருந்தது.அவள் மெல்ல கதவை திறந்து வெளியே வந்து பார்த்தாள்.அந்த நேர பௌர்ணமி நிலா வெளிச்சம் அவளுக்கு மனதிற்குள் சற்று தைரியத்தை வரவழைத்திருந்தது.

தூரமாக தெய்வநாயகியின் கல்லறையின் ஓரமாக, அந்த அழுகை குரல் கேட்டுக் கொண்டிருந்தது. தனது பார்வையை கூர்மையாக்கி பார்த்த அவளுக்கு, அங்கே கல்லறையின் மீது ஏதோ ஒரு ஆண் படுத்துக்கொண்டு அழுது கொண்டிருப்பது மட்டும் அவளுக்கு தெரிந்தது.

அப்போது அவளது கவனத்திற்கு வந்தது...துரையின் நினைவு.

"...துரை ..அய்யா ... ஏன் இந்த நேரத்தில் இப்படி வந்து அழுது கொண்டிருக்கிறார்கள்.." என்ற குழப்பத்தோடு கல்லறையை நோக்கி நடக்க ஆரம்பித்தாள்.

"..யாரது இந்த நேரத்தில் அழறது ..." என்ற குழப்பத்தோடு கல்லறையின் அருகில் வந்து பார்த்தவளுக்கு துரை அங்கே அழுது கொண்டிருந்தது,அந்த நேரத்தில் அவளுக்குள் மிகுந்த கவலையை உருவாக்கி இருந்தது.

மெல்ல துரையின் தோளை தொட்டு அவனது முகத்தை திருப்பினாள்.

நிலவின் ஒளியில் அந்த நேரத்தில் பொன்கொடியை பார்த்த துரைக்கு அழுகை மேலும் அதிகமானது.

"..பாத்தியா ..பொன்கொடி ..என் அம்மா மட்டும் ..உயிரோட இருந்திருந்தா ..எனக்கு இந்த நிலைமை வந்திருக்குமா ..சொல்லு ..." என அவளின் கைகளை பிடித்துக் கொண்டு கதறி அழ ஆரம்பித்தான்.

பொன்கொடிக்கோ அவனுக்கு எப்படி ஆறுதல் சொல்வது எனத் தெரியாமல் முழித்துக் கொண்டிருந்தாள்.

"..சரிங்கய்யா ..அதுக்காக ..இந்த அர்த்த ராத்திரியிலேய கல்லறைக்கு வந்து அழுவீங்க ..." என அவனை சமாதானம் செய்ய முயன்றாள்.

ஆனால் துரையோ ..

"...இல்ல ..பொன்கொடி..என்னம்மா ..என்ன எப்படியெல்லாம் பாத்துக்கிட்டாங்க..தெரி-யுமா ...அவங்க ஊட்டி விட்டாத்தான் ..நான் சாப்பிடுவேன் ..ஆனால் இப்போ ...நான் சாப்பிட்டனான்னு கேட்க கூட ..ஆளில்ல தெரியுமா ..." என ஓங்கி அழ ஆரம்பித்தான்.

இத்தனை நாட்களாக துரையின் மனதுக்குள் அடக்கி வைத்திருந்த ஆதங்கம் எல்லாம், இப்போது அவனது அழுகையின் வாயிலாக வெளிப்படத் தொடங்கியிருந்தது.தனது மனதில் இருந்ததை எல்லாம் அழுகையோடு சொல்ல ஆரம்பித்தான் துரை.

"... நா... என்னோட அம்மாவுக்கு அப்புறம் முதன் முதலில் உன்னை பார்க்கும் போது தான்.... என்னோட அம்மாவை மறுபடியும் பார்த்தது மாதிரி... எனக்கு தோணுச்சு ...அதனாலதான் ....நான் உன்னை கல்யாணம் பண்ணிக்க விரும்பி.... அன்னைக்கு என்-னோட தங்க சங்கிலிய... உன் கழுத்துல போட்டு விட்டேன்... ஆனா... நீயும் என்னோட மனச முழுசா புரிஞ்சுக்கல... எங்க அம்மா இருக்கும்போது ராஜாவாட்டம் இருந்த என்னோட வாழ்க்கை ....இப்போ பிச்சைக்காரனாட்டம் ஆயிடுச்சு...முன்னாடி எல்லாம் வேளைக்கு வேள... சாப்பாடு கிடைக்கும் ...இப்போ மூணு வேளையும் சோறு கிடைச்சே ...ரொம்ப காலம் ஆகிப்போச்சு.. உனக்கு என்னோட கஷ்டம் எல்லாம் புரியாது..பொன்-கொடி ...நான் வெளியில தான் ஜமீனு ...வீட்டுல என் மாமன் தான் எல்லாமே ..நான் இதுக்கு மேலயும் உயிரோடு இருக்கிறது .தப்பு ...எனக்கு பிடிக்கல..நானும் என் அம்மா-வோடயே போயிருக்கணும் ...இல்ல ..இப்பவே நான் போறேன் ..." என்று மீண்டும் கதறி அழுக ஆரம்பித்தான்.

அவளுக்கோ துரைக்கு எப்படி சமாதானம் சொல்வது என்று தெரியவில்லை... அதே-போல இப்படியே அவனை விட்டுவிட்டு செல்வதற்கும் அவளுக்கு மனசு வரவில்லை.

தங்களுக்கு வாழ்க்கை கொடுத்த,அவனை இப்படி நடு இரவில் தனியாக விட்டுச்செல்-வதற்கும் அவளுக்கு மனசு வரவில்லை.அவள் மெல்ல அவனை...

"...நாம வீட்டுக்கு போகலாம்... எந்திரிங்க.... எந்திரிங்க... " என்று தூக்க முற்பட்டாள்.

இப்போது தொண்டை வறண்டிருந்த துரைக்கு விக்கல் எடுக்க ஆரம்பித்தது.அவன் அவளை நோக்கி தண்ணி வேண்டும் என்பது போல சைகை செய்ய,அவளோ,

"..என்கூட வாங்கய்யா ..வீட்டுக்கு போகலாம் .." என அவனை தூக்க...

மெல்ல பொன்கொடியின் கையை பிடித்துக் கொண்டு எழுந்தான் துரை.அவளோடு சேர்ந்து தள்ளாடியபடி அவளது வீட்டுக்குள் நுழைந்தான். அங்கே இருந்த அவளது கட்டிலில்,துரையை அமரவைத்து விட்டு வேக வேகமா சமையல் கட்டை நோக்கி தண்ணீர் கொண்டு வர ஓடினாள் பொன்கொடி .

இப்போதும் துரைக்கு போதை குறைந்தபாடில்லை.

ஆனால் இப்போது பொன்கொடியின் மனதிற்குள் சிறிய பயம் இழையோட தொடங்கி இருந்தது. காரணம் இந்த இரவு நேரத்தில் துரையை போதையில் அழைத்து வந்து, தனது வீட்டிற்குள்,அதுவும் தனது படுக்கை அறையில் அமர வைத்து இருந்தது.... அவளது மனதிற்குள் ஒரு விதமான குழப்பத்தையும் பயத்தையும் வரவைத்து இருந்தது.

அதே நேரம் சற்றே குழப்பத்தில் இருந்த துரைக்கு,பொன்கொடியின் படுக்கை முழுவதும் பரவியிருந்த அவளது வாசனை அவனை வேறு விதமான உணர்வுக்குள் தள்ளியிருந்தது.அந்த அடர்ந்த இரவும் அவனது போதையும்,மூளைக்கு எட்டிய பெண் வாசனையும் அவனின் ஆண்மையை சோதிக்க தயாரானது.குடிபோதையில் அவனது மனம் இதுதான் சமயம் அவளை ஏதாவது செய்துவிடு என தூண்ட ஆரம்பித்திருந்தது.

பொன்கொடி இப்போது பயத்தோடு துரையை நோக்கி மெல்ல நகர ஆரம்பித்தாள்.அவனது அருகில் வந்து நின்றவள், மெல்ல பயந்தவாறு தண்ணீர் செம்பை அவனை நோக்கி நீட்டினாள்..

அதை வாங்கி பருகிய துரைக்கோ,செம்பை திரும்ப தரும்போது,இப்போது பார்வை பொன்கொடியின் இடை மீது இருந்தது. அந்த தண்ணீர்செம்பில் ஒட்டிக்கொண்டு இருந்த மஞ்சள் வாசனை...மஞ்சம் கொள்ளும் ஆசையை அவனுக்குள் தூண்ட ...போதையில் மெல்ல அவள் கைகளை, தீர்க்கமான முடிவோடு பிடித்து இழுத்தான்.அவளது கையிலிருந்த செம்பு தரையில் விழுந்து உருண்டது.

அவளை தன் மார்போடு சேர்த்து அணைத்தான்.போதையில் புத்தி மாறினான்.

அதிகாலை விடிவதற்கு முன்.துரை மெல்ல கண்விழித்து எழுந்தான்.தலை பாரமாக இருந்தது.மெல்ல நினைவுக்கு வந்தவன். தான் படுத்திருப்பது தன் அறை இல்லை என்பதை அந்த நேரத்தில் உணர்ந்தான்.

ஆனாலும் போதை நன்றாக தெளிந்ததாக தெரியவில்லை. .வீட்டை விட்டு வெளியே வந்தான்..

அப்போது பொன்கொடி...கல்லறையில் தீபம் போட்டுக்கொண்டு இருந்தாள்..அவளுக்குள் சந்தோசம்...அவள் முகத்தில் காதல் கரைபுரண்ட மகிழ்ச்சி.

..அவனைப் பார்த்ததும் வெட்கத்தில்,ஏதும் சொல்லத் தோணாமல், தனது வீட்டை நோக்கியே ஓடினாள்..

இவனோ தன் தாயின் கல்லறையை வணங்கி விட்டு ...தூரத்திலிருந்து தன்னை அழைக்கும் பொன்கொடியின் சத்தத்தை காதில் வாங்காமலேயே...தன் வீட்டை நோக்கி நடக்க ஆரம்பித்திருந்தான்...

7.உண்மை தெரிதல்

சில வாரங்களுக்குப் பிறகு... ஒருநாள்..

மாலை நேரம்.. துரை தன் சகாக்களுடன் சாராயக் கடையில் குடித்துக் கொண்டு இருந்-தான்.

இன்று துரையின் பிறந்த நாளை முன்னிட்டு, அவனுக்கு தெரிந்தவர்கள்,நண்பர்கள் என அனைவருக்கும் சாராயக் கடையில், சாராயத்தை வாங்கிக் கொடுத்து விட்டு,அவனும் குடித்துக் கொண்டு இருந்தார்.

அப்போது அந்த இடத்திற்கு வந்து சேர்ந்தார் பொன்கொடியின் தாத்தா.

அவரைப் பார்த்த துரை,

"... வாங்கய்யா வாங்க ...உங்களுக்கும் சாராயம் ... வாங்கித்தறேன் .. இன்னைக்கு ... என்னோட பிறந்த நாளு ...நீங்களும் சந்தோஷமா குடிச்சிட்டு வீட்டுக்கு போங்க.." என்று கூப்பிட்டான் துரை.

"..யோவ் ..நிறுத்துய்யா ... நீயும் உன்னோட சாராயமும்.." என தொடர்ந்த அவர்..

நேரடியாக துரை இருந்த இருக்கைக்கு அருகில் வந்து நின்று கொண்டு,அவனது சட்டையைப் பிடித்துக் கொண்டார்.இதை சுற்றிலும் இருந்த எவரும் எதிர்பார்க்க-வில்லை.அனைவரது முகத்திலும் இப்போது கோபம் வந்திருந்தது.

"... என்னையா இது உங்களுக்கே நல்லா இருக்குங்களா... நாங்க உங்கள நம்பித்-தான.. இந்த ஊருக்கு வந்தோம்.. நீங்க எங்க வீட்டுப் பொண்னோட வாழ்க்கையை கெடுத்-தது எந்த விதத்தில் நியாயம்.. நாங்கல்லாம் பணங்காசு இல்லாதவங்க தான்... ஆனால் மானத்தை வித்து பொழைக்கிறவங்க கிடையாது... நீ மரியாதையா இப்பவே வந்து உன் மாமன் கிட்ட பேசி... என்னுடைய பேத்தியை கல்யாணம் பண்ணிக்கோ... இல்லையினா நடக்குறதே வேற..." என்று எடுத்த எடுப்பிலேயே துரையை பார்த்து சற்றே மிரட்டலாக கேள்வி எழுப்பினார்.

துரைக்கு,அவர் வந்து அத்தனை பேர் மத்தியில் சட்டையை பிடித்ததும், அவனுக்கு கோபம் பெரிதாக வந்திருந்தது.

"... இருய்யா ...ஏதோ பெரியவருன்னு பார்த்தா ...நீ பாட்டுக்கு வந்து... சட்டையை புடிச்சிட்டு இருக்க..." ஏற்றவாறு அவரது கன்னத்தில் ஓங்கி அறைந்தான்.

துரை முதல் அறையை கன்னத்தில் வைக்க, சுற்றி இருந்த மற்றவர்கள்,இதுதான் தங்க-ளது விசுவாசத்தை காண்பிக்க சரியான நேரம் என்று அந்தப் பெரியவரை போட்டு அடித்து துவைக்க ஆரம்பித்தார்கள்.

சிறிது நேரம் அவர்களிடம் அடிவாங்கி மயங்கிய .. அந்தப் பெரியவர் ,அந்த இடத்தில் இருந்து அழுது கொண்டே வெளியேறினார்.

அடுத்த சில மணி நேரங்களில் தனது சாராயவிருந்தை முடித்திருந்த துரை.. மெல்ல தனது அம்மாவின் கல்லறையை நோக்கி நடக்க ஆரம்பித்தான்.

மாலைவேளை முடிந்து ...இருள் சூழத் தொடங்கி இருந்தது.சற்றே தள்ளாடியவாறே பண்ணைத்தொட்டத்தின் வாயிலை அடைந்திருந்தான் துரை.

அப்போது எதிரில் பொன்கொடி வேகமாக அவனை நோக்கி ஓடி வந்து கொண்டிருந்தாள்...

..அவளை இரண்டு பேர் பின்னாலிருந்து விரட்டி வந்து கொண்டு இருந்தார்கள்..

.அவள் ஓடி வந்து துரையின் கைகளை பற்றிக்கொண்டாள்..

"..என்னைக்காப்பாற்றுங்கள்.துரை ...என்னை ஒன்றும் செய்து விடாதீர்கள்.. உங்கள் பிள்ளையை நீங்களே கொன்று விடாதீர்கள்..." எனக் கெஞ்சினாள் பொன்கொடி.

துரைக்கோ ஒன்றும் புரியவில்லை..

இவனைக்கண்டதும் துரத்தி வந்த,அந்த இருவரும் திரும்பி ஓட்டமெடுத்தனர்..

அவர்கள் இவனைப் பார்த்து திரும்பி ஓடியதும் தான், பொன்கொடிக்கு அவர்கள் இவன் அனுப்பிய ஆள் இல்லை என்பதே தெரிந்தது.துரை மீது சற்று நம்பிக்கை வந்தது.

"..ஏன் ..என்ன..ஆச்சு..பொன்கொடி.. " என அவள் தோளைப்பற்றி எழுப்பினான்..அந்நேரம் அவனது போதையும் மெல்ல தெளிய ஆரம்பித்திருந்தது..

"..அவங்க ரெண்டு பேரும் என் தாத்தாவ.கொன்னுட்டானுங்க.." என்றவாறே கதறினாள்..

..என்ன சொல்ற..வா.. என்றவாறே. பண்ணை வீட்டை நோக்கி நடந்தான்.

வீட்டை தூரத்திலிருந்து பார்க்கும் போதே தெரிந்தது..ஏதோ விபரீதமாக நடந்திருப்பது..அந்த வீட்டை யாரோ அடித்து நொறுக்கி இருப்பது தெரிந்தது..

பொன்கொடியின் தாத்தா உயிரற்று கீழே கிடந்தார்..அவளது பாட்டியோ அருகே அமர்ந்து அழுது கொண்டிருந்தாள்.

துரைக்கும் அப்போதுதான் மெல்ல நினைவு வர ஆரம்பித்திருந்தது.இவரை கொஞ்சநேரத்திற்கு முன்பு தான் சாராயக் கடையில் இருந்து விரட்டி அடித்ததாக,அவனது நினைவு சொல்ல ...அவனது மனதிற்குள் ..சற்றே..தடுமாற்றம்.

குழப்பத்தில் தொண்டை வறண்டது.

..பொன்கொடி கொஞ்சம் தண்ணி வேண்டும்.. .. என நா குழறினான்..பதட்டமாக ...

அவள் வீட்டிற்குள் சென்று தன் கைகளால் தண்ணீர் கொண்டு வந்து கொடுத்தாள்..அப்போது தான் மூளை அவனை எச்சரித்தது..இதே போன்று என்றோ இவளிடம் தண்ணீர் வாங்கிக் குடித்ததாக நினைவு சொன்னது ..அவளது கை தந்த செம்பில் ....அதே மஞ்சள் வாசனை..

தண்ணீரை குடித்து முடித்தவன்.குழப்பத்தோடு நேரடியாக பொன்கொடியிடம் கேட்டான்..

....பொன்கொடி இதே மாதிரி நான் என்றாவது உன்னிடம் தண்ணி வாங்கி குடிச்சிருக்கேனா..என்ன..எனக்கு இதை போல என்றோ நடந்ததாய்..சற்றே நினைவு.. என..சந்தேகமாய் கேட்க...

பொன்கொடியோ நெஞ்சைப் பிடித்தவாறே கீழே சரிந்தாள்..

''..அடக்கொடுமையே..அப்போ அன்னக்கி என்ன நடந்ததுனே ..உங்களுக்கு நினைவு இல்லையா..கடவுளே..என்ன கொடுமை..இது...." என்றே கதறியே விட்டாள்..

அவளின் கண்கள் நீர் கோர்த்து தாரைதாரையாக வழிந்தோட ஆரம்பித்தது..

ஒருநொடி தன் தவறை நினைத்தே நொந்து அழ தொடங்கினாள்..

இவனுக்கோ ஆச்சரியம்

..என்ன ஆச்சு..இப்ப ஏன் அழற..அன்னக்கி என்ன நடந்தது..சொல்லு.. என அவளைப்பிடித்து உளுக்கினான் துரை.

மற்றொரு புறம் ...அவளது பாட்டி,

"..நான் சொல்லுறத ..என்னக்கித்தான் ,,நீங்க ....கேப்பீங்களோ ...குடிகாரனை நம்பி ..கழுத்தை நீட்டிட்டாளே ..." என அங்கலாய்ப்பில் அழ ஆரம்பித்தாள்.

"..நீ என் கணவரையா..இதோ பார் நீ கட்டிய தாலி ..." என அவள் காட்ட துரைக்கு இப்போது .பேரதிர்ச்சி.. மேலும்..

"....நம் குழந்தை வயிற்றில் வளர்கிறதய்யா.." எனக் கதறினாள பொன்கொடி ..

துரையோ நிலை தடுமாறி,தலையில் கைவைத்து அமர்ந்தான்.அவனது மனது அன்று சோமு சொன்னதை நினைவு படுத்தியது.அவன் போதையில் எதையோ செய்து வைத்திருப்பதாய் நினைத்து குழம்பத் தொடங்கினான்.

..இது எப்படி ..நடந்தது... என குழம்பியவனாக.பொன்கொடியின் முகத்தைப் பார்த்தான்.

..பொன்கொடி அப்படியே மேலும் தொடர்ந்தாள்..

..எல்லாத்துக்கும் உன் குடி தானய்யா காரணம்..இப்படி தானய்யா..நீ உன் அம்மாவையே உயிரோடு புதைத்தாய்.. என்று கதறினாள்..

..என்ன சொன்ன..நான் என் அம்மாவ கொன்னுட்டனா..என்ன சொல்ற.. என்றான் சற்றே கோபமாக..

..ஆமாமய்யா..நான் சொல்வதை சற்றே பொறுமையாக கேளய்யா..உனக்கு வரும் மனைவி வழியாக பிறக்கும் குழந்தைக்கே முழு சொத்தும் சேருமய்யா..அப்படித்தான்.. உங்க அப்பா உயில் எழுதி வைச்சிருக்காங்க...அதை தெரிஞ்சிகிட்டு தான் உன் மாமா உன் அம்மாவை உன் கையாலயே கொல்ல திட்டம் போட்டு இதை செஞ்சிருக்கார்....இந்த விசயம் எனக்கு ஏற்கனவே தெரியும். நான் அதை உன்கிட்ட சொல்ல வந்தநேரமெல்லாம்.நீ குடியிலேயே இருந்தாய்.நான் சொல்வதை கேட்கவே இல்லை...

..இதுக்கும் மேலயும் ஒரு விசயம் சொல்லறேன் ..கேளு .. நான் இந்த பெரியவரின் பேத்தியே இல்லையடா..நான் உனக்காய் உன் அம்மா பார்த்த மணமகளைய்யா..என் பெயர் மலர்விழியாள் ..குறிஞ்சிப்பாடி மாணிக்க தேவரின் மகள்.."

...நான் உனக்காக தானடா..இத்தனை நாள் இங்கே தவமிருக்கிறேன்..நீயோ பெரும் குடிகாரனாகவே வாழ்ந்திருக்கிறாய்.." என

அவள் முடிக்க இவனுள் இப்போது பெரும் குழப்பம்..அம்மாவை நானே கொன்றேனா.என குழம்பியவன். அன்றைய தினம் நடந்த மயான நிகழ்வுகளை நினைவுபடுத்திப் பார்த்தான்.

(முதல் பாகத்தை படிக்கவும்)

..இப்போது அவன் மனக்கண்முன்னே நடந்தது எல்லாமே பொன்கொடி சொன்னதை போலவே இருந்தது..

''..அவனுக்கு தன் தாய்க்கு அரிசிபோட போகும்போது, தன் தாயின் உடல் அசைந்ததும் ..அப்போது அவனது மாமா தடுத்ததும் அவனது நினைவுக்கு வந்து போனது.

இப்போது தனது தவறை நினைத்து கதறினான்..அழுதான்.வேகமாக எழுந்தவன் .

..தன் அம்மாவின் கல்லறையை நோக்கி ஓடினான்.. வேகமாக ஓடியவன் எதிரில் இருந்த மாமரத்தில் மோதி கீழே விழுந்தான்...மீண்டும் தடுமாறி எழுந்து அந்த கல்லறையின் அருகில் வந்தான்.அதன் மீது படுத்துக்கொண்டு, தன்னைத்தானே அடித்துக்கொண்டு அழ ஆரம்பித்தான்.

அவன் பின்னே வந்து நின்றிருந்தாள் மலர்விழி.

..ஏன் இப்போ அழற..துரை... என மலர்விழி அழைக்க இவனுள் ஒரு பயம் ஈர்ப்பு..

"... உன் அம்மா இன்னும் சாகவில்லை.. உயிரோடதான் இருக்காங்க.." என அவள் சொல்லி முடிக்கையில்.

எதிரில் ஒரு குதிரை வண்டி வந்து நிற்பதற்கும் சரியாக இருந்தது.அதிலிருந்து ஒருவர் வேகமாக இவர்களை நோக்கி நடந்து வந்தார்.

அவரைப்பார்த்ததும் வேகமாக ஓடிய மலர் அவரை கட்டிப்பிடித்து கொண்டு கதறினாள்..

..அப்பா..இவன் இன்னும் திருந்தலையப்பா.. எனக் கூறியபடி கத்தினாள்.

இப்போது அவனது அழுகை நின்று போயிருந்தது,மெல்ல அவர்களை திரும்பிப் பார்த்தான்.அப்போது தான் துரைக்கு புரிந்தது.இவர் தான் இவளின் உண்மையான தந்தையாக இருக்கும்.. என நினைத்துக் கொண்டான்.

..ஏய் என்ன சொல்ற..என் அம்மா உயிரோட இருக்காங்களா..எப்படி...அப்புறம் ஏன் இவ்வளவு நாளா..என்கிட்ட சொல்லல...என்ன பாக்க வரல... என கத்தினான்....மலர் விழி பேசினாள் தீர்க்கமாக..

"...நீ முதலில் இந்த குடியை விட்டுட்டு திருந்து..உன் மாமாவோட சுயரூபத்தை புரிஞ்சிக்கிட்டு ..உன் சொத்தை காப்பாத்து..அப்புறம் உங்க அம்மா அவங்களே ..உன்னை தேடி வருவாங்க...குடிச்சிட்டு உயிரோட பொதைச்சவன் தான ..நீயி ..மொதல்ல குடியை மறந்துட்டு மனுசனா மாறு ...என் வயிற்றில் வளரும் உன் பிள்ளைக்கு நீ நல்ல தகப்பனா மாறி. வா..." என கூறியவள்..

இவனது பதிலுக்கு காத்திராமல் தன் அப்பாவுடன் குதிரை வண்டியில் ஏறிக் கிளம்பினாள்.கூடவே அந்தக் கிழவியும் அந்தப் பிணத்தோடு ஏறிக்கொண்டாள் .

..குதிரை வண்டி கிளம்பியும்,அதில் போகாமல் ஒருவன் மட்டும் இவனைப் பார்த்தவாறே நின்றிருந்தான்..

ஆளைப் பார்த்தாள்.ஒரு நகைச்சுவை நடிகனைப்போல இருந்தான்..அவன் மெல்ல துரையை நோக்கி நடந்து வந்தவன் ..துரையிடம் கையை நீட்டினான்..

..அட ..மாப்பிள்ளை எழுந்திரிங்க..நான் மலர்விழியோட அண்ணன் முருகவேல்...சாகாத அம்மாவுக்கு போயி அழுதுகிட்டு ... என்றான் சற்றே கிண்டல் கலந்த பேச்சு..

அவன் கையைப்பிடித்தே எழுந்தான்..துரை...அப்போது அவன் சொன்னான்..

"..மாப்பிள்ளை உங்க மாமாவை தாக்குறோம்.உன் சொத்தை காப்பாத்துறோம்..உன் அம்மாவை கண்டுபிடிக்கிறோம்..வாங்க போகலாம்.."

அடுத்தநாள் முதல் வேலையாக, தன்னை தினசரி குடிக்கவைக்கும் வேலைக்காரன் மாரசாமியை மாற்றி விட்டு அவனுக்கு பதிலாக முருகவேலை, அந்த இடத்தில் பணியமர்த்தினான் துரை .இல்லை நடிக்க வைத்தான். முருகவேல் யார் என்பதை யாருக்கும் தெரியாமல் பார்த்துக்கொண்டான்.

தான் சொல்வதை மட்டுமே கேட்டு நடக்கவேண்டும் என்ற ஒப்பந்தத்தோடு முருகவேலும் நடிக்க ஒப்புக்கொண்டிருந்தான்..

அதிகாலை இருவரும் வெளியே கிளப்ப தயாரானார்கள்.

..முருகா..இப்ப என்ன பண்ணபோறோம்..... இது துரை ..

..ம்..இப்ப ரெண்டு பேரும் நடந்தே ஊரை சுத்தி பார்க்க போறோம்..சரியா..

..என்னது..நடந்தா..நான் ஜமீன் பா..நடந்தா போறது.... துரையின் குரலில் பதட்டம்..

..நான் சொல்றதை கேட்டா..என் தங்கை கிடைக்கும் இல்லனா.... சற்றே மிரட்டல் தோரணையில் முருகவேல்..

"..சரி..சரி..போவோம்..வாங்க...."இப்போது

பணிவோடு துரையின் வார்த்தை ..இருவரும் நடந்தே ஊரைசுற்றிப் பார்க்க கிளம்பினார்கள்.

இருவரும் நடந்து வந்து ஊரின் நடுவில் உள்ள மாரியம்மன் கோவில் அருகில் வந்தார்கள்.

அங்கே அந்த கோவிலின் அருகே நான்கு வயதான பெரியவர்கள் மண்டபத்தில் அமர்ந்து பேசிக்கொண்டிருந்தார்கள்.

அப்போது முருகவேலுக்கு சரியான யோசனை தோன்றியது.

துரையை எப்படியாவது அந்த பெரியவங்க கிட்ட மாட்டிவிட்டு.அவங்க வாயாலேயே இவனுக்கு அறிவுரை சொல்ல வைக்கணும்னு மனதுக்குள்ளே திட்டம் தயார் பண்ணிட்டான்.

".... துரை இப்போ நீங்க என்ன பண்றீங்க.. நேரா நடந்து போறீங்க. அதோ அந்த தோளில் துண்டு போட்டு உட்கார்ந்துட்டு இருக்காரு இல்லையா. பெரிய மீசை வைத்த பெரியவர் .அவர்கிட்ட போய் போதை வஸ்து இருக்கான்னு கேளுங்க..அதை எப்படியாவது கேட்டு வாங்கிட்டு வாங்க பார்க்கலாம்...." என்றான் வேல்..

துரைக்கோ சிரிப்பு ..

"... இது என்ன விசயம் ..இந்த ஊர்ல எனக்குன்னு தனி மரியாதை இருக்கு. நான் கேட்ட உடனே குடுப்பாங்க..இப்ப பாரு..."

என்றான்..உடனே முருகவேல்..

..துரை கூடவே ஒரு நிபந்தனை நீ அவங்களிடம் போய் பேசும்போது போதையில் இருப்பது போல பேச வேண்டும் ..சரியா ... என்றான்.

..சரி அப்படியே செய்கிறேன் ...

என்று துரையும் போதையில் இருப்பது போலவே...

அந்த பெரியவரை நோக்கி நடக்க ஆரம்பித்தான் .அவனது நடையில் தள்ளாட்டம் கலந்திருந்தான்.

அந்தப் பெரியவர் அந்த ஊரில் பனை மரத்தில் ஏறி கள் இறக்கி அனைவருக்கும் விற்றுக் கொண்டிருப்பவர்.கூடவே போதை வஸ்தும் விற்பவர்.

அந்தப் பெரியவரின் அருகில் சென்றான் துரை..

....ஏதோ அவர் இவனுக்காகவே காத்திருந்தது போல.... தூரமாய் வருகையிலே அழைத்தார்.

" ..... தொரை ...வா வா .. " என்று கூப்பிட்டார்.சந்தோசமாக ..

துரைக்கு ஒன்றும் விளங்கவில்லை. மெதுவாக அவரிடம் சென்றான்.

அந்தப் பெரியவரே ஆரம்பித்தார்.

.... இப்போ உனக்கு என்ன வேணும்.. போதைவஸ்து தானே வேணும்... என்றார்.

துரைக்கு சற்றும் புரியவில்லை. தான் கேட்க வந்தது இவருக்கு எப்படி தெரிந்தது என்று நினைத்தவாறே..

.. ஆமாம் ..அய்யா.. என்றான்.

..... அப்படி என்றால் நீ வழக்கமாக செய்வது போல வேகமாக ஓடிப்போய் அந்த மரத்தை தொட்டு விட்டு வா பாக்கலாம்.... என்று தூரத்தில் இருந்த மரத்தை காண்பித்தார்.

துரைக்கு ஒன்றும் விளங்கவில்லை சற்றே திரும்பி முருக வேலை பார்த்தார். முருகவே-லுக்கு உள்ளுக்குள் சிரிப்பு.

உடனே துரையை பார்த்து சைகை காண்பித்தான்.அவர் சொல்வதை செய்தே ஆகவேண்டும் என்றான்.

துரையோ ஒன்றும் புரியாமல் விழித்தவாறு...

.... செய்கிறேன் ஐயா.... என்று சொன்னவன்.

வேட்டியை மடித்து கட்டிக்கொண்டு வேகமாக ஓடிப்போய் அந்த மரத்தை தொட்டு விட்டு மூச்சு வாங்க திரும்பி ஓடி வந்தான்.முருகவேலோ தனக்குள்ளே சிரிக்கத் தொடங்கி-னான்.மனதிற்குள் வலியோடு...தன் தங்கையின் கணவரின் அறியாமையை நினைத்து கலங்-கினான்.கண்ணில் வழிந்த நீரை திரும்பி நின்று துடைத்துக் கொண்டான்.

அந்தப் பெரியவருக்கு சந்தேகம் இவன் இதுவரை இவ்வளவு வேகமாக ஓடிப்போய் மரத்தை தொட்டது இல்லையே...என கலக்கமடைந்தான்.

ஏனென்றால் தினசரி துரை அந்த மரத்தை தொடுவதற்கு ஓடும்போது அவன் கட்டி இருக்கும் வேட்டி அவிழ்ந்து விழும். தரையில் இரண்டு மூன்று தடவை புரண்டு எழுந்து போய் அந்த மரத்தை தொட்டு விட்டு தாமதமாகவே திரும்பி வருவது வழக்கம்.

இன்று இவன் இவ்வளவு வேகமாக ஓடி வந்ததும் அந்த பெரியவருக்கு ஆச்சரியம். இருந்தாலும் அவர் அதை வெளிக்காட்டிக்கொள்ளவில்லை.

கூடவே அவனை விடுவதாகவும் இல்லை.அவர் அருகே இருந்த மூவரும் துரையைப் பார்த்து சிரித்துக்கொண்டு இருந்தனர்....

அந்தப் பெரியவர் மேலும் ஆரம்பித்தார்...

...துரை சரி நான் இப்போது தருகிறேன் .ஆனால் இன்னும் ஒன்றையும் செய்து முடிக்-கவேண்டும்... என்றார்.

இன்னும் ஒன்றா வேறு என்ன சொல்லப் போகிறாரோ என ஒன்றும் புரியாமல் பயந்த-வனாய்...

"....வேற என்ன செய்ய வேண்டும் அய்யா சொல்லுங்க.. அதையும் செய்கிறேன் .." என்றான்.

".... அந்த தரையில் நீ தலை குப்புற எப்போதும் அடிப்பதுபோல குட்டிக் கரணம் போட வேண்டும்..". என்றார்.

துரைக்கு ஒன்றும் புரியவில்லை..சற்றே கோபமாக திரும்பவும் முருகவேலை பார்த்தான்.

முருகவேல் வாய்விட்டு சிரித்து விட்டார். அவர் சொல்வதை செய் என்றான்.அப்போதுதான் உனக்கு என் தங்கை என்பது போல சைகை காண்பித்தேன்.

துரை,பொன்கொடிக்காக எதையும் செய்யத்துணிந்தான்.தன் மான அவமானத்தை நினைக்கவில்லை.தன் தவறுகளுக்கு இதுவே தண்டனை என நினைத்தான்.

தலை குப்புற படுத்தவாறு குட்டிக்கரணம் அடிக்க ஆரம்பித்தான்.

இன்று அவனால் அவர்கள் முன்னிலையில் சரிவர பல்டி அடிக்க முடியவில்லை. காரணம் அவன் போதையில் இல்லை.

அவன் தவறாக கரணம் அடித்த போது தரையில் கையை உராய்த்து காயப்படுத்திக் கொண்டான்.

சிறிதளவு இரத்தம் வழியத் தொடங்கியது...அந்த வலியிலும் அவமானத்திலும் அவனது கண்ணில் நீர் பூத்திருந்தது .

கோபமாய் எழுந்தான்.அந்த பெரியவரை பார்த்தார் .

"....யோவ் பெருசு நான் ஒரு ஜமீனின் வாரிசு என்னைய பார்த்து நீ இப்படித்தான் செய்ய சொல்வியா..இப்ப உன்ன என்ன பண்றேன்பாரு..." என்றான் கோபமாக .

அந்தப் பெரியவர் வாய்விட்டு சிரித்து விட்டார்.

"...ஏன் அய்யா துரை நீங்கள் இதைத்தானே தினசரி செய்து கொண்டிருந்தாய்... இன்று ஏன் உனக்கு இத்தனை கோபம் வருகிறது. ஒருநாள் இந்த போதை வஸ்து வேண்டும் என்று என் காலை பிடித்து அமுக்கி விட்டாய் உனக்கு ஞாபகம் இருக்கிறதா ... " என்று கேட்டார் .

துரையோ அவமானத்தில் முகம் சிவந்து விட்டான். அவனது கண்களில் நீர் தாரை தாரையாக ஒழுக ஆரம்பித்தது.தன் தாய் இருந்தவரை குடியென்பதே தெரியாமல் இருந்த நான் இன்று இப்படி ஒரு அவமான வாழ்க்கை வாழ்ந்ததை நினைத்து அழ ஆரம்பித்தான்.

துரை அழுவதை பார்த்ததும் முருகவேலுக்கு பொறுக்கவில்லை வேகமாக ஓடி வந்தான். துரையை அப்படியே கட்டி அணைத்துக் கொண்டான்.துரையை தேற்றினான்.

".... நீங்க கவலைப்படாதீங்க மாப்பிள்ளை .நான் உன்னை.. இத்தனை பேருக்கு மத்தியில் இதுமாதிரி செய்ய சொல்லலனா .... நீங்கள் இத்தனை நாள் இந்த ஊரில் நடந்துகொண்ட விதத்தை உங்களுக்கு புரிய வைக்க வேறு வழி தெரியவில்லை அதனால் தான் செய்தேன். நீங்கள் இன்று செய்த இந்த செயல் எல்லாமே நீங்கள் தினசரி இங்கே செய்து கொண்டிருப்பது தான். நான் உங்களை பலமுறை இதே இடத்தில் நின்று பார்த்து கண்கலங்கி இருக்கிறேன்... " என்றான் குரலில் உடைந்து அவனும் அழுதிருந்தான்.

துரை இன்று தான்.. தன் தவறை நினைத்து தானே வருந்தினான்.

அந்தப் பெரியவரைப் பார்த்து

".... என்னை மன்னித்து விடுங்கள் ஐயா. நான் உங்களை ஏதும் தவறாக பேசியிருந்தால் என்னை மன்னித்து விடுங்கள் ... " என்றவாறு முருகவேலின் கையை பிடித்தபடி ..தனது பண்ணை வீட்டை நோக்கி நடக்க ஆரம்பித்தான்.

துரையின் வேகத்திற்கு ஈடுகொடுக்க முடியாமல் முருகவேல் பின்னாலே ஓடியே வந்தான்.

வேகமாக நடந்து வந்த துரை தன் அம்மாவின் கல்லறையின் மீது உட்கார்ந்தான்.

இன்று அந்த இடமும் அவனுக்கு புதிதாய் தெரிந்தது. எல்லாம் புதிதாய் தெரிந்தது.

இதுவரையிலும் உயிரைவிடாத தன் அம்மாவின் கல்லறை. தன்னை உயிருக்கு உயிராய் நேசித்த பொன்கொடி நினைவு .

போதையில் அவளின் துயில் உரித்த இவனது கோபம். தாலிகட்டி மணமுடித்து மணவ-றைக்கு செல்லவேண்டிய தனது மணவறை கனவு போதையில் நிதானமின்றி கோபமாய் கழிந்த நினைவு.

கதறி கதறியே அழுதான்.முருகவேல் இவன் அழுததை பொறுக்கமாட்டாமல் அருகில் அமர்ந்து துரையை தேற்றினான்.

"...துரை நீ கவலைப்படாதே.. இதைவிட இன்னொரு முக்கியமான விஷயம் இருக்கிறது. அதையும் நான் உனக்கு காண்பிக்க வேண்டும் ...." என்றான் .

துரைக்கு ஒன்றும் புரியவில்லை. இதைவிட முக்கியமான விஷயமா..

"...வேலு கொஞ்சம் காத்திருங்க.நான் சற்றே குளித்து விட்டு வருகிறேன்... " என்றவாறு..

பண்ணை வீட்டை நோக்கி நடக்க ஆரம்பித்தான் துரை .

முருகவேல் துரையின் வருகைக்காக காத்திருக்க தொடங்கினான்.

முருகவேல் நீண்ட நேரம் காத்துக் கொண்டிருந்தான்.

எப்படியாவது துரைக்கு குடிப்பழக்கத்தை மறக்க வைத்துவிட வேண்டும்.தன் தங்கையுடன் வாழவைக்க வேண்டுமென்று மனதிற்குள் திட்டமிட்டுக் கொண்டிருந்தான்.

அப்போது அவனது சிந்தனையை கலைக்கும் விதமாக குதிரை வண்டி ஒன்று வேகமாக வந்து நின்றது.

அது துரையின் குதிரை வண்டி. அதிலிருந்து இறங்கியவன் இதற்கு முன்பாக முருகவேல் இருந்த இடத்தில் வேலை செய்து கொண்டிருந்த பழைய வேலைக்காரன் மாரசாமி.

கருநிறத்தின் சொந்தக்காரன் முறுக்கியமீசை தடித்த உடம்பைக்கொண்டவன்.தலையில் முடியின்றி வழுக்கையாக பார்ப்பதற்கு மிகவும் நகைச்சுவையாக இருந்தான்.

தினமும் துரையை குடிக்க வைத்து கொண்டு இருந்தவனும் அவனே.ஆண்டானின் அடிமை அவன்.

அவன் நேராக கல்லறை மீது உட்கார்ந்திருந்த முருகவேலிடம் வந்தான்.

"...டேய்..தம்பி... துரை அய்யா... எங்கேடா.." என்றான் கோபமாக .

"..அவர் குளிப்பதற்காக பண்ணை வீட்டிற்குள் சென்றிருக்கிறார்.." என்றவன் வீட்டை நோக்கி கையைக் காண்பித்தான்.

".. சரி ..." என்றவன் கூடவே...

"... தம்பி நீங்க வேலைக்கு சேர்ந்த ஒரு நாள் கூட முழுசா ஆகலை அதுக்குள்ள பேச்சில் ஒரு மரியாதையே இல்லையே... .." என்றான்.

"... ஐயா அப்படியெல்லாம்.. இல்லை.. ஐயா நான் மிகவும் மரியாதைக்குரியவன். நான் உங்களுக்கு மரியாதை கொடுக்கவில்லை என்றால் என்னை மன்னித்து விடுங்கள்.. ஐயா.."

... என்றவாறே சற்றே முதுகு தாழ்ந்து குனிந்து பணிந்தபடி நடித்தான்.

அதைப் பார்த்த மாரசாமிக்கோ இன்னும் கோபம் அதிகமானது.

"...ஏய் என்னடா.. என்னை கிண்டல் செய்கிறாயா.. இரு உன்னை ஆண்டான் கிட்ட சொல்லி உன்னை என்ன செய்கிறேன் பார்.... " என்று கர்ஜித்தான்.

".... சரி.. சரிங்க ஐயா நீங்கள் முடிஞ்சதை செய்யுங்கள் •••" என்றான் முருகவேல் சற்று பயந்தவன் போல மீண்டும் நடிப்பு...கூடவே உடல் அசைவு..

அவனுக்கோ மேலும் கோபம் முருகவேலை முறைத்தவாறு பண்ணை வீட்டை நோக்கி நடக்க ஆரம்பித்தான்...

முருகவேலுக்கோ சிரிப்பு தாளவில்லை... சற்றே உடம்பு குலுங்கி சிரிக்க ஆரம்பித்தான்.

சற்று தூரமே காலடி எடுத்து வைத்திருப்பான் மாரசாமி... மீண்டும் திரும்பிப்பார்த்து மறு-படியும் முறைத்தான்.

முருகவேல் சிரிப்பின் உச்சத்திற்கே சென்றுவிட்டான். அவனுக்கு சிரிப்பை அடக்கமுடி-யவில்லை... வாய்விட்டு சிரித்து விட்டான்..

அவனுக்கோ மேலும் கோபம் ....

"... .உன்னை என்ன செய்கிறேன் பார் .... " என்று வேகமாக கத்திவிட்டு கோபத்தோடு வேகமாக நடக்கத் தொடங்கினான்..

அவன் வீட்டு வாசலை அடைவதற்கும் துரை வீட்டுக்குள் இருந்து வெளியே வரவும் சரியாக இருந்தது. முருகவேல் தூரத்திலிருந்து கவனித்துக் கொண்டிருந்தான்.

மாரசாமி அருகில் சென்று வேகமாக எதையோ பேசிக்கொண்டிருந்தான்.

முருகவேலைப் பார்த்து கைகளைக்காட்டி பேசிக்கொண்டு இருந்தான்.

வேலுவுக்கு நன்றாக புரிந்தது... அவன் நம்மைப்பற்றி போட்டுக் கொடுத்துக் கொண்டி-ருக்கிறான்..

துரை அவனிடம் பேசியவாறே நடந்து வந்து கொண்டிருந்தான்.

முருகவேலின் அருகில் வருவதற்கும் சரியாக இருந்தது.

" ..ஐயா வக்கீல் வந்து இருக்கிறார்கள் சொத்து விஷயமாக ஏதோ பேச வேண்டும் ...அதனால் தான் பெரியய்யா••• உங்களை அவசரமாக அழைத்து வரச் சொன்னார் •••" என்றான்.

முருகவேலுக்கும் சற்று ஏதோ புரிந்தது..ஏதோ ஆண்டான் பெரிதாக திட்டம் போட்டி-ருக்கிறார் என்பது..

".... வாருங்கள் போகலாம்....•" என்ற மாரசாமியோ வேகமாக குதிரை வண்டியை பார்த்து நடக்க ஆரம்பித்தான்.

" ..வாங்க முருகவேல் வீட்டுக்கு போகலாம்•••" என்ற துரை முருகவேலையும் அழைத்-தான்.

மாரசாமி வேகமாக நடந்து சென்று துரை அமரும் இருக்கையின் கதவைத் திறந்து விட்-டான்.

துரை முதலில் ஏறி அமர்ந்த பின்பே மாரசாமி கூடவே ஏற எத்தனித்தான்.

அப்போது துரை....

"... மாரசாமி நீங்கள் வண்டி ஓட்டுங்கள் முருகவேல் இங்கு அமரட்டும்.." என கூற..

பழைய வேலைக்காரனுக்கு கோபத்திற்கு மேல் கோபம் வயித்தெரிச்சலில் பொங்கி வழிந்தான்.

“ .... இன்று வந்து சேர்ந்த வேலைக்காரன் துரையோடு சேர்ந்து உட்கார்ந்து வர வேண்டும்.நான் முப்பது வருடத்திற்கு மேலாக இருக்கிறேன்.நான் வண்டி ஓட்டணுமா. என்ன கொடுமை ...”என்று மனதுக்குள் கருவிக்கொண்டு கோவமாக வண்டியின் மேல் ஏறி வண்டியை ஓட்ட ஆரம்பித்தான்.

துரையும் முருகவேலும் பின் சீட்டில் அமர்ந்து மாரசாமியின் செயலைப் பார்த்து சிரித்துக்கொண்டிருந்தார்கள்.

முருகவேல் துரையின் காதில் சொன்னான்.

“....மாப்பிள்ளை..இன்று ஏதோ விபரீதமாக நடக்கும் போல்... என் மனதுக்குப் படுகிறது. சற்று கவனமாக இருங்கள்.... “ என்றான்.

அதற்கு துரையோ....

“..... முருகவேல் எனக்கு அருகில் நீங்கள் இருக்கும்போது எது நடந்தாலும் அதை ஒரு கை பார்த்திடலாம்....” என்று சற்றே திமிராக.....

அவனது வார்த்தைகளில் அத்தனை தெளிவு.. அவன் ஏதோ ஒரு முடிவிற்கு வந்திருப்பது... தீர்மானமாக சிந்தனையோடு அவன் உடல் மொழியில் தெரிந்தது.அவன் நெஞ்சை நிமிர்த்தி அமர்ந்திருந்தான்.

அவனைப்பார்க்கும் போதே முருகவேலுக்கு புரிந்தது ...இன்று எவனாவது துரைகிட்ட சிக்கினான்..அவன் செத்தான்...என்பது போல அவன் உடல்மொழி போருக்கு தயாரான வீரன் போல தெரிந்தான்.

துரையின் குதிரை வண்டி வேகமாக அவளது பங்களாவை நோக்கி ஓடிக் கொண்டிருந்தது.

....

..............................அதேநேரம் ....

மலர்விழி தனது பங்களாவிற்கு வந்திருந்தாள்.அங்கே அவளை வரவேற்க ஆசையோடு காத்திருந்தாள்.அவளது மாமியார்.

மங்கள ஆரத்தி எடுத்து ஆசையோடு நெற்றியில் முத்தமிட்டு ஆசியோடு வரவேற்றாள்.

அந்த மாமியார்...

துரையின் அம்மா தெய்வநாயகி..

அன்று மாலை வேளை ..

மாடி அறையில் உட்கார்ந்து இருந்தாள் தெய்வநாயகி.

.. காற்றும் அஞ்சுமோ

கார்முகில் கூந்தலும் கெஞ்சுமோ கவிதையில் எழுதிட்டால்

விதைகளும் முளைக்குமோ

விண்ணையும் பிளக்குமோ...

அவள் இரு விழிக்கு நேராய்

இமைக்க மறந்திட்டால்

இன்பத்தில் நோவு வரும்...

இந்திரனுக்கும் இவள் தாயாம்

பொறுமையில் பூமாதேவியாம்

புத்தி கொதிக்கையில் பூமி பிளப்பாளாம்...

மாகாளிக்கு உருவ மாற்றாம்

இந்த தெய்வநாயகி தோற்றம்....

நாற்காலியில் அமர்ந்து தோட்டத்தில் பறித்து வந்திருந்த மல்லிகைப்பூக்களை கட்டிக்கொண்டிருந்தாள்..

அப்போது மலர்விழி நடந்து வந்தாள்.

அவள் அருகில் அமர்ந்தாள்.தெய்வநாயகி காலின் ஓரமாய் தரையில்... உடனே மல்லிகை மொட்டுகளை சிதறவிட்ட தெய்வநாயகி மலர்விழியின் தோளைத்தொட்டு தூக்கிட போனாள்..... கூடவே...

" ...ஏனடியம்மா...மரியாதையா...துரையின் மனையாளுக்கு இது அடுக்குமோ..." என்றாள் தெய்வநாயகி.சற்றே கிண்டலோடு... அவள் எப்போதும் செந்தமிழில் பேசுவதே வழக்கம்.. அதுவே அவளுக்கு வரவும் செய்யும்..

"..இல்லைங்க..அத்தே நீங்கள் அமர்ந்திருக்கையில் நான் உங்களுக்கு சமமாக உட்கார மனசு ஒத்துக்கொள்ள மறுக்கிறது..அத்தே..." என்றாள் பவ்யமாக...

தன் கையை பின்னுக்கு இழுத்துக்கொண்டாள் தெய்வநாயகி.

"...இது கூடாதம்மா..நீ துரையின் மனதை வென்றவள்.அந்த ஜமீனை வாரிசாக சுமப்பவள் ...என்னோடு அமர சகல தகுதிகளையும் உடையவள் நீ..." என்றாள் சற்றே மேலும் கிண்டல் செய்தாள்...பூக்களை மறுபடியும் கட்டியவாறே....

"..என்னை அப்படி சொல்லாதீங்க..அத்தே நான் என்று உங்கள் மகன் கழுத்தில் மாலையிடுவது அவர் தாலி கட்டுவது..அப்புறம் தானே வாரிசை சுமக்க முடியும்... " என்றாள் பதிலாக..ஏக்கம் கலந்தே...

"..ஆமாடியம்மா....எப்படி துரை...உன்னை அப்படியே நம்பினான்...தாலி கட்டியதாக சொன்னதையும் நம்பிருக்கான்...அவன் குழந்தை வயிற்றில் வளர்வதாக சொன்னதையும் நம்பியிருக்கான்..எப்படியம்மா....போற போக்கைப் பார்த்தால் இந்த தெய்வநாயகியை விட உனக்கு அடிமையாய் போய்விடுவானோ...என் மகன்...." என்றவள் சற்றே வாய்விட்டு சிரித்தே விட்டாள்.

"...அத்தே..நீங்கள் அப்படி சொல்லா தீங்க...அதேநேரம் என்னையும் மன்னியுங்கள்... " என்றாள் சற்றே பயந்தவளாக...மெல்ல குரலில் பயம் காட்டியவளாக..

"..என்ன சொல்கிறாய்..மலர்விழி..நான் ஏன் உன்னை மன்னிக்க வேண்டும்.." என்றவள் சற்றே மல்லிகைகளை அள்ளியவாறே....நூலில் கட்டத்தொடங்கினாள் தெய்வநாயகி..

"..இல்லை.. அத்தே..நீங்கள் கோவம் கொள்ளாமல் என்னை மன்னிப்பதாக வாக்கு கொடுத்தால் மட்டுமே ..நான் நிம்மதி அடைவேன்...மேலும் நடந்ததை சொல்வேன்..." என்றாள் மலர்விழி... மேலும் குரலில் பதட்டம்.. படபடப்பு... அடுத்து அங்கு என்ன நடக்குமோ..

நான் சொல்லவருவதை கேட்டதும் தெய்வநாயகி என்ன செய்வாளோ என்ற பயம் மலர்விழி மனதை அப்பிக்கொண்டது..

மெல்ல கண்களில் நீர் கோர்த்துக்கொண்டது...மெல்ல தரையில் நகர்ந்து தெய்வநாயகியின் பாதத்தை தொட்டாள்.

தெய்வநாயகி மனதிற்குள் பெரும்குழப்பம் இவள் ஏதேனும் தவறு செய்துவிட்டாளா...ஏன் சொல்வதற்கு முன்பே மன்னிப்பு கேட்கிறாள்..மனதிற்குள் சற்று கோபத்தை ஏற்றினாள்.அதை அப்படியே வார்த்தையிலும் காட்டிட எண்ணினாள்...

அப்போது அந்த அறைக்குள்ளே வேகமாக ஓடி வந்தார்.மலர்விழியின் அப்பா மாணிக்கம்...

அங்கு மலர்விழி ...தெய்வநாயகியின் காலைப்பிடித்தபடி அழுது கொண்டிருந்ததை கண்ட அவர் மனதில் அச்சம்... மெல்ல தெய்வநாயகியின் முகத்தை ஏறிட்டவர்...சற்றே நா தழுதழுக்க பேசினார்...

“...மன்னியுங்கள்... தாயே..இவளை நீங்கள் நடிக்கவே அங்கே அனுப்பினீர்கள்...இவளோ அந்த கதாபாத்திரமாகவே வாழ்ந்து விட்டாள்...இவளை மன்னி.....”

அவர் சொல்லி முடிப்பதற்குள் தெய்வநாயகியின் குரல் வெடித்தது...

“..ஏய்..மாணிக்கம் நிறுத்து...”

என்றவள்..மல்லிகைப்பூவை தட்டோடு தரையில் வைத்தபடி மலர்விழியை நோக்கினாள்.

“...ஏய்..என்ன நடந்தது சொல்லறியா...முதல்ல ...நான் மன்னிக்கறது ...அப்புறம் பாக்கலாம்...என்ன பண்ணி தொலைச்சீங்க...”

அவள் கோபத்தின் உச்சிக்கு மெல்ல படியேறத்தொடங்கினாள்.

“..அத்தே...அது வந்து நான் உண்மையிலயே....ஜமீன் வாரிசை வயித்துல வாங்கிக்கிட்டேன்...” என மலர்விழி சொல்லும் போதே கண்ணீர் ஆறாய் பெருகி தெய்வநாயகியின் காலைத்தீண்டியிருந்தது..

“..இல்லை...இது நடக்கவே கூடாது..”

தெய்வநாயகி கத்தியே விட்டாள்..அப்படியே கோபமாக மலர்விழியை எட்டி உதைத்தாள்.

“..துரோகி..பச்சை துரோகி...நான் உன்னை நம்பினேன் நீ...என்னை மோசம் செய்து விட்டாய்...”

..என கோபமாய் கத்தினாள்.பேச்சில் அத்தனை கோபம் தூக்கி எறிந்த மல்லிகை பூக்கள் அறையெங்கும் அலறித்துடித்தது மலர்விழியின் மனம் போல ..

கதறினாள் மலர்விழி

“... அத்தே..என்னை நம்புங்கள் அத்தே...நான் வேண்டுமென்றே செய்யவில்லை.... அந்த நேரத்தில் செய்வதறியாது நடந்துவிட்டது..அத்தே...” என கதறினாள்..

“..இல்லை...இல்லை.. நீ வேண்டுமென்றே இந்த ஜமீனை சொந்தம் கொள்ளவே என் மகனை மயக்கி அவன் குழந்தையை....ஜமீன் சொத்தை அடைந்திருக்கிறாய்..இது கொடுமை...துரோகம்.. நான் ஏற்கனவே சொல்லியிருந்தேன்.அவனை உனக்கு மணம்முடித்து வைப்பேனென்று ....ஆனால் நீயோ...தாலி கட்டும் முன்னாலேயே....ச்சே..ச்சே...அவமானம்.. எனக்கோ வாய் கூசுகிறது....” என வார்த்தையை நெருப்பாக கொட்டினாள் தெய்வநாயகி.

மலர்விழியோ அந்த வார்த்தைகளில் வெந்தே போனாள்..அருகில் நின்று இதை கேட்டுக்கொண்டிருந்த மாணிக்கமும் மனம் உடைந்தே போய்விட்டான்.

மகளின் வாழ்க்கை இனி என்ன ஆகுமோ..என பயத்தில் வியர்த்து வழிந்தான்.அப்படியே மார்பைப்பிடித்தபடி தரையில் உட்கார்ந்து விட்டான்.

"...அம்மா...தெய்வநாயகி... இவளை மன்னிப்பாயம்மா...." என கதறினான் கூடவே..

"...இருவரும் இங்கிருந்து முதலில் செல்லுங்கள்.... உடனே முருகவேலுக்கு சேதி சொல்லி அழைத்து வாருங்கள்... " என கோபமாக இருவரையும் பார்த்து கத்தினாள்.

சற்றே மலர்விழியின் தோளைத்தொட்டு தூக்கிய மாணிக்கம் அவளை அணைத்தபடி தேற்றினான்.

மலர்விழி உடைந்தே அழுதாள்..

"..அப்பா...என்னை மன்னிக்க சொல்லுங்க.. அப்பா..நான் வேணும்னே பண்ணலையப்பா...என்ன கொன்னு போட்டாலும்..இந்த பழி தீராதே...அப்பா...எனக்கு வாக்கு குடுத்த அத்தையே..என்னை வேசியவிட கேவலமா பேசிட்டாங்களே..அப்பா....நான் ஏன் இன்னும் உயிரோட இருக்கணும்...." என்றவள் கதறினாள்.

மாணிக்கத்தின் கையை தட்டிவிட்டுவிட்டு வேகமாக அந்த அறையைவிட்டு ஓடினாள்.

"..அம்மா...மலர்விழி.. நில்லம்மா...எங்கே.. போற...." என்றவாறே அவள் பின்னாலேயே ஓடினான் மாணிக்கம்.

இதைப்பார்த்துக்கொண்டே அசைவின்றி நின்றிருந்தாள் தெய்வநாயகி..

...மலர்விழி வேகமாக ஓடியவள் தனது அறைக்குள் புகுந்துகொண்டாள்.

கூடவேஓடிவந்த மாணிக்கமும் வேகமாக அறைக்குள் நுழைந்தார்.உடனடியாக கதவை தாளிட்டார்.

அங்கிருந்த நீர் குடுவையை கையில் எடுத்தபடி நாற்காலியில் அமர்ந்து மெல்ல சாவகாசமாக,அந்த நீரை குடிக்கத் தொடங்கினாள் மலர்விழி.

அவள் அருகில் வந்த மாணிக்கமோ மற்றொரு நாற்காலியில் அமர்ந்தார்.

" ..அம்மா எனக்கும் கொஞ்சம் தண்ணி குடும்மா ..." என்றான் மாணிக்கம்.

" .... அப்பா உங்களுக்கு எதுக்கு தண்ணீர்.நான் தானே அழுதழுது கண்ணீரை வீணாக்கினேன். எனக்கு தான் தண்ணீர் வேண்டும்.நான் தான் அதிகமா தண்ணி குடிக்கணும்.... நீங்க என்னடான்னா .. எதுவுமே செய்யாமல் சும்மா மார்பை புடிச்சு உட்கார்ந்திருந்து விட்டு....உனக்கு தண்ணி வேணுமா.. " என்று கேட்டாள் மலர்விழி.அப்படியே மீதமிருந்த தண்ணீரை நீட்டினாள்.

அவளது பேச்சும், நக்கலும், எள்ளி நகையாடியது.மாணிக்கமோ சிரித்தபடி .அதை வாங்கி பருகினான் மாணிக்கம்.

"... நீ ஏன் பொய் சொல்ற ..நான் என்னால முடிஞ்சது...எவ்ளோ நடிச்சிருக்கேன் தெரியுமா... அந்த தெய்வநாயகியை அவ்வளவு எளிதாக நினைச்சுட்டியா.... " என்றான் மாணிக்கம் சற்றே தெளிவாக

...அப்போது அவளது குரலில் சற்றே கோபத்தை கலந்தாள் மலர்விழி.நயவஞ்சகமாக .

"...ஆமாம் அப்பா இவள் என்கிட்டயே மிகவும் மோசமாக நடந்து கொண்டாள். இவளை ஏதாவது செய்தே ஆக வேண்டும்...." என்றே கருவினாள்.

"... கொஞ்சம் பொறுமையாக இருக்க வேண்டும்.. அம்மா. ஆத்திரக்காரனுக்குப் புத்தி மட்டு என்பார்கள்... உன் வயிற்றில் வளரும் குழந்தை பிறக்க வேண்டும்... அது பிறந்து ஜமீன் வாரிசாக வேண்டும்.. அனைத்து சொத்துக்களும் அவன் பேரில் வர வேண்டும் ..அவை அனைத்திற்கும் நீயே சொந்தக்காரி ஆக வேண்டும்... அதற்கு பிறகு உன் ஆட்டத்தை ஆரம்பிக்க வேண்டும்...." என்றார்.சற்றே சிரித்தபடி..நம்பிக்கை கலந்து..

தனது திட்டங்களை அடுக்கடுக்காக சொன்னார் மாணிக்கம்.மலர்விழியும் ..

"....ஆமாப்பா நாமும் அதுவரை இவளிடம் பாசாங்கு செய்து நடித்துக் கொண்டே தான் இருக்க வேண்டும்.. இவள்.. அவள் மகனோடு நம்மை சேர்த்துவைக்க நமக்கு மிகவும் உதவியாக இருப்பாள்..." என்றாள் மலர்விழி .

அப்போது மாணிக்கம் ..

".... அம்மா எனக்கு பசிக்கிறது. . ஏதாவது உணவு கொண்டுவர சொல்லலாமா." என்றான்.

" ...ஆமாப்பா நீங்கள் வெளியே சென்று எனக்கும் சாப்பிட ஏதாவது சூடாக கொண்டுவரச் சொல்லுங்கள்.. " என்றாள்மலர்விழி.

முகத்தை துடைத்துக்கொண்டு எழுந்தான் மாணிக்கம்.

" ... அப்பா வெளியே போகும் போது முகத்தை சோகமாக வெச்சுக்கோங்க..." என்றாள் மலர்விழி.

" .... சரி அம்மா அப்படியே செய்கிறேன் ... " என்று முகபாவனையை மாற்றினான் சோகமாக .

அப்பாவியாக,சோகமாக முகத்தை வைத்துக் கொண்டு கதவைத் திறந்தவர்.

கதவருகே நின்ற இரு வேலைக்காரர்களைப் பார்த்து சொன்னார்.

"....மலர்விழி கோவமா இருக்கிறார் சிறிது நேரம் கழித்து செல்லுங்கள்.. அவருக்கு சாப்பிட சூடாக ஏதாவது கொடுங்கள் ..." என்றான் மாணிக்கம்.

அந்த இருவரும் தலையாட்டி விட்டு அந்த இடத்தை விட்டு கிளம்பினார்கள்.

மாணிக்கம் கலைந்திருந்த தன் உடையை சரிசெய்தபடி.. தனது அறையை நோக்கி நடக்கத் தொடங்கினான்.

இங்கு துரையும் முருகவேலும் பங்களாவை அடைந்திருந்தார்கள்.

இதுவரை துரைக்காகவே காத்திருந்தது போல ..ஆண்டானோ..

".... வாங்க..மருமகனே வாங்க.." என்று வரவேற்றார். அவன் கையை பிடித்து கூட்டிக்கொண்டு போனார்.முருகவேலுவும் துரையின் பின்னே போனான்.....

நடுக்கூடத்தில் இருக்கும் அறைக்கு அழைத்துச் சென்றார் .அங்கு வழக்குரைஞரும் சில அரசு அதிகாரிகளும் அமர்ந்திருந்தார்கள்.

அவர்கள் துரையைப் பார்த்ததும் இருக்கையை விட்டு எழுந்திருக்க முற்பட்டார்கள்.

"....எல்லோருக்கும் வணக்கம் அமருங்கள்... " என்று கூறிய துரை தனது இருக்கையில் அமர்ந்தான்.அவன் அருகிலேயே முருகவேலும் நின்றிருந்தான்.

அனைவரையும் பார்த்து ஏறிட்டு கேட்டான்.

....எல்லோரும் சாப்டீங்களா...

என்றவன் அருகில் நின்றிருந்த வேலைக்காரன் முகத்தை நோக்கி..

... குடிப்பதற்கு ஏதாவது கொடுத்தீர்களா... என்று கேட்டான்.

அதற்கு அங்கிருந்த வேலைக்காரன்

..பானம் கொடுத்தோமைய்யா.. மதிய உணவு தயாராகிக்கொண்டு இருக்கிறது ..என்றான்.

...மிகச் சரியாக செய்திருக்கிறாய்.. மதிய உணவை அனைவரும் இங்குதான் சாப்பிட்டு விட்டு செல்ல வேண்டும்.... என்றான் துரை உபசரிப்பு உணர்வோடு..

துரையைப்பார்த்து...சரிங்க எனும்படி தலையாட்டினர்.

அப்போது கேள்வியை ஆரம்பித்த ஆண்டான் ..

... நீங்கள் எதற்காக வந்திருக்கிறீர்கள் என்பதை துரையிடம் தெளிவாக சொல்லுங்கள்.. என்றான்.

துரையும் கேட்க தயார் என்பதுபோல் நிமிர்ந்து உட்கார்ந்தான்..

அப்போது அந்த வழக்குரைஞர் பேச ஆரம்பித்தார்.

....துரை அவர்களே ஊருக்கு ஒதுக்குப் புறம் இருக்கும் மாகாளியம்மன் கோயிலையும்.. அதற்கு சொந்தமான 100 ஏக்கர் நிலங்களையும் அரசு கையகப்படுத்த இருக்கிறது ..அது தற்போது வரை உங்கள் பெயரில்தான் உள்ளது. நீங்கள் தான் அதை அரசுக்கு தர வேண்டும் என்ற கோரிக்கையை நாங்கள் சொல்லவே இன்று வந்திருக்கிறோம்... என்றார்.

அதைக்கேட்டதும் துரைக்கு நன்றாகவே விளங்கியது..இது ஆண் டானின் வேலைதான்.. அந்த கோவிலின் அறங்காவலர் அவர் தான்.சற்றே கோபமானான் துரை.

...ஏன் ஐயா அதை நாங்கள் ஏன் அரசுக்கு தர வேண்டும் ..அது எங்கள் பரம்பரை கோயில் எங்க சொத்துக்களில் அதுவும் ஒன்று ..அதை ஏன் நான் அரசுக்கு தரவேண்டும்... என்று கேட்டான் துரை.

அப்போது குறுக்கிட்ட ஆண்டான்..

...நான்தான் துரை இது நல்ல விஷயம் தானே அந்தக் கோயிலையும் கோவிலுக்கு சார்ந்த நிலத்தையும் அரசுக்கு தருவது நல்ல விஷயமாகவே தெரிகிறது ..அதை அரசுக்கு கொடுக்கும் போது அதன் மூலம் வரும் வருமானம் மக்களுக்கு தானே பயன்படும்.... என்றான் .

... மாமா நாம் நமது கருத்துக்களை பிறகு பேசிக் கொள்ளலாம் ... என்றவன் இன்னும் கோபத்தை கலந்திருந்தான்.

துரை அரசு அதிகாரிகளையும் பார்த்து...

....நான் இந்த நிலத்தையும் கோயிலையும் அரசுக்கு தருவதாக இல்லை...நான் கடைசி வரைக்கும் எனது கட்டுப்பாட்டில் வைத்து பராமரிக்கவே விரும்புகிறேன்... இது எனது குலதெய்வம் கோயில் யாருக்காகவும் எதற்காகவும் விட்டு தர மாட்டேன்... நீங்கள் வேண்டும் என்றால் ஊரின் ஒதுக்குப்புறமாக இருக்கும் ஏதாவது இடத்தை கேளுங்கள் ...அதில் அரசு மருத்துவமனை அல்லது பள்ளிகள் கட்ட வேண்டும் என்று கூறுங்கள் ...நான் அதற்காக என் நிலத்தை இலவசமாக தர தயாராக உள்ளேன் ...அதை விட்டு விட்டு எனது பரம்பரை கோயிலையும் எனது சொத்தையும் நான் உங்களுக்கு தர தயாராக இல்லை... என்றான்

தீர்மானமாக..

அதிகாரிகள் இருக்கையை விட்டு எழத்தொடங்கினர்..இதை சற்றும் எதிர்பாராத ஆண்-டான்..

.... இருங்கள் இருங்கள் நான் மாப்பிள்ளையை சரி செய்கிறேன்...என்று கூறியவாறே துரையை நோக்கினான்.

... ஏன் துரை என்ன ஆனது ஏன் இவ்வாறு பேசுகிறாய் ...நான் தான் அவர்களை வரச் சொன்னேன்... அந்த கோயிலும் அதை சுற்றியுள்ள இடங்களும் நமக்குப் பயன்படாத ஒன்று ... இன்று காடுபோல் கிடைக்கிறது ..அதை நாம் அரசுக்கு தந்தால் அவர்கள் அதை பயன்படுத்துவார்கள் ...அதன் மூலம் வரும் வருவாய் அவர்களுக்கு பயன்படும்... என்றான்..அவன் முடிக்குமுன்பே..

துரை கோபத்தில் வெடித்தான்...

...மாமா அது என்னுடைய நிலம் அதை என்ன செய்யவேண்டும் என்பது எனக்கு தெரி-யும்... நீங்கள் அறிவுரை சொல்லி நான் செயல்பட வேண்டிய அவசியம் இல்லை... என்-றான்.இன்னும் கோபமாக ..

ஆண்டானோ இதை சற்றும் எதிர்பார்க்கவில்லை ..

....திருப்பிக் கேட்டான் .

"...ஏன் நான் சொல்வதை கேட்க மாட்டாயா... " என்றான்.

... அந்த ஆண்டவனே வந்து சொன்னாலும் கேட்கமாட்டேன் ...இந்த ஆண்டான் சொல்வதையா கேட்டு விடப் போகிறேன் ...தயவுசெய்து எல்லோரும் வெளியே செல்லுங்-கள்... என்று கத்தினான்.

இதை சற்றும் எதிர்பார்க்காத அனைவரும் வெளியேறத் தொடங்கினர்..ஆண்டானோ..

"...என்னையுமா துரை வெளியே போகச்சொல்கிறாய் ..." என்று கேட்டான் .

அப்போது துரையோ முருகவேலை ஏறிட்டான். முருகவேல் அமைதியாக துரையின் நாற்காலியின் அருகே நின்றிருந்தான்.

"... முருகவேல் இன்னும் சற்று நேரத்தில் இந்த இடத்தில் யாரும் இருக்கக்கூடாது ...வீடு அமைதியாக இருக்க வேண்டும்...அனைவரையும் வெளியே போகச் சொல் .." என்-றான் துரை .

அவ்வளவுதான் முருகவேலுக்கு இதற்குமேலும் கேட்கவா வேண்டும்.அனைவரையும் வீட்டைவிட்டு வெளியேற்றினான். கூடவே ஆண்டனை வீட்டை விட்டு வெளியே போகச் சொன்னான்.

ஆண்டானுக்கு கோபம் நேரடியாக துரையை பார்த்து கத்தினான்.

"....துரை என்னையும் இந்த வீட்டை விட்டுப் போகச் சொல்கிறாயா ..நான் வீட்டை விட்டு போனா என்ன நடக்கும் என்று உனக்கு தெரியுமா..." என்றான்.

".... எல்லாம் எனக்கு தெரியும் நீங்கள் உடனே இந்த இடத்தை விட்டுவிட்டு வெளியே செல்லுங்கள்.அதுவே உங்களுக்கு நல்லது...." என்றான் துரை.

"....நீங்கள் என்ன செய்தீர்கள் என் அம்மாவை என்ன செய்தீர்கள் எல்லாம் எனக்கு தெரியும் ...நான் உங்களுக்குத் தரும் கடைசி மரியாதை இது ..உடனடியாக வீட்டை விட்டு

வெளியே சென்று விடுங்கள்..” என்றான் துரை .

ஆண்டான் கோவமாக கத்தினான்.

“... மாரசாமி நம்ம ஆளுங்க எல்லாரையும் கிளம்பி வெளியே போகச்சொல்லு இனிமே ..இந்த வீட்ல யாரும் இருக்கக்கூடாது.. எல்லாரையும் நம்ம பங்களாவுக்கு போகச்சொல்...” என்று கத்தினான்.

துரையைப்பார்த்து கொக்கரித்தான்..

“....துரை என்னையே இந்த வீட்டை விட்டுப் போகச் சொல்லிட்டயில்ல... இன்றுமுதல் உனக்கு அழிவு ஆரம்பிச்சிட்டது... இனிமேதான் இந்த ஆண்டான நேருக்கு நேர் சந்திக்க தயாரா இரு...” என்றான் ஆண்டான் மிகவும் கோபமாக....

....முருகவேல் முதல்ல எல்லாத்தையும் வெளிய போகச் சொல்லு..... என்று மீண்டும் கத்தினான் துரை.கோவமாக மேலும்..

.... இன்னும் சற்று நேரம் இங்கு இருந்தால் தலை தரையில் உருண்டுவிடும் என எச்சரிக்கை செய்.....என்று கத்தியேவிட்டான்.

ஆண்டானும் மற்றவர்களும் அந்த இடத்தை விட்டு அகன்று சென்றனர். அவர்கள் வீட்டைச் சுற்றிலும் இருந்த வேலைக்காரர்களும் ஆண்டானோடு கூடவே கிளம்பினார்கள்...

முருகவேல் சுற்றுமுற்றும் நோட்டமிட்டார். முருகவேல் ..துரை தவிர இன்னும் நான்கு வேலையாட்கள் மட்டுமே வீட்டில் மிச்சமிருந்தார்கள்.அவர்கள் அவனது அம்மாவின் விசுவாசிகள்...

முருகவேலுக்கோ மிகுந்த ஆச்சரியம் அனைவரும் ஆண்டானின் ஆட்களா...அட கொடுமையே.. இப்போதுதான் துரைக்கும் தெரிந்தது.

இத்தனை நாளும் இது துரையின் கோட்டையாக இல்லை.. ஆண்டானின் கோட்டையாகவே இருந்திருக்கிறது.. அவனது ஆட்சி நடந்து கொண்டு இருந்திருக்கிறது..

துரை வேகமாக அதேசமயம் கோபமாய் தன் அறையை நோக்கி நடந்து போனான்.அதனை அறிந்த முருகவேல் வேலைக்காரனைப் பார்த்து

...துரை குடிப்பதற்கு குளிர்ச்சியாக ஏதாவது பானம் கொண்டு வாருங்கள்.... என்றவாறே துரையை நோக்கி ஓடினான்.

துரை அறைக்குள் வந்து அங்கிருந்த நாற்காலியில் அமர்ந்தான். கூடவே ஓடி வந்த முருகவேலும் அங்கு இருந்த நாற்காலியில் அமர்ந்தவாறு துரையிடம் கேட்டான்.

...என்ன துரை திடீர்னு எல்லாரையும் வீட்டுக்கு போக சொல்லிட்ட... உன் மாமாவை வீட்டை விட்டுப் போக சொல்லிட்டே....என்று கேட்டான் முருகவேல்.

....எனக்கு கோபம் முருகவேல் அவனை பார்த்ததுமே... என் அம்மாவை அவன் கொல்லத் துணிந்த திட்டம் தான்... எனக்கு ஞாபகம் வந்தது.. இன்னும் கொஞ்சம் விட்டிருந்தா... அவன் தலையை வெட்டி துண்டாக்கி இருப்பேன்.... என்றான் மீண்டும் அதே கோபம்..

.. ஆகும்... சற்று பொறுமையாக இரு துரை அவசரப்படாதே ... நான் இன்னும் சிறிது நேரத்தில் வருகிறேன் நீ சற்று ஓய்வு எடு என்றவாறு முருகவேல் அந்த அறையைவிட்டு வெளியேறினான்.

உடைகளை கூட அகற்றாமல் அப்படியே அந்த படுக்கையில் விழுந்தான் துரை.

அப்போது அங்கே முருகவேல் ஆர்டர் செய்திருந்த குளிர்பானம் வந்தது. துரை அந்த குளிர்பானத்தை குடித்து விட்டு உறங்கத்தொடங்கினான்.

கதவை சாத்தி விட்டு வெளியே வந்த முருகவேலுக்கோ மிகுந்த மகிழ்ச்சி.

அவனது முதல் திட்டம் வெற்றி பெற்றது இப்போது துரை தனியாளாக இருக்கிறான். இனி நாம் நினைத்தது போலவே எல்லாம் வெற்றியே என்று நினைத்தவாறு...சிரித்துக்-கொண்டிருந்தான்.

...அதேநேரம் அந்த ஊரின் எல்லையிலுள்ள மாகாளி அம்மனின் கோவிலின் சற்றே தூரத்தில்...

....இருகைகளும் ஒரு காலும் வெட்டப்பட்டு...நாக்கு அறுக்கப்பட்டு ...ஒரு உயிர் கடைசி நொடியில் ஊசலாடிக்கொண்டிருந்தது..

அது துரையின் நண்பன் சோமு....

அன்று இரவு தெய்வநாயகி அறைக்கு உணவு கொண்டு சென்ற பணியாள் வேகமாக ஓடி வந்தாள்.கண்களில் மிரட்சியோடு மலர்விழியின் கதவை தட்டி அழைத்தாள்.

மெல்ல கதவைத்திறந்தே ஏறிட்டாள் மலர்விழி.. சற்றே கோபமாய்..

..என்ன..என்னாச்சு...

... அம்மா.. அம்மா... அங்கே தெய்வநாயகி அம்மாவை காணவில்லையம்மா ...என்-றாள் பதட்டத்தோடு..அந்த பதற்றம் மலர்விழியையும் தொற்றிக்கொண்டது..

... என்னாச்சு...இப்போதானே அடிவாங்கிட்டு வந்தேன்...அதுக்குள்ள எங்க போயிருப்-பாளோ...கடவுளே...எல்லாம் போச்சா...மனதினுள் கடவுளை வேண்டிக்கொண்டு அறையை நோக்கி ஓடினாள் வேகமாக...

மற்றொரு புறம் செய்தி அறிந்து மாணிக்கமும் ஓடி வந்தான்.

மலர்விழி மாணிக்கம் சேர்ந்து தெய்வநாயகி அறையை திறந்து பார்த்தார்கள். உள்ளே அறைமுழுவதும் தேடிப்பார்த்தார்கள்.

அங்கே சென்று பார்த்தவர்களுக்கு அதிர்ச்சி..

ஆம் தெய்வநாயகியை உண்மையில் காணவில்லை... அவள் உடைமைகள் அனைத்தும் அப்படியே போட்டது.. போட்டபடி அப்படியே கிடந்தது .

அங்கிருந்த வேலைக்காரர்களை அழைத்தார் மாணிக்கம்.

ஊர்முழுவதும் நேரில் சென்று தெய்வ நாயகியை தேடுங்கள்...எங்கிருந்தாலும் அழைத்து வாருங்கள்..எனக்கு சேதி சொல்லுங்கள்... என்று கட்டளையோடு ஆட்களை அனுப்பி-வைத்தார்.

கூடவே அவரும் தனது பங்கிற்கு ஊர் முழுவதும் தேடத்தொடங்கினார்.

அவனுக்கு உள்ளுக்குள் பேரதிர்ச்சி கையிலிருந்த துருப்பு சீட்டை விட்டு விட்டோ-மென்று....மலர்விழிக்கும் உள்ளுக்குள் ஆட்டம் எடுத்தது.. ஜமீனுக்கு வாரிசாகும் வாய்ப்பை நழுவ விட்டு விட்டோமோ..என்று பயந்தே போய்விட்டாள்.

.... செல்லுங்கள் எப்படியாவது அவங்களை அழைத்து வாருங்கள்... என்று கத்தினாள்.

வேலைக்காரர்கள் ஊர் முழுவதும் தேடத் தொடங்கினார்கள்.

அதேநேரம் ஆண்டானும் தனது பங்களாவில் குமுறிக் கொண்டிருந்தான்.கொக்கரித்துக் கொண்டிருந்தான்.

.... இத்தனை நாட்களாக நான் பார்த்து பார்த்து வளர்த்த... என் மாப்பிள்ளை துரை ....என்னை வீட்டைவிட்டு வெளியே அனுப்பிவிட்டார் ....இதற்கு என்ன காரணம் யார் ....இதைச் செய்தது ....என்று மருவிக் கொண்டிருந்தான் .

அப்போது மாரசாமியும் தன் தேவைக்கு தேவையானதை போட்டுக் கொடுத்துக் கொண்டிருந்தான்.

....அய்யா... அனைத்திற்கும் காரணம் அந்த வேலைக்காரன் முருகவேல் தான்யா ....என்றான்.

....போடா....நீ வேற..ஒரு வேலையாள் சொல்லி துரை செய்திருக்க மாட்டார்.. எனக்கு இதுல நம்பிக்கை இல்லை ....ஆனாலும் முருகவேலை விடுவதாயில்லை.... அவனைப் பற்றி விசாரிக்க சொல்...என்றவன்.

...வேறு ஏதேனும் காரணம் இருக்கிறதா...என பதில் கேள்வி கேட்டான்.கூடவே..

...ஆமா..சோமு எங்கே காலையிலிருந்தே காணவில்லை .....நீ அவன் வீட்டுக்கு சென்று அழைத்துவாரும்..போ ....என்றான் மாரசாமியிடம்.

..சரிங்க..அய்யா..என்றவன் உடனே கிளம்பினான்.

அதே நேரம் கணக்குப் பிள்ளையின் வீட்டில் கணக்குப்பிள்ளையும் அவரது மனைவி பார்வதியும் முற்றத்தில் அமர்ந்து பேசிக் கொண்டிருந்தார்கள்.

கணக்குப் பிள்ளை நாராயணன் சோமுவின் அப்பா.துரையின் பரம்பரை கணக்கு வழக்குகளை முழுவதும் தெரிந்த ஆள் இவர் மட்டுமே.

சிறு வயதிலிருந்தே இவரும் துரையின் அப்பாவும் நல்ல நண்பர்கள்.. அதுபோலவே இன்றும் துரையும் கணக்குப்பிள்ளையின் மகன் சோமுவும் நல்ல நண்பர்கள்.

கணக்குப்பிள்ளை, இன்றும் கட்டழகு குறையாத ஆணாட்டம் வாட்டசாட்டமான தோற்றம் கொண்டவர். இவரும் துரையின் அப்பாவும் பருவ நாட்களில் ஊரையே கட்டி ஆண்ட கட்டழகு காளையர்கள்.

அவரின் வாரிசு சோமுவோ வீட்டிற்கு ஒரே பையன். அவன் அவனது அம்மாவைப்போல மெல்லிய தேகம் கொண்டவன்.நிதானமற்றவன்.

அப்போது தான் இருவரும் உண்டு முடித்து வாசலில் அமர்ந்தவாறு வெற்றிலைபாக்கோடு தங்கள் வாரிசின் வாழ்க்கையையும் சற்றே மென்று கொண்டிருந்தனர்.

..ஆமா..பாப்பா..என்னாச்சு..தம்பி (சோமு) யை இன்னும் காணலை...என்றே பேச்சை ஆரம்பித்தார் நாராயணன்.

..எங்கங்க போயிருக்க போறார்...துரைகூட வீட்டில் இருப்பார் இன்னும் கொஞ்ச நேரத்தில் வந்திடுவார்..காலை போகும்போது என்னிடம் சொல்லிவிட்டு தான் போனார்...ஏதோ ஊருக்கு போறதா..நான் தான் மறந்துட்டேன்.. உங்ககிட்ட சொல்ல...என்றாள் பார்வதி..

..ம்..வர..வர துரையும் இவரும் அடிக்கற கூத்து தாங்கல..கூடிய சீக்கிரமே ஒரு கால்கட்டை போட்டுடணும்...என்றான் நாராயணன்.

..ம்..ஆமாங்க..என் தம்பிகூட அன்னக்கி வந்து சொல்லிட்டு போனார்...பொண்ணு குத்-தவச்சி காத்திருக்காம்...என்ன விசயம் ஆளைக்காணமேனு....சொன்னாள் பார்வதி..

..ஆமா..ஆமா...இந்த மார்கழி வரட்டும் ஒரு முடிவு பண்ணிருவோம்..என்ன சந்தோசம்-தானே...என்றவாறே சிரித்தான் நாராயணன்.

..சரிங்க....செஞ்சிடலாம்.... என்று பார்வதி பதில் சொல்லும் போதே ஆண்டானின் குதிரை வண்டி வந்து நின்றதும்.... அதிலிருந்து இறங்கிய மாரசாமி வேகமாக வந்தான்.

வந்தவன் நேரடியாக நாராயணனை பார்த்து வணங்கியவன்..

..அய்யா...வணக்கமுங்க...ஆண்டான் அய்யா...சோமு அய்யாவை கூட்டிட்டு வரச் சொன்னாங்க...என்றான்.

..ஏனப்பா...ஏய்...இங்க..சோமு..இல்லியேப்பா...நீ துரையோட பங்களாவில் போய் பாறேன்...என்றான் நாராயணன்.

..அய்யா..காலை முதலே சோமு அய்யா.. அந்த பங்களா பக்கம் வரவே இல்-லையே..அய்யா....என்றே பதிலோடு மறுகேள்வி எழுப்பினான்.

..என்னடா..சொல்ற....என்றவாறே பதட்டமானான் நாராயணன்.சற்றே குழப்பமானான்.

..சரிங்க.... நான் வருகிறேன்...என்றவாறே இடத்தை விட்டு நகர்ந்தான் மாரசாமி.

நாராயணன் மற்றும் பார்வதியின் உள்ளம் கலக்கம் கொண்டது...பார்வதி குரல் தழுத-ழுத்தது..

...ஏங்க...என்னங்க இது....அவர் எங்க..போயிருப்பாக...கொஞ்சம் துரை வீட்டுக்கு போய் பாத்துட்டு வாரியலா....கலக்கமானாள்.

..ம்...நீ..போய் ...வீட்டில் இரு..நான் என்னது பாத்துட்டு வர்றேன்....என்றவாறே எழுந்த-வர்..தன் கையிலிருந்த வெற்றிலை தட்டை மறந்தார்.

அது தரையில் விழுந்து உருண்டது..சுண்ணாம்பும் வெற்றிலையும் மண்ணில் கலக்க....அவரது மனதில் கவலையும் குடி கொண்டது..

..ஏதோ..தப்பா..இருக்கே...என மனதிற்குள் மருகியவர் வேகமாக துரையின் வீட்டை-நோக்கி நடக்க ஆரம்பித்தான்.

அதேநேரம் துரையும் முருகவேலும் பங்களாவின் மாடியில் அமர்ந்து பேசிக் கொண்டி-ருந்தார்கள்.

... என்ன துரை ஒரே ஒருநாள் மது குடிக்கவில்லை என்பதற்காக.. நீ ஒரே அடியாக திருந்தி விட்டால் ... எப்படி ...என்றே கலாய்த்துக் கொண்டு இருந்தான் முருகவேல்.

துரையோ பதிலுக்கு சிரித்து மலுப்பிக் கொண்டு இருந்தான். ஆனாலும் அவனது மனதிற்குள் ஆயிரம் கேள்விகள்..

நான் தூது அனுப்பிய சோமு ஏன் இன்னும்காணவில்லை ....

முருகவேலைப் பற்றியும் மலர்விழியின் குடும்பத்தை பற்றி விசாரித்து வருவதற்காகத்தான் அனுப்பியிருந்தேன்.. சோமு ஆண்டானின் அடிமை தான் இருந்தாலும் துரைக்கு மிக மிக நெருங்கிய நண்பன் ஆவான்.

துரையின் உயிர் நண்பன். சிறுவயதிலிருந்து கூடவே வளர்ந்தவன்.அதனால் துரைக்கு அவனை மிகவும் பிடிக்கும்.மலர்விழியைப் பற்றியும் முருகவேலைப் பற்றியும்... அவர்களது பூர்வீகம் பற்றியும் ...மலர்விழி சொன்னது உண்மையா என்பது பற்றியும் அறிந்து வரச்

சென்ற.. .. சோமுவைத்தான் இதுவரைக்கும் காணவில்லை.

அவன் மனதிற்குள் கவலையாய் ஆட்டி வைத்துக் கொண்டிருந்தது.

அதேநேரம் மாகாளியம்மன் கோவிலில் சற்று தொலை தூரத்தில் இரு கைகளும் நாக்கும் அறுக்கப்பட்ட நிலையில் ரத்த வெள்ளத்தில் மிதந்து கொண்டிருந்தான் சோமு.

அருகில் நின்று கொண்டிருந்தது துரையின் அம்மா தெய்வநாயகி.

தெய்வநாயகி கோபத்தில் கொப்பளித்துக் கொண்டிருந்தார்.கைகளில் இரத்தம் ஒழுகியபடி வீச்சரிவாள்..

...என் வீட்டு வேலைக்கார நாயி ...நான் என்ன வேலை செய்ய சொன்னா... நீ என்ன வேலை செஞ்சு வைச்சுருக்கே.... எனக்கே வேட்டு வைக்கிறியா ....தெய்வநாயகி யாருன்னு நெனச்ச.. ....நீ யார்கிட்டயும் ஒரு வார்த்தை பேச முடியாமல்.... எந்த ரகசியத்தையும் யார்கிட்டயும் சொல்ல முடியாமல்.... நீயா எழுந்து நடக்க முடியாமல் கடைசி வரைக்கும் இதே கோலத்தில் நீ இருக்கணும் டா ....இந்த பார்த்து உன் அப்பன் கதறி கதறி அழனும்டா....

என்றவள்.ஆத்திரம் தாளாமல் மீண்டும் இடது காலால் எட்டி உதைத்தாள்.கோபத்தில் காலின் மீது மீண்டும் ஒருமுறை வேகமாக வெட்டினாள்.

இரத்தம் தெறித்தே முகத்தின் மீது படிந்தது..

...அம்மா...போதுமம்மா..அவன் செத்துடப்போறான்....என்றான் அருகில் நின்ற வேலைக்காரன். சுருளி அவன் தெய்வநாயகியின் அடிமை.பல வருட ஜமீன் விசுவாசி.

...இந்த தண்டனை உன் குடும்பத்துக்கு கொடுத்த தண்டனை ...என்று கொக்கரித்தாள் தெய்வநாயகி.

சோமுவோ இரத்தத்தில் வலியோடு துடித்துக் கொண்டிருந்தான்.பல இரகசியங்களை மனதிற்குள் புதைத்தவனாய்.

தெய்வநாயகி அருகில் அவளது அடிமை விசுவாசிக்கள் நின்று கொண்டிருந்தார்கள்.

சுருளி சொன்னான்..

....அம்மா இரவு நெடு நேரம் ஆகிவிட்டது ...நீங்கள் உங்கள் வீட்டிற்கு திரும்பிச் செல்லுங்கள்.... நாங்கள் இவனைப் பார்த்துக் கொள்கிறோம்... என்றான்.

அதற்கு தெய்வ நாயகியோ

....வாருங்கள் நாம் போகலாம்...இவன் உயிரோடு இருந்தால் அது அவனது விதி.... செத்துப் போனால் அவங்க அப்பன் செய்த சதி..... எது மாகாளிக்கு பிடிக்குதோ அதுவே நடக்கட்டும் ...நாம் செல்வோம் ..வாங்க....என்றவள் அரிவாளை சுருளியிடம் நீட்டினாள்...

அவன் அதை வாங்கிக்கொள்ள அந்த இடத்திலிருந்து கிளம்பினாள்.

அவள் மனதில் தீர்க்கமாக திட்டவட்டமாக ஒரு முடிவை செயல்படுத்துவதில் தீர்க்கமாய் இருந்தாள்.

மலர்விழியின் வீட்டில் அனைவரும் தெய்வநாயகியை காணவில்லை என்றே ஊரெல்லாம் தேடிக் கொண்டிருந்தார்கள்.

ஆனால் அவளோ சாவதானமாக பின்வாசல் வழியாக வீட்டிற்குள்... கதவை திறந்து கொண்டு நுழைந்தாள்.

அவளைப்பார்த்த வேலைக்காரன் சொல்ல.... வேகமாக ஓடி வந்தாள் மலர்விழி....

...அத்தை வந்துட்டீங்களா...நாங்க உங்களைக் காணவில்லை என்றே பதறிவிட்டோம்.... எங்கே சென்றீர்கள் இவ்வளவு நேரமாக..... உங்களை காணாமல் கவலைப்பட்டு அப்பாவும் கலங்கி விட்டார்.....என்று நீலிக் கண்ணீர் வடித்தாள்.

.....என் அன்பு மருமகளுக்கு பாசம் கொஞ்சம் அதிகம்தான் இருந்தாலும் நான் இவ்வளவு நேரம் எங்கே சென்றேன் என்பது தேவையற்றது....... எனக்கு உண்ண உணவு கொண்டு வரச்சொல்...என்று சொல்லிவிட்டு தன் அறையை நோக்கி திரும்பி நடந்தாள் தெய்வநாயகி.

அப்போது அங்கே வந்திருந்தான் மாணிக்கம்.

மாணிக்கத்திற்கும் மலர்விழிக்கும் மனதிற்குள் பெரும் குழப்பம் ....

. .அம்மா..மலர்...இவள் நமக்கே தெரியாமல் ஏதோ திட்டமிட்டுக் கொண்டிருக்கிறாள்..நாம் இன்னும் கவனமாக இருக்க வேண்டும்.. அம்மா..என்றான் சற்றே கவலையோடு.

..ஆமாம்.. அப்பா....இனிமேல்...மிகவும் கவனமாக இருக்கணும் ..என்றாள்.

.....இனிமேல் தெய்வநாயகியை எப்போதும் கண்காணித்துக் கொண்டே இருக்க வேண்டும் ...அவரின் அடுத்த.. அடுத்த நடவடிக்கை என்ன என்பதை நாம் அறிந்து கொள்ள வேண்டும்.... இல்லையென்றால் ....நமது கனவில் மண் விழுந்திடும்... மிகவும் கவனமாக இருக்க வேண்டும்.... என்று பதறினாள் மலர்விழி.

அடுத்த நாள் காலை துரைக்கு வழக்கம்போல விடியவில்லை... வேகமாக ஓடி வந்த முருகவேல் துரையை எழுப்பினான்.

.... துரை துரை எழுந்திரிங்க...மிகவும் துக்கமான செய்தி வந்திருக்கிறது.... எழுந்து வாருங்கள் ...என்று கத்தினான்.

..... என்ன வேலு....... என விசாரித்தவாறு மெல்ல எழுந்தான் துரை...

......உங்கள் நண்பன் சோமுவை யாரோ கொலை செய்து கோயில்கிட்ட போட்டுருக்காங்களாம்......என

அதைக் கேட்டதும் துரை துடித்தே போனான்.

...நேற்றிரவு தானே நாராயணனை சமாதானம் செய்து அனுப்பிவைத்தேன்..இப்போ நான் என்ன பதில் சொல்வேன்....என்று கதறினான் துரை..

....வேலு வேகமாக வாங்க...என்று கத்தியவன் எழுந்து வண்டியை நோக்கி ஓடினான்.

குதிரை வண்டி தயாராக இருந்தது. வேலைக்காரன் சுருளி வண்டியை ஓட்ட முருகவேலும் துரையும் ஏறிக்கொண்டனர்.

குதிரை வண்டி மாகாளியம்மன் கோவில் நோக்கி ஓடத்தொடங்கியது.

இருவரும் மாகாளி அம்மன் கோயிலை அடைந்திருந்த நேரம் ....

ஊரில் பாதி மக்கள் அங்கே கூடியிருந்தார்கள். பாதி உறவுக்காரர்கள் ....பாதி வேடிக்கை பார்க்க வந்தவர்கள்... என எங்கும் கூட்டம் ..

துரையின் குதிரை வண்டியை பார்த்ததும் வழி விட்டார்கள். கூட்டத்திற்கு நடுவே மெல்ல நகர்ந்த குதிரை வண்டி சோமுவின் உடல் இருக்கும் இடத்திற்கு வந்தது.

வண்டியிலிருந்து குதித்த துரை உடலை நோக்கி ஓடினான்.

வேகமாக ஓடிப்போய் பார்த்தவனுக்கு...அதிர்ச்சி.

சோமுவின் வாயிலிருந்தும் கைகளில் இருந்தும் ரத்தம் ஆறாக ஓடி தேங்கியிருந்தது.

துரையின் கண்களில் நீர் ஆறாகப் பெருகியது. தன் உயிர் நண்பன் தன் கண்ணெதிரிலேயே இப்படி ஒரு கோலத்தில் கிடப்பதை அவனால் காண இயலவில்லை.

முருகவேலுக்கும் சற்றும் விளங்கவில்லை ...இது எப்படி நடந்தது ..சோமுவை யார் கொன்றிருப்பார்கள் என்பது புரியாமல் குழம்பியே போனன்.

கைதாங்கலாக துரையை ..வாருங்கள் ...வாருங்கள் ....என்று குதிரை வண்டியின் அருகே அழைத்து கொண்டு வந்தான்.

கணக்கு பிள்ளையான சோமுவின் அப்பா கதறிக் கொண்டிருந்தான்.கூடவே அவர் தாயும் அருகில் கதறி அழுது கொண்டிருந்தாள்.

சோமுவின் முறைப்பெண்ணும் அங்கே கதறி அழுது கொண்டிருந்தாள்.

அவள் அழுவதைப் பார்த்து கலங்காத ஆட்களே இல்லை....சுற்றிலும் இருந்த அனைவரின் கண்களிலும் கண்ணீர் வெள்ளம் ஆறாக ஓடியது.

இப்படி ஒரு கொலைகார பாதகச் செயலை செய்தது. .. யாராக இருக்கும் ... .சோமு .....அப்படி ஒன்றும் கெட்டவன் இல்லையே...

முருகவேல் மெதுவாக துரையிடம் சொன்னான்.

....துரை ....ஒருவேளை இது ஆண்டானின் வேலையாக இருக்குமோ .. ..நேற்று நாம் அவரை வீட்டை விட்டு விரட்டி அடித்ததற்கும் இதற்கும்.... ஏதாவது சம்பந்தம் இருக்குமோ.... என்றான்.

...... எனக்கும் அந்த சந்தேகம் உள்ளது முருகவேல் ....ஆனாலும் சோமு ஆண்டான் அடிமை ஆயிற்றே.... சோமுவை கொள்வதற்கான எந்த ஒரு காரணமும் எனக்கு புலப்படவில்லை....என புலம்பினான் துரை.

இருவரும் அங்கிருந்து கிளம்பினர்.

மீண்டும் பங்களாவிற்கு திரும்பினார்கள்.

அன்று மாலை தங்களது பங்களாவில் முற்றத்தில் அமர்ந்து மதுகுடிக்க ஆரம்பித்திருந்த நேரம்.

முருகவேல் இப்போது துரையை தடுக்கும் எண்ணம் தோன்றவில்லை...மாறாக அவனும் சேர்ந்து மது குடித்துக் கொண்டிருந்தான்.....போதையின் உச்சத்தில் இருவரும் பேசிக்கொண்டு இருந்தார்கள்.

போதையின் உச்சத்தில் இருந்தான் துரை.இதுதான் சமயமென்று முருகவேல் தனது திட்டத்தின் அடுத்த பகுதியை நிறைவேற்ற தயாரானான்.

அழகான அதிகாலை விடிந்திருந்தது.வழக்கம்போல அன்றும்.

துரை படுக்கையிலிருந்து எழுந்தான்.மெல்ல நெட்டி முறித்தபடி நடந்தான்.தலைக்குள் பாரமாக உணர்ந்தான்.அது இரவு குடித்த மதுபானத்தின் வேலை என நினைத்தான்.மெல்ல நடந்து ஜன்னல் கதவை திறந்தான்.அதன் வழியாக வெளியே பார்த்துக் கொண்டு நின்று கொண்டிருந்தான்.

அப்போது அவனது கண்ணெதிரே இரண்டு கிளிகள் மரத்தில் உட்கார்ந்து அமர்ந்து கொஞ்சிக் கொண்டிருந்தன. ஒன்றையொன்று முத்தமிட்டு குலாவிக் கொண்டிருந்தது.

அப்போது தூரமாய் இருந்து ஒரு காகம் பறந்து வந்தது.சட்டென கிளிகளை தாக்கத்தொடங்கியது.

கிளிகள் எதிர் தாக்குதல் செய்ய நேரமின்றி திணறின.அந்த காகம் ஒரு கிளியை கொத்தி கீழே தள்ளியது.

துரையின் மனசுக்குள்ளே ஒரு படபடப்பு வேகமாக அந்த மரத்தை நோக்கி வேகமாக படிகளில் இறங்கி ஓடினான்.

ஓடிப்போய் மரத்தினடியில் பார்த்தவனுக்கோ அதிர்ச்சி ஒரு கிளி கீழே விழுந்திருந்-தது.உயிருக்கு துடித்துக்கொண்டிருந்தது.

அந்த காகத்தை விரட்டியபடி இன்னொரு கிளி பறந்து போய் இருந்தது.காயம்பட்டு தரையில் கிடந்து துடித்துக் கொண்டிருந்த கிளியை துரை கையில் எடுத்து தடவிக்கொடுத்-தான்.

அந்த கிளி மயங்கி விடும் போல தெரிந்தது. உடனே அங்கிருந்து சத்தமிட்டான்.

...ஏய்....மாரசாமி..ச்சே.......யாராவது இங்க வாங்கடா....என வேகமாக கத்தியேவிட்-டான்.

ஒரு வேலைக்காரன் ஓடிவந்தான்.

...அய்யா...சொல்லுங்க..அய்யா..

என்றான்.

...இதைப்பிடி...இதை கொஞ்சம் ஆசுவாசப்படுத்தி பின்பு பறக்கவிடு..சரியா...என சற்றே கண்டிப்போடு சொன்னான் துரை.

சற்றே தலையசைத்தபடி வேலைக்காரன் கிளியைப் பிடித்துக் கொண்டு சென்றான்.

துரையின் மனதுக்குள்ளே ஒரு சலனம் கிளிகளின் சம்பவம் தனக்கு ஏதோ சொல்ல வருவதாகவே எண்ணினான்.சிந்தனையில் மூழ்கினான்.

...நேற்று வரை உயிரோடிருந்த தன் உயிர் நண்பன் சோமுவை யாரோ கொன்று போட்டிருக்கிறார்கள்..இரவு நம்மோடு இருந்த முருகவேல் எங்கே காணவில்லை...அவனிடம் கேட்டாலாவது ஏதேனும் யோசனை கிடைக்கும்... என்றவாறே தன் அறையை நோக்கி நடந்தான்.

தனது குளியலறையில் குளிக்கத் தொடங்கினான்.அப்போதும் அந்த சம்பவம் மனதை குடைந்து கொண்டே இருந்தது.

...இரண்டு கிளிகளில் ஒன்று சோமுவாக இருந்திருக்குமோ....யார் அந்த காகம் .....காகத்தை துரத்திக்கொண்டு ஓடிய அந்த கிளி யாராக இருக்குமோ.... என்று தன் மனதிற்குள் ஏதும் விளங்காதவனாக குழம்பிக் கொண்டிருந்தான்.

குளித்து முடித்து உடைமாற்றும்வரை சிந்தனையிலேயே கடந்தான்.

அப்போது அவனது அறைக்கதவு தட்டும் ஓசை கேட்க கதவைத்திறந்தான்.

அந்த கிளியை வாங்கிச் சென்ற வேலைக்காரன் நின்றிருந்தான் .

..என்ன..என்ன ஆச்சு.... என்றான் துரை ஆர்வமாக புருவத்தை உயர்த்தி.

....அந்த கிளி இறந்து விட்டதைய்யா ...என்றான் சற்றே கலக்கத்தோடு.

....எப்படி ....என்னாச்சு.. என்றே குழம்பியவனாக கீழே இறங்கி வந்தான் துரை.

அந்தக்கிளி தரையில் உயிரற்று கிடந்தது.

அதைக்கண்டதும் தன் நண்பன் சோமுவே அங்கே கிளி வடிவில் பிணமாக கிடப்பதாக தோன்றியது.

துரையின் மனதில் கிலி பிடித்துக்கொண்டது.

மனதினுள் மருகினான்.

.... நடப்பது ஏதும் சரியாகப் படவில்லையே... அடுத்தடுத்து நடப்பவை எல்லாம் அமங்கல சம்பவமாகவே இருக்கிறது.... என்று சற்றே மனம் கலங்கத்தொடங்கினான்.

...இதை தோட்டத்தில் குழி தோண்டி புதைத்து விடு ...என்றவாறே உணவு உண்ணும் அறைக்கு சென்றான்.

அங்கே தயாராக இருந்த உணவைப்பார்த்தவனுக்கு சாப்பிடும் எண்ணம் தோன்றவே இல்லை..

ஒரு பச்சை இலை விரித்து வைக்கப்பட்டிருந்தது..

அதை கண்டதும் அவனுக்கு அது அந்த கிளியாக மாறியே கதறியது.

அவனுக்கு சாப்பிட பிடிக்கவில்லை. முதலில் இவை அனைத்திற்கும் யார் காரணம் என்பதை கண்டுபிடிக்க வேண்டும் என்று யோசித்தவன்.

திரும்பி வேகமாக தன் அறையை நோக்கி நடந்தான்.

அங்கு நின்றிருந்த வேலைக்காரன்

...அய்யா..என்னாச்சுங்க...சாப்பிடலீங்களா...என கேட்க...

துரையோ...

...வேண்டாம்.... முருகவேலை குதிரை வண்டியை தயார் செய்ய சொல் ....நான் உடனடியாக குலதெய்வம் கோவிலுக்கு செல்ல வேண்டும் .....என்று கேட்டான்.

.... அய்யா...முருகவேல் அவர் அறையில் இல்லைய்யா...என்றான்.

...ஏன்..எங்கே.. போனார்...என்றான் துரை.

..தெரியலிங்க..அய்யா...இரவு சாப்பிடவும் வரவில்லை.. அய்யா..என்றான் வேலையாள்.

..என்கூட வா .....என்றவாறு அவனை அழைத்துக்கொண்டு முருகவேலின் அறையில் சென்று தேடினான் துரை.

அறை பூட்டப்படாமல் திறந்தே இருந்தது. அறையில் அனைத்தும் அப்படியே போட்டது போட்டபடி கிடந்தது.

துரைக்கோ மனதிற்குள் சஞ்சலம் இங்கே நடப்பவை எல்லாமே சரியாக இல்லை என்பது மட்டும் அவனுக்கு நன்றாக புரிந்தது.

...நீயே சென்று குதிரையை தயார் செய்....என்றான் துரை.

...சரிங்கய்யா.... என்றவாறு வேலைக்காரன் குதிரை வண்டியை நோக்கி ஓடினான்.

சற்று நேரத்திற்கெல்லாம் கீழே வந்து துரை குதிரைவண்டியில் ஏறி தனி ஒருவனாக.... மாகாளி அம்மன் கோவிலை நோக்கி ஓட்டினான்......

மனதிற்குள் நிலை கொள்ளாதவனாக குழப்பத்திலேயே பண்ணை வீட்டை கடந்தான்.

அப்போது தூரத்தில் அவனது அம்மாவின் கல்லறையை இடிக்கும் வேலை நடந்து கொண்டிருப்பதை கண்டான்.

நான் சொன்ன வேலையை சரியாக செய்திருக்கிறான் முருகவேல்.. பின்னர் எங்கே சென்றான்.

என்னிடம் சொல்லாமல் கூட எங்கே சென்றிருப்பான்.அப்போது கோவிலை வண்டி அடைந்திருந்தது.

அந்த வண்டியை விட்டு இறங்கி மாகாளியம்மனை வணங்கி விட்டு வண்டியில் ஏறியவனுக்கு ஒருயோசனை தோன்றியது.

சற்று யோசித்தவனாக குதிரை வண்டியை திருப்பினான்.

மாகாளிக்கு தினசரி பூஜை செய்து பணிவிடை செய்யும் அந்தக் கோயிலின் பரம்பரை பூசாரியின் வீட்டை நோக்கி வண்டியை செலுத்தினான்.

கோயில் பூசாரி வீடு மாகாளியம்மன் கோவிலில் இருந்து ஆறு கல் தூரத்தில் இருந்தது.

பழைய காலத்து ஓட்டு வீடு ...வீட்டு வாசலில் ஓங்கி வளர்ந்து அடர்ந்திருந்த வேப்பமரம் அதிலே ஆணி அடித்து மாட்டி வைக்கப்பட்டிருந்த எலுமிச்சை மாலை.அதனருகில் தரையில் சூலாயுதம் அதிலும் எலுமிச்சை மாலை... மலர்மாலைகள்... சந்தன குங்கும அலங்காரங்கள் என அந்த மரமே ஒரு அம்மன் கோயில் போல காட்சியளித்தது.

துரை அந்த வேப்ப மரத்தின் அருகில் வண்டியை நிறுத்தி விட்டு இறங்கினான்.

ஏனோ அவனுக்கு அந்த மரத்தைப் பார்த்தவுடன் தொட்டு வணங்க வேண்டும் என்று தோன்றியது. மரத்தின் அருகே சென்று அவன் தனது காலணிகளை கழற்றி விட்டு மரத்தை தொட்டு வணங்கினான்.

அப்போது அவனுக்கு மனதுக்குள் ஏதோ ஒரு இனம் புரியாத உணர்வு தன்னை அறியாமல் உடம்பில் உள்ள உரோமங்கள் நட்டுக்கொண்டு நிற்க.......உடம்பெல்லாம் புல்லரித்தது.

மெல்ல நடந்து பூசாரியின் வீட்டு வாசலை அடைந்தான்.

அங்கே அவனுக்கு முன்பாக ஏதோ அவனுக்காகவே காத்திருந்தது போல கோவில் பூசாரி வேகமாக வந்து நின்றார்.

வயதில் பெரியவர் அறுபது வயதைக்கடந்தாலும் கட்டுக்கோப்பான உடல்வாகு ஒரு கிடாவை ஒரே வீச்சில் வெட்டக்கூடியவர்.தோற்றத்தில் ஒரு நம்பூதிரி போலவே இருப்பார்.பொறுமையானவர்.

அவன் எதிரில் வந்து

.... வாங்கய்யா..... வாங்க.... என்று துரையை அன்புடன் வரவேற்றார்.

துரைக் குள்ளும் அந்த ஆச்சரியம்

....என்னங்க அய்யா...நான் இங்கே வருவேன் என முன்பே உங்களுக்கு தெரிந்து எனக்காகவே காத்திருந்தது போல இருக்கிறதே.... என்று நேரடியாவே துரை கேட்டேவிட்டான்.

.... தெரியும் ஐயா ....தெரியும் ....என்றார் பூசாரி நந்தன்.

.... எப்படி ஐயா தெரியும்....

.....ஐயா அவர்களே நீங்கள் இந்த மாகாளியம்மன் கோயிலின் பரம்பரை வாரிசு ....இது உங்களின் குலதெய்வம் உங்கள் மூதாதையர் இரத்தத்தில் உறைந்த கோவில் இது.....உங்கள் ரத்தத்தில் நிறைந்த தெய்வம் இது ...அது போலவே தான் எனக்கும்.... என் பரம்பரை ரத்தத்தில் ஊறிப்போன இந்த காளியின் பெயரும்.... இந்த மாகாளியின் வாக்கும்...சற்று இங்கு அமருங்கள்... நான் எல்லாத்தையும் விளக்கமாக உங்களுக்கு சொல்கிறேன்.... என்று நாற்காலியை இழுத்து அமர சொன்னார்.

அந்த வீட்டின் திண்ணையில் அமர்ந்தான் துரை.

.... சற்று நேரம் இங்கேயே அமருங்கள் ..ஐயா..இதோ வருகிறேன்....என்றவர்

கூடவே வீட்டிற்குள் நுழைந்தவாறு

...இவருக்கு குடிப்பதற்கு ஏதாவது கொடுங்கள் .....என்று சொல்லிவிட்டு வீட்டிற்குள் சென்றார் பூசாரி நந்தன்.

துரை அங்கேயே அமர்ந்திருந்தான். அவனுக்கு குடிப்பதற்காக பானம் கொண்டுவந்தது.

பூசாரி நந்தனின் பேத்தி காஞ்சனை.

காஞ்சனை பற்றிய செரிவு..

துரை பானத்தை குடித்து விட்டு சற்று மன ஓய்வு பெற்றவனாக உணர்ந்தான்.

அங்கே உட்கார்ந்திருந்தவன் சுற்றிலும் நோட்டம் விட்டான்.

அங்கே அவனைச் சுற்றிலும் இருந்த புகைப்படங்கள்... வீட்டின் சுவற்றில் மாட்டப்பட்டிருந்த புகைப்படங்கள் ....அருகிலிருந்த வேப்பமரம் ....வீட்டின் அமைப்பு.... வீட்டின் வாசனை.

அவனுக்கு இது ஒரு சாதாரண வீடாக தெரியவில்லை ....ஏதோ ஒரு மாந்திரிகன் வீட்டுக்குள் புகுந்து இருப்பது போலவே இருந்தது.

அவன் இத்தனை நாட்களாக,ஒரு முறை கூட இந்த பூசாரியின் வீட்டிற்கு வந்ததே இல்லை. இதுதான் முதல் முறை.

ஆனால் பூசாரியை பலமுறை பார்த்து பல இடங்களில் பேசியிருக்கிறான். உதவியும் செய்து இருக்கிறான். ஆனா வீட்டுக்கு வந்திருப்பது இதுவே முதல் முறை என்று யோசித்துக் கொண்டிருந்தான்.

அவனது யோசனைகளைக் கலைக்கும் விதமாக பூசாரி நந்தன் அழைத்தார்.

..அய்யா..உங்களை தாத்தா அழைக்கிறார்...என்றாள் காஞ்சனை.

..ம்..என்றவன் யோசனையோடு..

சற்றே தலை குனிந்து அந்த வீட்டிற்குள் நுழைந்தான்.

அங்கு பூசாரி பூஜை அறையில் உட்கார்ந்து இருந்தார்.

அவரை சுற்றிலும் சாமி படங்கள் சிறிய மாகாளியம்மன் சிலை என அந்த இடமே ஒரு மாந்திரீகர் வாழும் இடமாக தெரிந்தது.

அருகே ஒரு சிறிய மண்டை ஓடும் அதில் எலுமிச்சம்பழமாலையும் சகிதமாக அவரைப் பார்க்கும்போது இவர் சாதாரண பூசாரியாக தெரியவில்லை.

நம்பூதிரி போலவே தெரிந்தார்.

....இங்கே அமருங்கள் ....என்று அவர் காட்டிய இடத்தில் வெறும் தரை மட்டுமே இருந்தது.

அந்த தரையில் வட்டம் வரைந்திருந்தார். அந்த வட்டத்திற்குள் துரையை அமரச்சொன்னார்.

எதிரில் பூசாரியும் அமர்ந்திருந்தார்.அவரும் தரையிலேயே அமர்ந்திருந்தார்.இருவருக்கும் நடுவே ஐந்து அடியே இடைவெளியிருந்தது.

நடுவில் ஒரு வட்டம் வரைந்திருந்தது. அதில் மஞ்சள் குங்குமம் எல்லாம் படர்த்தி வைத்து நடுவில் ஒரு எலுமிச்சம்பழம் மட்டும் தனியே வைக்கப்பட்டிருந்தது.

நந்தன் பேசத்தொடங்கினார்...

..துரை சற்று நேரம் கண்ணை மூடி,உங்கள் குல தெய்வமான மாகாளி அம்மனை வேண்டிக் கொள்ளுங்கள் ...என்றார்.

துரையும் கண்ணை மூடி மாகாளியம்மனை வணங்க தொடங்கினான்.அதேநேரம் பூசாரியும் கண்ணை மூடி அம்மனை வணங்கிக் கொண்டிருந்தார்.

துரை கண் விழித்துப் பார்த்தான்.ஆனால் பூசாரியோ இன்னும் கண்ணைத் திறக்கவில்லை. மாகாளியை வேண்டிக் கொண்டு இருந்தார். ஏதோ வாய்க்குள்ளேயே முனகிக் கொண்டிருந்தார்.

துரை பூசாரியை நோட்டமிட்டான். நெற்றியில் நீளமான பட்டை அதன் நடுவே குங்குமம் கழுத்தில் எலுமிச்சம்பழ மாலையும்..கூடவே ஒரு ருத்ராட்ச மாலையும் அணிந்திருந்தார்.

அவர் பார்ப்பதற்கு ஒரு மாந்திரிகனாகவே மாறியிருந்தார். இத்தகைய தோற்றத்தில் அவன் பூசாரியை இதுவரை பார்த்ததே கிடையாது .இதுவே முதல் முறை.

அந்த அறையைச் சுற்றிலும் நோட்டம் விட்டான். அங்கு இவர்கள் இருவரை தவிர வேறு யாரோ அறைக்குள் இருப்பது போலவே துரைக்கு உணர்வு தோன்றியது.மேலும் பல ஜோடி கண்கள் இவனை நோட்டமிட்டுக் கொண்டிருப்பதாகவே உணர்ந்தான்.

அந்த நேரம் பூசாரி விழித்திருந்தார்.

....துரை இதை பார்...... என்றார் ஒருமையில்..அவரது பேச்சு தொனியில் வித்தியாசம் தெரிந்தது.

அவரது குரல் அவனை ஊடுருவியே மண்டைக்குள் போவது போல உணர்ந்தான்.

... துரைக்கு ஒன்றும் புரியவில்லை இருந்தாலும் ....அவர் சொல்லும் இடத்தில் இருந்த எலுமிச்சம்பழத்தை உற்று நோக்கினான்.

.... துரை உன் அம்மாவை நினைத்துக் கொண்டு ....இந்த எலுமிச்சம் பழத்தை ஒரு முறை தொட்டு வணங்கிவிட்டு... உன் கையை எடு ...என்றார் பூசாரி நந்தன்.

துரையும் அந்த எலுமிச்சம் பழத்தை தொட்டு தன் கண்களில் ஒற்றிக் கொண்டு... தன் அம்மாவை நினைத்து விட்டு மறுபடியும் எலுமிச்சம் பழம் இருந்த இடத்திலேயே வைத்தான்.

இப்போது பூசாரி தனது உதட்டுக்குள் ஏதோ மந்திரங்களை முணுமுணுத்துக் கொண்டிருந்தார்.

துரை தன் கையை எடுத்த சற்று நேரத்திற்கெல்லாம் அந்த எலுமிச்சம்பழம் மேலே எழுந்து பறக்க தொடங்கியது.

துரைக்கும் பூசாரிக்கும் நடுவே தரையில் இருந்து மூன்று அடி தூரம் உயரத்தில் எழுந்த...அந்த எலுமிச்சம் பழம் அப்படியே துரையை ஒரு வட்டமிட்டுவிட்டு நடுவே வந்து அந்தரத்தில் தொங்கிக்கொண்டிருந்தது.

துரைக்குள்ளே சற்று பயமும் தொற்றிக் கொண்டது.அந்தரத்தில் மிதந்து கொண்டிருந்த எலுமிச்சம்பழத்தை பார்த்ததும் அவனுக்கு உடல் வியர்க்க தொடங்கியது.

எலுமிச்சம்பழத்தை சுற்றிலும் நோட்டம் விட்டான் எங்கும் கயிறுஏதும் கட்டி தொங்கிக் கொண்டிருக்கிறதா என சுற்றும் முற்றும் சுற்றி சுற்றி பார்த்தான்.

..இல்லை...உண்மையிலேயே எழுமிச்சம்பழம் நட்ட நடுவே அந்தரத்தில் தொங்கிக் கொண்டிருந்தது.

துரைக்கு உடம்பெங்கும் வியர்த்து வழிய தொடங்கியது.

உதறல் எடுத்தது சற்றே சுதாரித்துக்கொண்டு கேட்டான்.

.... ஐயா என்ன இது..... என்று கேட்டான் பூசாரியை பார்த்து.

துரை நீ இப்போது பார்த்துக்கொண்டிருப்பது வெறும் எலுமிச்சம்பழம் அல்ல... அதை கையில் பிடித்திருப்பது உன் அம்மா ...என்றார்..குரலில் சற்றே கடினம்...கண்டிப்பாக.. பூசாரி.

அதைக்கேட்ட அவனுக்கு ஒட்டுமொத்த உடம்பெல்லாம் வியர்த்து வழியத் தொடங்கி-விட்டது. உடம்பில் புல்லரிக்க ஆரம்பித்துவிட்டது. உடலில் உரோமங்கள் குத்திட்டு நிற்க அவன் கண்ணில் இருந்து சற்று கண்ணீர் துளிகள் வழியத் தொடங்கியது.

..... ஐயா என்ன சொல்கிறீர்கள்.... என் அம்மாவா எனக்கு ஒன்றும் விளங்கவில்லை ....என்று கதறினான்.

....நான் இப்போது உனக்கு சொல்கிறேன்....அது உனக்கு புரிகிறதா என்று பார்... என்-றார்.

.... நீ அதிகாலை கண்ட காட்சியை நான் இப்போது சொல்கிறேன்.... உனக்கு விளங்-குகிறதா என்று பார்... என்றார் பூசாரி .

துரைக்கு அப்போது உணர்வுகளுக்குள் போராட்டம் தொடங்கியது.

தான் அதிகாலை கண்ட காட்சி இவருக்கு எப்படி தெரியும் ..இவர் எப்படி சொல்வார் என்று உள்ளுக்குள் புலம்ப தொடங்கினான்.

ஆனாலும் பூசாரி சொன்னதை அப்படியே நம்பத் தொடங்கினான்.

உடலுக்குள் உயிர் மெலிந்தான்.கதறத்தொடங்கினான்..

..அம்மா...அம்மா...என கதறலோடு கண்ணீரும் சேர்ந்து கொண்டது.

பூசாரி நந்தன் தொடர்ந்தார்.

... அழாதே துரை...நான் சொல்வதை கேளு...நீ காலையில் கண்ட அந்தக் காட்சி இரண்டு கிளிகள் மரத்தில் அமர்ந்து குலாவிக் கொண்டிருந்தது. அதில் ஒன்று நீ ....மற்-றொன்று உன் அம்மா ....நீங்கள் இருவரும் சந்தோஷமாகத்தான் இருந்தீர்கள் .....

அவர் சொல்ல சொல்லவே துரையின் கண்களில் நீர் அணை உடைத்து ஓட ஆரம்-பித்திருந்தது.

.....நீ கவனிக்க மறந்து இருப்பாய்.ஒரு கிளி பெரியதாகவும் மற்றொன்று சிறியதாகவும் இருந்தது...

துரைக்கு நினைவு காலையில் பார்த்ததை நோக்கிப் போனது. ஆம் பெரிய கிளி ஒன்றும் சிறிய கிளி ஒன்றும் இருந்தது .அவனது நினைவுக்கு வந்தது நன்றாகவே... மேலும் பெரிய கிளியின் கழுத்தில் ஏதோ கோடு போல் தெரிந்தது.

பூசாரி தொடர்ந்து சொல்ல ஆரம்பித்தான் ...

.....அந்த பெரிய கிளி உன் அம்மா அந்த சின்ன கிளி தான் நீ ....இருவரும் சந்-தோசமாக கூடிக்குலாவிக் கொண்டிருந்தீர்கள்..... அப்போது அந்த காகம் பெரிய கிளியை வந்து தாக்கியது... அந்தக் காகம் தான் விதி ....விதி வந்து உன் தாயை பற்றிக்கொள்ள ....உன் தாய் உயிர்துறந்தார் .....நீயோ அந்த விதியை விரட்டிக்கொண்டு போய்க்கொண்டு இருக்கிறாய் .....இதுதான் நீ காலையில் கண்ட காட்சியின் விளக்கம்..... நீ சிந்தையை ஒருங்கிணைத்து அந்த விதியை கைபிடி ....உன் அம்மாவின் ஆயுசு என்றோ முடிந்து விட்-டது ....இது தான் நீ காலையில் கண்ட காட்சியின் முழு விளக்கம்.... என்றார்.

துரைக்கோ கண்களில் நீர் தொடர்ந்து வடிய தொடங்கியது. அவனுக்கு ஒன்றுமே புரிய-வில்லை.

சற்று நாட்களுக்கு முன்பாகத்தான் மலர்விழி என் தாய் உயிரோடு இருப்பதாகவும் கூடியவிரைவில் தன்னைப் பார்க்க வருவார்கள் என்று சொல்லி சென்றார்கள்.ஆனால் இன்றோ பூசாரி அம்மா இறந்து விட்டதாக சொல்கிறார்.

அவனுக்கு சற்றும் புரியவில்லை.துரைக்கு தலையே சுற்றுவது போலிருந்தது.அப்போது பூசாரி துரையைப் பார்த்து கேட்டார்.

... இப்போது கேள் உன் சந்தேகம் என்னவென்று ....பூசாரி சொன்னார்.

துரை சற்றே குரல் தழுதழுக்க பூசாரியிடம் கேட்டான்.

...என்னய்யா சொல்கிறீர்கள்...என் அம்மா இறந்து விட்டார்களா ...அதை எப்படி ஐயா நான் நம்புவது ....சற்று நாட்களுக்கு முன்பாகத்தான் எனது அம்மா உயிருடன் இருக்கிறார்கள் என்ற செய்தி எனக்கு கிடைத்தது... நான் மிகவும் சந்தோஷமாக இருந்தேன்... ஆனால் நீங்களும் இப்போது என் அம்மா இறந்து விட்டதாக சொல்கிறீர்கள்... எனக்கு ஒன்றும் விளங்க வில்லையே..அய்யா.. என்று கேட்டான்.

....துரை இப்போது உன் அம்மாவை உன்னிடம் பேச சொல்லட்டுமா... என்றார்.

துரைக்கோ தூக்கிவாரிப்போட்டது.. நொந்தே விட்டான்...அவன் உடம்புக்குள் ஏதோ ஒன்று ஊர்வது போலவும்...உயிரை யாரோ ருசித்துக் கொண்டிருந்தது போலவும்... தலை சுற்றுவது போலவும் இருந்தது.

.... என்னய்யா சொல்கிறீர்கள் இப்போது என்னம்மா என்னிடம் பேசுவார்களா ...எப்படி ....அய்யா...என்றவாறே அழுதான்.துரை குரலில் முற்றிலும் உடைந்து போயிருந்தான்.

....இதோ இந்த எலுமிச்சம்பழத்தை பிடித்துக் கொண்டு நின்று கொண்டிருக்கும் உன் அம்மா.... அந்த எலுமிச்சம்பழத்தை உன் கையில் கொடுப்பார்கள்... அதன் மூலமாக அவர்கள் இறந்து விட்டத, உனக்கு உணர்த்துவார்கள் ....உனக்கு புரிகிறதா என்று பார்... உன் கையை எதிரே நீட்டு ..என்றார்.

துரைக்கு என்ன செய்வது என்று புரியாமல் பூசாரி சொல்வதுபோல் வலது கையை எதிரே நீட்டினான்.

.... இப்போது உன் அம்மாவை மனதிற்குள் நினைத்துக் கொள் கண்களை மூடி...உன் அம்மாவை ஒரு முறை நினைத்துக்கொண்டு மாகாளியை ஒரு முறை நினைத்துக்கொண்டு கண்களைத் திற ...என்றான்.

துரையும் அது போலவே தன் அம்மாவையும் மாகாளியையும் வேண்டிக்கொண்டு கண்களைத் திறந்து எதிரில் கையை நீட்டினான்.

அப்போது பூசாரி நந்தனோ தனது வாய்க்குள் ஏதோ மந்திரங்களை உக்கிரமாக சொல்லத் தொடங்கினார்.

அந்தரத்தில் தொங்கிக் கொண்டிருந்த அந்த எலுமிச்சம் பழம் சற்றே மேல் உயர்ந்து அங்கும் இங்கும் இரண்டு முறை சுற்றி துரையின் கையில் வந்து அமர்ந்ததும்... கை பட்டதும் .....துரைக்கு ஏதோ ஒரு உணர்வு உடம்பு சில்லென்றது..அவனது அம்மாவே அவனைத்தொட்டதாக உணர்ந்தான்.

அதிர்ச்சியில் உரைந்தான்.தன் கையை யாரோ பிடித்து இழுப்பது போல உணர்ந்தவன்.தன் கையை வேகமாக பின்னுக்கு இழுத்துக்கொண்டான்.

கதறினான்... அம்மா..அம்மா...நான் பாவியாகிட்டேனம்மா...இதற்காகவா இன்னும் உயிரோட இருக்கேன்....என கதறி அழத்தொடங்கினான்.

அப்போதும் அந்த எலுமிச்சம்பழம் கீழே விழவில்லை ..சற்றே மேலே உயர்ந்து மறுபடியும் அந்தரத்தில் தொங்கிக் கொண்டிருந்தது.

.... அய்யா இங்கே என்ன நடக்கிறது எனக்கு ஒன்றுமே விளங்கவில்லை... ஐயா ....என்று கதறி அழுதான்.கூடவே அம்மா..அம்மா என பிதற்றினான்.

....துரை முதலில் அழுவதை நிறுத்து உன் அம்மாவுக்கு நீ அழுவது பிடிக்கவில்லை....நான் சொல்வதை முழுமையாக கேள்....என சொல்லத் தொடங்கினார்.

துரை தன்னை தேற்றிக்கொண்டு கண்ணை துடைத்தான்.

.... துரை கேள்....என்று பூசாரி பேசத்தொடங்கினார்.

....மலர்விழி சொன்னதுபோல்.... உன் அம்மா உயிரோடு இருப்பதும் உண்மை ....உன் அம்மா இறந்து விட்டதாக சொல்வதும் உண்மை ...என்றார்.

துரைக்கு மேலும் குழப்பம் ஒன்றும் புரியவில்லை .தலை சுற்றி மயக்கம் வரும் போலவே மண்டை வெடித்தது.

....என்னங்க..அய்யா... என் அம்மா உயிரோடு இருக்கிறார்களா ...இல்லை இறந்து விட்டார்களா.... உண்மையைச் சொல்லுங்கள் ...என்று கத்தினான்.

...துரை நீ சற்று காலத்திற்கு முன்பாக என்னிடம் வந்து இருக்க வேண்டும்.... உன் அம்மா என்னிடம் ஏற்கனவே சொல்லிச் சென்றதை தான்.நான் உனக்கு இப்போது சொல்கிறேன் கேள்....என்றே தொடர்ந்து பேசினார்.

.... அன்றிரவு உன் மாமனார் உன் அம்மாவின் உணவில் விஷம் கலந்து இருந்தார். அது சாப்பிட்ட உன் அம்மா மயக்கத்திலேயே இருந்தார். அவர் மயக்கத்தில் இருந்தபோது தான்.. நீங்கள் அன்று பண்ணைவீட்டில் புதைத்தீர்கள்.... சற்று நேரத்துக்கெல்லாம் பாதாள அறை வழியாக அவரது உடலை வெளியே கொண்டு வந்தான்... அந்த வெட்டியானும் உன் நண்பன் சோமுவும்...அங்கு என்ன நடந்தது என்பதை இப்போது நான் சொல்கிறேன்... நீ கேளு ....அன்று நீ உன் அம்மாவை புதைத்து விட்டு வந்த சிறிது நேரத்திலேயே உனது அம்மாவின் ஆவி உடலிலிருந்து பிரிந்தது... அதே நேரம் மயானத்தில் ஒரு பூசை நடந்து கொண்டு இருந்தது.. அந்த பூசையில் நானும் இருந்தேன்...அந்த இடத்தில் ஒரு ஆத்மா உடல் தேடி அலைந்து கொண்டிருந்தது.அந்த ஆத்மா உன் அம்மாவின் உடலில் புகுந்து கொண்டது... அங்கிருந்த உன் நண்பன் சோமுவுக்கு உன் அம்மாவின் ஆத்மா தான் உடலில் உள்ளது என்று நினைத்து.. உன் அம்மா உயிர்பெற்றதாக நம்பி விட்டார்கள்...அவர்கள் உன் அம்மாவை உடன் அழைத்துக் கொண்டு அவரது வீட்டிற்கு சென்று விட்டார்கள்.... அதே நேரம் அதே மயானத்தின் மறுபுறத்தில் அந்த ஆத்மாவை அடைப்பதற்காக பூஜை செய்து கொண்டிருந்த எனது நண்பர் நம்பூதிரி கிருஷ்ணன் உன்னிக்கு ஏமாற்றமே மிஞ்சியது... அவர் கோபத்தில் பூசையை பாதியிலேயே விட்டுவிட்டு கிளம்பிவிட்டார்...

...நான் தான் மீதி பூசையை முடித்தேன்...அப்போது உன் அம்மாவின் ஆன்மாவை என்னால் உணர முடிந்ததே தவிர...அவரோடு என்னால் பேச முடியவில்லை.....உன் அம்மாவால் தமது உடலுக்குள் திரும்பிச் செல்ல இயலவில்லை ....உன் அம்மாவின் கல்லறைக்-

குள்ளேயே அடைபட்டுக்கொண்டது...காரணம் நீ செய்த இறுதிச்சடங்கு விதிமுறைகள்.....

.... இன்று காலை உன் அம்மாவின் கல்லறையை யாரோ உடைத்திருக்கிறார்கள்....அதனால் உன் அம்மா ஆத்மா கல்லறையில் இருந்து விடுபட்டு....அதிகாலையில் என்னிடம் வந்தது.....எல்லா விபரத்தையும் என்னிடம் சொன்னது ....இந்த விசயம் புரிந்து என்னிடம் நீ வருவாய் என சொன்னது....அப்போது மட்டுமே நான் உனக்கு உதவி செய்ய முடியும் எனவும் சொன்னது.... எனவே நான் காலைமுதல் உனக்காக காத்திருக்கிறேன்....என சொல்லி முடிக்கவும்..துரைக்கும் ஆச்சரியம் தாங்கவில்லை. பேரதிர்ச்சியாக இருந்தது.

.... ஐயா இது எப்படி சாத்தியம்... நான் என் அம்மாவை உயிரோடு மறுபடி எப்படி கொண்டு வருவது ....என்று கேட்டான்.

....சற்றும் கவலைப்படாதே துரை உன் அம்மாவின் உடலை இங்கே கொண்டு வா... அதற்குள் இருக்கும் துர்ஆத்மாவை வெளியேற்றிவிட்டு.... உன் அம்மாவின் ஆத்மாவைத் திரும்ப உள்ளே கொண்டு வருவது.... என்னுடைய வேலை ....ஆனால் அதற்கு இப்போது உன் அம்மாவின் உடலுக்குள் புகுந்து இருக்கும் ....அந்தத் துர்ஆத்மா ஒத்துக்கொள்ளாது .....

......மேலும் உன் அம்மா உடலுக்குள் அது இருக்கும் வரை ....அது உன் அம்மாவாகவே வாழ்ந்து கொண்டிருக்கும் ....உன் அம்மாவாகவே உனக்காகவே எல்லாமும் செய்யும்.... ஆனா அதுவும் சிலகாலமே....அதன் சில நடவடிக்கைகளை வைத்து..உன் அம்மாவிற்கும் அந்த ஆத்மாவிற்கும் இருக்கும் வித்தியாசத்தை உணரமுடியும்....அதை வைத்து நீ உன் அம்மாவுடலில் இருப்பது துர்ஆத்மா என்பதை நீ அறிய முடியும் ....அந்த ஆத்மா உன் அம்மா உடலிலேயே நிரந்தரமாக தங்கியிருப்பதற்காக என்ன வேண்டுமானாலும் செய்யும்.... நீ சற்று கவனமாக இருந்து உன் அம்மாவை எப்படியாவது இங்கே அழைத்து வா .....அவர் உடலிலிருந்து ஆத்மாவை பிரித்து உன் அம்மாவை ஆத்மாவை அதில் செலுத்துவது என்னுடைய வேலை .....

......அதுவரைக்கும் எனது பேத்தி காஞ்சனை உன்னோடு துணை இருப்பாள்.... நீ அவளை அழைத்துச் செல்.... அந்த ஆவியால் உனக்கு ஏதேனும் கெட்டது நடக்காமல் ....அவள் உன்னை காத்துக் கொள்வார்.... உன் அம்மாவின் ஆத்மா ....இப்போது என்னிடம் இருப்பதை நீ அறிந்திருக்கும் இதேநேரம் ....அந்தத் துர்ஆத்மாவும் இந்த செய்தியறிந்து இருக்கும்....அதனால் நீ சற்று கவனமாகவே இரு....இதோ இந்த எந்திரத்தை கட்டிக் கொள் ....என்று துரையின் கையை நீட்ட சொன்னார் பூசாரி.

துரையும் அவர் சொல்லிவாரே கைகளை நீட்ட.... ஏதோ ஒரு எந்திரத்தை துரையின் வலது கையில் கட்டி விட்டார்.

....இப்போது இந்த இடத்தில் இருந்து எழுந்து வெளியே சென்று உட்கார்.... என்றார் பூசாரி நந்தன்.

துரை கனத்த மனதோடு சற்றே பயத்தோடு வெளியே வந்து முன்பு அமர்ந்திருந்த... அதே நாற்காலியில் அமர்ந்தான். இப்போது அவனுக்கு மனதிற்குள் மீண்டும் பெரும் குழப்பம் அப்பிக் கொண்டிருந்தது.

இவர் சொல்வதை நம்புவதா...நம்பாமல் இருப்பதா... என்றும் அவனுக்கு புரியவில்லை... மேலும் தன் தாயை உயிரோடு இருப்பதாகவும் சொல்கிறார் ....தன் தாய் இறந்து விட்டதாகவும் சொல்கிறார் எதை நம்புவது என்று ...அவனக்கு புரியவில்லை....

அப்போது அவனுக்கு அருகில் வந்து நின்றாள் காஞ்சனை.

...... ஐயா நீங்கள் அவர் சொல்வதை நம்புங்கள்..வீணாக குழம்பிக்கொண்டு இருக்காதீங்க...அது உங்கள் உயிருக்கு நல்லது இல்லை....இப்போது உங்கள் வீட்டிற்கு செல்லுங்கள் இன்னும் இரண்டு நாட்களில் நான் உங்களை காண்பதற்காக ...உங்கள் வீட்டிற்கு வருகிறேன்.... நான் அங்கு தங்குவதற்கு பிரத்தியேகமாக தனியாக ஒரு அறையை தயார் செய்து வையுங்கள்....

.....நான் அங்கு தனியாகவே தங்கி இருப்பேன் ..நான் எப்பொழுதும் உங்களுக்கு அருகில் இல்லாமல் தூரத்தில் இருந்தாலும் ....எனது கண்கள் உங்களைக் கண்காணித்துக் கொண்டிருக்கும் ....எனக்கும் என் தாத்தாவைப் போல .....சில மாந்திரீக சக்திகள் உண்டு.... நீங்கள் எதற்கும் கவலைப்பட வேண்டாம்.... நான் உங்களை கவனமாக பார்த்துக் கொள்கிறேன் சென்று வாருங்கள் ....என்றாள் காஞ்சனை..மேலும்...

...அந்த துர்ஆத்மா யாருடையது என்பதை நான் முதலில் கண்டுபிடிக்க வேண்டும்..அப்போது தான் அதை அழிக்க வழி கண்டுபிடிக்க முடியும்.. நான் இன்றே அந்த பெரிய நம்பூதிரி கிருஷ்ணன் உன்னியை பார்த்து விட்டு வருகிறேன்..கண்டிப்பாக உங்கள் அம்மாவை மீண்டும் உயிரோடு கொண்டு வருவேன்..இது என் அம்மா மாகாளி மீது ஆணை.......என்றவாறே உறுதியாக தன்னம்பிக்கையோடு பேசினாள் காஞ்சனை...

அப்போது அருகில் இருந்த வேப்பமரத்தில் கட்டப்பட்டிருந்த மணி சத்தமாக ஒலித்தது...காஞ்சனை புன்னகையோடு நின்றிருந்தாள்.முகத்தில் மகிழ்ச்சி.

துரையோ அதிசயமாக அதை பார்த்து கொண்டு இருந்தான்.

..யார்..இப்போ...மணி அடிச்சது...

....அந்தப்பய முருகவேல் எங்கடா போனான்.... துரைக்குள்ளே சஞ்சலம்...

துரை பெருத்த குழப்பத்தோடு வண்டியில் ஏறி பங்களாவை நோக்கி புறப்பட்டான்.

மனதிற்கு நண்பனின் இறப்பு நினைவு வரவே.. சோமுவின் இல்லத்திற்கு சென்று அவங்க அப்பாவை பார்க்க வேண்டும் என்று தோன்றியது. வண்டியை சோமுவின் வீட்டிற்கு செலுத்தினான்.

அங்கே சோமுவின் வீடோ அலங்கோலமாக இருந்தது.வீட்டின் சோமுவின் சாம்பல் கடற்கரை எடுத்துச் செல்லத் தயாராக ஒரு கலசத்தில் போட்டு வைக்கப்பட்டு இருந்தது.

சாம்பலை எடுத்துச் சென்று கடலில் கரைப்பதற்கான ஏற்பாடுகள் தயாராகி கொண்டிருந்தது...

துரை தயக்கத்தோடு கணக்குப்பிள்ளை நாராயணனிடம் சென்றான். துரையை பார்த்ததும் நாராயணன் எழுந்து நின்று வணங்கினார்.

துரையை பார்த்ததுமே அவரது கண்கள் கலங்கி நீர் ஓடியது.

துரையின் முகத்தை கண்டதும் சோமுவின் அம்மா பார்வதி வேகமாக ஓடிவந்து துரை கையை கட்டிக்கொண்டாள்.

" துரை பார்த்தாயா... உன் நண்பன் சோமுவை பார்த்தாயா ....இந்த கலசத்துக்குள்ள அடங்கி விட்டான் பார்த்தாயா ....".என்று கதறி அழுதாள்.

துரைக்கும் என்ன சொல்வதென்றே தெரியவில்லை .அவர்களை தேற்றினான்.கணக்குப்பிள்ளை நாராயணன் அங்கிருந்த நாற்காலியில் அமரச் சொன்னார்.

துரையின் காலடியில் அமர்ந்து சோமுவின் அம்மா ஒப்பாரி வைத்து அழ தொடங்கினாள்.

..ஆசைக்கு ஒன்னே ஒன்னு
நான் புடிச்ச முயலுக்கு குஞ்சு
நாலு கால் பாய்ச்சலில்
ஊறெல்லாம் ஓடிருச்சு...
நாவடக்கம் கூட லியோ
நாளு கடக்க தூரம் இல்லையோ
இன்று கண்ணு மூடிருச்சு
ஏன் பெத்த வயிறு எரியவைச்சு
போயிருச்சு....
சோதனையை சோதிக்கும்
ஜோதிக்கு சோதி போலே
சேத்தே பேரு வச்சேன்
சோமுனு நானோ.....
சொக்கத்தங்கம்
என் தங்கமே...
என் இரத்தமே....
யாரு கண்ணு பட்டுச்சோ
மண்ணு தின்ன கூடிருச்சு
மகராசன் வந்திருக்கான்
சினேகிதமா ஒத்தையா
உன்கூட விளையாட
வந்திருக்கான்.....
ஓவியம் அழிச்சிப்புட்டு
உடலை மட்டும் வைச்சுக்கிட்டு
ஒத்தையில வந்து இருக்கான்
உன் கூட பேச வந்துருக்கான் ....
எங்க இருக்க ....
சோமு தம்பி ....
ஏக்கம் சொல்ல கூடலையே
நீயும் எந்த வழி போன
தெரியலையே.....
பார்க்கிற திசையெல்லாம்

பால் போலயே....ஓ....ஓ...மகனே..
உன் மொகமே தோன்றுதடா ....
பட்டினி கிடந்து நானும்
செத்துப் போய்ட்டா
ஒன்னு வந்து சொர்க்கத்தில்
பார்க்க கூடுமோ.....
....ஐயகோ...அம்மையே...
என்ன செய்வேன் ....
ஆலோலம் பாடுகிறேனே...
தாலாட்டும் இப்போ
ஒப்பாரி ஆயிடுச்சே....
நீ தாலிகட்ட காத்திருந்த
தங்கமும் கருத்திருச்சே....

கண்ணுக்குள்ள தண்ணி சேத்து- நான் கப்பல் செஞ்சு விடுறேனே... காத்துல நீ கலந்-துட்டியோ...

என் கருவில் வளர்ந்து
குழந்தை பருந்து ஒண்ணு
சூரியனை நோக்கியும்
சிறகடிச்சு பறந்திடுச்சோ...
அந்த சூடு ஒண்ண தாக்கி கூட
இப்ப சாம்பலாவும் நீயும்
மாறிட்டியோ...
...ஐயகோ .....ஐயகோ ....
என் மகனே .....நாளும் பாடுவேனோ கண்ணே..... என் கற்பகமே ....
நான் உன் கண்ணு மூடி
உன்கூடவே...... வந்துட்டேன்டா...

சோமுவின் அம்மா கதறி அழ அழ... துரையின் கண்களிலும் நீர் வழியத் தொடங்கியது. சுற்றி இருந்தவர்கள் எல்லாரும் துரையை சுற்றி பிடித்துக் கொண்டார்கள்.அவர்களும் அழத் தொடங்கினார்கள்.

அந்த இடம் மீண்டும் துக்கத்தில் ஒப்பாரி பாடும் இடமாக மாறியது.

நாராயணன் ஒரு புறம் கண் கலங்க... சோமுவின் அம்மா ஒருபுறம் கண் நீர் சிந்த.... துளிர்த்தது துரையின் கண்களிலும் கண்ணீர் வழியவே... சுற்றிலும் இருந்த பெண்களும் கூடிக்கொண்டு ஒப்பாரி வைக்க துரை உடைந்து போனான்.

வாய்விட்டு கதறியே விட்டான். வாய்விட்டு கதறி அழுதான்.மிகுந்த கோபத்தில் கண்-ணீரோடு ...நாக்கு தழுதழுக்க கத்தினான்.

" .....சோமு உன்னை கொன்னவனை நான் சும்மா விடமாட்டேன்.அவங்களை நான் உயிரோட விடமாட்டேன்.... என்கிட்ட இருந்து எப்படி உன்னை பிரிச்சாகளோ.... அதே-மாதிரி அவங்களை நான் கண்டந்துண்டமாக வெட்டி கொல்லுவேன் ....இது என் நண்பன்

சோமு மேல சத்தியம்..." என துரை முகம் உடைந்து அழுதான்.

சுற்றிலும் இருந்த பெரியவர்கள் துரையையும் கணக்குப்பிள்ளை நாராயணனையும் தேற்றினார்கள்.

.... இங்கே பாருங்கள் துரை.... எழவு நேற்றே முடிந்துவிட்டது... பிணத்தை எரித்தே சாம்பலும் தயாராகிவிட்டது... இதற்குமேலும் அழுது கொண்டிருப்பது சரியல்ல ....இனிமேல் ஆக வேண்டிய காரியங்களை தான் பார்க்க வேண்டும்... நீங்கள் இனிமேலும் அழுதுகொண்டிருந்தால்...அவனது ஆத்மா சாந்தி அடையாது ...எல்லோரும் அழுவதை நிறுத்துங்கள் ....என்று கூறவே.

ஒருவருக்கொருவர் ஆறுதல் சொல்லி கண்ணீரைத் துடைத்துக் கொண்டார்கள்.

அப்போது அங்கு சுருளி வேகமாக ஓடி வந்து நின்றபடி மூச்சு வாங்கினான்.

"... துரை ...ஐயா... துரை அய்யா.. இங்கே வாருங்கள் ...''என்று கூப்பிட்டான்.

துரைக்கு ஒன்றும் விளங்கவில்லை. ஏன் இவன் மூச்சு வாங்க ஓடி வந்திருக்கிறான்...

...." ..என்னாச்சு..சுருளி...என கேட்டான்.

அவனோ பதிலேதும் கூறாமல் துரையை கையைப்பிடித்தே அழைத்தான்.

துரை நாராயணனிடம் ..

..."போகிறேன்....என்று சொல்லிவிட்டு சுருளியோடு நடந்தான்.

சுருளியும் துரையும் குதிரை வண்டியின் ஓரமாக நின்று பேசிக்கொண்டிருந்தார்கள்.

"... என்ன ஆச்சு ....என்ன சொல்லு... ஏன் இவ்ளோ வேகமா ஓடி வர... இத்தனை... பதட்டமா இருக்க ...''என்று கேட்டான் துரை.

சுருளி அதற்கு...

".. ..ஐயா ...ஐயா.... ஒரு அதிசயம் நடந்து விட்டது....என்றான் சற்று மூச்சு வாங்கியே திணறினான்.

...என்ன ஆனது... என்று கேட்டான்."

"....ஐயா....தெய்வநாயகி அம்மா உயிரோடு... நம் வீட்டிற்கு வந்து இருக்கிறார்கள் ....கூடவே ஒரு பெண்ணும்... ஒரு ஆணும் வந்து இருக்கிறார்கள்....'' என்று கூறினான்.

அதைக் கேட்டதுமே துரைக்கு உள்ளுக்குள் நடுக்கம் எடுத்தது.கூடவே அம்மாவின் உடலை மறுபடியும் பார்க்கும் ஆவலும் எழுந்தது.

உள்ளுக்குள் சந்தேகம்.. நான் இப்போது தானே பூசாரியின் வீட்டில் பேசிக் கொண்டு வந்தேன்.... இது எப்படி அதற்குள்ளாக நடந்திருக்கும் என்று கலங்கினான். இருந்தாலும் மனதை தைரியப்படுத்திக்கொண்டு கையில் கட்டியிருந்த இயந்திரத்தை சற்றே ஒருவினாடி நோக்கினான்.பெருமூச்சு விட்டான்.

சுருளியிடம் உண்மையை சொல்லலாமா என்று யோசித்தான். ஆனால் இவன் சொல்வதை யாரும் நம்பத் தயாராக இருக்க மாட்டார்கள். பிறகு சொல்லிக்கொள்ளலாம்.உண்மை தெரியும் வரை .தன் மனதிற்குள்ளேயே இருக்கட்டும் என்று நினைத்தவனாக..

சுருளியை அழைத்துக்கொண்டு வண்டியில் ஏறினான்.

.... சுருளி வண்டியை ஓட்டுகள்.. நாம் வீட்டுக்கு செல்லலாம் ...என்று வண்டியில் ஏறினான்.

வண்டி துரையின் வீட்டை நோக்கி ஓடத் தொடங்கியது.

துரையின் எண்ணமெல்லாம் பூசாரி சொன்னதைச் சுற்றி வட்டமிட்டுக் கொண்டிருந்தது.வீட்டிற்கு வந்திருப்பது யார்... நம் அம்மாவின் ஆவியோடு இப்போது தானே பேசிக் கொண்டு வந்தோம்... இங்கே வந்து இருக்கிறது... நமது அம்மா என்றால்.. நாம் அவளை எப்படி சமாளிக்க வேண்டும்..பேச வேண்டும் ..என்று தன் மனதிற்குள் பேசியே புலம்பிக் கொண்டிருந்தான்.

ஆனாலும் ஒரு முடிவுக்கு வந்தவனாக தன் கண்ணெதிரில் இருப்பவரையே தனது அம்மாவாக ஏற்றுக் கொள்ளலாம் என்ற முடிவுக்கு வந்தான்.

வண்டி அவனது மனதை விட வேகமாக அவனது வீட்டை நோக்கி ஓடிக் கொண்டிருந்தது. குதிரை வண்டி அவனது வீட்டை வந்து அடையும் போது சந்திரன் அப்போதுதான் ஓய்வு கேட்டு மேகங்களுக்குள் முகம் புதைக்க ஆரம்பித்திருந்தார் .அது ஒளி மங்கி சற்று இரவு கூடி இருந்தது. அப்போது மணி ஆறுமணி ஆகியிருந்தது.

துரையின் வண்டி பங்களாவை அடைந்தது..

துரை வண்டியை பங்களாவின் வாசலில் நிப்பாட்டி வண்டியிலிருந்து இறங்கி பங்களா வாயிலை நோக்கி நடந்தான்.

பங்களாவின் முற்றத்தில் ஒரு நாற்காலியில் ஒரு பெரியவர் அமர்ந்திருந்தார் .அவர் அன்று மலர்விழியை அழைத்துச் சென்ற அதே பெரியவர் அவனுக்கு புரிந்தது.இது தந்தையாக இருக்க வேண்டும் என்று நினைத்தான்.

அவரின் அருகே சென்றவன் கையெடுத்து வணங்கினான்.

..."வணக்கம் ..ஐயா.. வாருங்கள்.. என்றான்.அவரும் பதிலுக்கு

".... வணக்கம் ....என்ன துரை... ஐயா என்கிறீர்கள்.... என்னை மாமா என்று கூப்பிடுங்கள் ...என்றார் மாணிக்கம்.

துரையும் அதை ஏற்றுக்கொள்ளும் மனப்பக்குவத்திலேயே இருந்தான்.உடனே

...சரிங்க மாமா... என்றான்.கூடவே "

"...உங்கள் பெயர் மாணிக்கம் தானே.. என்றான் அவரை பார்த்து.. அவரோ

.....சரியாக சொன்னீர்கள் ..."என்றார்."

துரை எதிர் கேள்வி எழுப்பினான்.

"... முருகவேலைப் பார்த்தீர்களா காலை முதல் அவனைக் காணவில்லை..." என்றான்.

மாணிக்கமோ பதில் கேள்வி எழுப்பினார்.

....உங்களிடம் தானே இருந்தான்... என்று கேட்டார்.துரை அதற்கு பதிலளித்தான்.

"...நானும் காலை முதல் முருகவேலை தான் தேடிக் கொண்டிருக்கிறேன்... மாமா ..அவன் எங்கு சென்றார் ..என்றே தெரியவில்லை ...நேற்று இரவு முதலே முருகவேலை காணவில்லை.. " என்றான் குழப்பத்தோடு.

அதே குழப்பம் மாணிக்கத்தையும் ஒட்டிக்கொண்டது. அவரும் எங்கே போயிருப்பான் என யோசிக்க தொடங்கினார்.

அப்போது அங்கே யாரோ நடந்து வரும் கொலுசு ஓசை கேட்டது.

துரைக்கு கொலுசொலி வந்த திசையை நோக்கி ஏறிட்டு பார்த்தான். அங்கே மெல்லிடையாள் மலர்விழி மெதுவாக அடியெடுத்து துரையை நோக்கி நடந்து வந்து கொண்டிருந்தாள்.

துரையின் பார்வையில் மலர்விழி இன்று அழகோ அழகு அத்தனை அழகாய் இருந்-தாள்.அதே புன்னகை. துரையை துளைத்தெடுத்த கூறிய புன்னகை.. மயங்கியே போனான்.

ஆழியே பெற்றெடுத்த முத்து ஒன்று
ஆரஞ்சு பட்டுடுத்தி
சேலத்து மாம்பழமாம்
இரு கண்ணங்கள் சேர்த்து வைத்து...
ஆசைக்கு ஒன்றிரண்டு
அணிகலன்கள் பூட்டி
அங்கே அசைந்து வந்தால்
மகாலட்சுமியாய்..மலர்விழி..
மார்கழி குளிருக்கும்
மயங்காத மாராப்பு
மத்தியான வெய்யிலிலும்
கிறங்க வைக்கும் அவள் இணைப்பு..
மசக்கையா மாம்பழமும்
மறுத்துப் பேசா நுனிநாக்கு வெற்றிலையோடு
சுண்ணாம்பு மணமுடித்து
கலவி செய்த தித்திப்பு இதழ்கள் செதுக்கிய சிலை போல...
துரையிடம் நடந்து.வந்தாள் மலர்விழி.

அருகிலேயே வந்தவள்.ஆசையோடு கை வளையல் குலுங்க வழிபாட்டோடு வணக்கம் சொன்னாள்.

துரையோ மயங்கிவிட்டான்.மதி கெட்டும் போய்விட்டான்.இவள் தாலி கட்டாத தாரம் என்பதை அந்தக் கணமே மறந்துவிட்டான்.ஆசையோடு அவனும் அடுத்த நொடி அவளை கட்டி அணைத்தான்.முகத்தோடு கைகள் சேர்த்து நெற்றியில் ஆசைதீர முத்தமிட்டான்.

முகத்தை மூடிக்கொண்டு மாணிக்கம் திரும்பி நின்று சிரித்தான்.

அத்தனை சந்தோசம் துரைக்கு..
ஆர்ப்பரித்த கடல் போலே
ஆசை மனைவி கண்ணெதிரே அழகழகாய் நிற்கையிலே
அடிமை கண்ட ஆட்சி போலே
அவளைத் தூக்கிக் கொண்டு
உள்ளே நடந்தான்....
அரியணையில் அமர வேண்டும்
ஆட்சி செய்ய வேண்டும்
அவன் மனதையும் சேர்த்து
ஆட்சி செய்ய வேண்டும்....
துரை துடித்தே போயிருந்தான்

அவள் அழகில் மயங்கினான் ஆசையோடு கைகளிலே தூக்கியபடி மலர்விழியிடம் துரை கேட்டான்.

.... அம்மா ..எங்கே ..பொன்கொடி.. ...என்றான்.அவனுக்கு அவளை அப்படி அழைப்பதே பிடித்திருந்தது."

"...நான் மலர்விழி.....என்றாள்.

.....ம்..ஆகட்டும்.. என்றான்."

"... ஆனாலும் பரவாயில்லை.. உங்களுக்கு எப்படி தோணுதோ அப்படியே கூப்பிடுங்க...உங்கள் அம்மா அவர்களது அறையில் இருக்கிறார்கள்..சென்று பாருங்கள்..'' என்றாள் மலர்விழி.

"...சற்று பொறு இதோ வருகிறேன்...'' என்று அவளை தரையில் இறக்கி விட்டவன்.

மீண்டும் ஒருமுறை நெற்றியிலும் கன்னத்திலும் முத்தமிட்டான்.வேகமாக தெய்வநாயகி அறையை நோக்கி ஓடினான்.

படிகளை இரண்டிரண்டாக தாண்டி ஓடினான்.ஏனோ அவனது மனதில் இத்தனை நாட்கள் கழித்து அம்மாவை மீண்டும் காணப்போகும் துடிப்பு.

மனதிற்குள் உள்ளே இருப்பது ஒரு ஆத்மா என்பதும் ..அது ஒரு நடிப்பு என்பதும் அவனுக்கு தோன்றவே இல்லை... வேகமாக ஓடியவன் தெய்வநாயகியின் அறை வாசலில் நின்றான்.

கதவை மெல்ல திறந்தான். அறையின் ஒரு ஓரத்தில் நாற்காலியில் கால் மேல் கால் போட்டு தெய்வநாயகி அமர்ந்து இருந்தாள்.

துரை முதல் கோணலை உணர்ந்தான்.கால் மேல் கால் போட்டு அமரும் வழக்கமும் தனது தாய்க்கு இல்லை என்பதை அறிந்திருந்தான். ஆனாலும் அவனால் இருப்பதை ஏற்க முடிவெடுத்தான்.மதி அறியவில்லை தூரத்திலிருந்தே கத்தினான்.

"...அம்மா ...''என கத்தினான்.

தெய்வநாயகி கவனம் கலைந்து நாற்காலியிலிருந்து எழுந்திரித்து துரையை நோக்கி ஓடினாள்.துரையும் வேகமாக ஓடி தனது அம்மாவை கட்டி அணைத்துக் கொண்டான்.

தெய்வநாயகி துரையின் கண்களில்.. கன்னத்தில்.. நெற்றியில் முத்தமிட்டாள்.துரை அந்த நொடி சிறுபிள்ளையாகவே மாறிவிட்டான்.

இறந்துபோன தம் தாய் நீண்ட நாட்களுக்கு பிறகு உயிரோடு திரும்பினால்..எத்தனை சந்தோசம் இருக்கும்.

இதுபோல் ஒரு வாய்ப்பு எந்த மனிதனுக்கும் கிடைக்காது .துரை சந்தோசத்தில் தொலைத்தான். தன் தாயின் தோளைத் தொட்டு அப்படியே அணைத்துக் கொண்டு நாற்காலியில் அமர வைத்தான். தன் தாயிடம் கேட்டான்.

"... அம்மா எப்படி இருக்கிறீர்கள்..''

தெய்வநாயகியிடமிருந்து பதில் வந்தது.

...துரை நீ எப்படி இருக்கிறாய் .. நான் இல்லாமல் எப்படி நீ இருந்தாய் ...என்று கேட்டார்."

தெய்வநாயகியது குரலில் தொய்வு இருந்தது. தெய்வநாயகி குரல் முன்புபோல இல்லை ...மிகவும் மென்மையான குரல் இப்போது சற்றே கரடுமுரடாக வித்தியாசமாக இருப்பதை உணர்ந்தான் துரை.ஆனாலும் அதை வெளிக்காட்டிக்கொள்ளவில்லை.

"... நான் நன்றாக இருக்கிறேன் ..அம்மா ..நீங்கள் இல்லாமல் மிகுந்த கவலையில் இருந்தேன் ...மலர்விழி என்னிடம் சொல்லும் நாளில் தான் ...நான் உயிர் மீண்டு வந்தேன் ..'' என்று தன் கண்களில் நீரை வார்த்தான்.

தெய்வநாயகி அவனை கட்டிக்கொண்டு அழுதாள்.துரை அப்படியே பாதத்தின் அருகே அமர்ந்தான்.

அவனது விழிகளுக்கு இப்போது எதிரில் இருப்பது தெய்வநாயகி தான். அது அம்மா-வின் உடல் தான் தெரிந்தது... அது அம்மாவாகவே தெரிந்தது ...நடந்தவை அனைத்தையும் தெய்வநாயகியிடம் கூறினான் துரை.

ஆனால் மாகாளியம்மன் கோவில் பூசாரி சொன்னது மட்டும் தெய்வநாயகியிடம் சொல்ல மறுத்துவிட்டான். அவனுக்கு தெரியும் அல்லவா.. காஞ்சனை சொல்லி அனுப்பியதும் அது-தானே..

இருவரும் பேசிக்கொண்டு இருக்கும் போதே மலர்விழி அறைக்குள் நுழைந்தாள்.

''.. அத்தை நான் உள்ளே வருகிறேன்....'' என்றவள் அவளும் நடந்து வந்து துரையின் அருகே நின்று கொண்டாள் .

அப்போது பின்னாலேயே வந்த மாணிக்கம் தெய்வநாயகியைப் பார்த்து கேட்டான்.

... தெய்வநாயகி அக்கா...இருவருக்கும் எப்படி இருக்கிறது ..ஜோடிப்பொருத்தம் .....''என்று கேட்டான்."

அவர் சற்றும் சளைக்காமல் பதில் அளித்தார்.

". ஏற்கனவே பார்த்து முடிவு செய்த மணமகள் தானே இந்த மலர்விழி ...இருந்தாலும் இருவருக்கும் ஜோடிப்பொருத்தம். . ஆண்டாளும் கிருஷ்ணனைப் போல அழகாக இருக்கி-றது.... என்றாள் கூடவே தன் இரு கைகளை நீட்டி வைத்து ஆசிர்வதிக்க அழைத்தாள்.

துரையும் மலர்விழியும் அவள் காலில் விழுந்து ஆசிர்வாதம் வாங்கினார்கள். அப்போது மாணிக்கம் சொன்னார்

....அடுத்த முகூர்த்தத்திலேயே இருவருக்கும் கல்யாணம் செய்து வைக்க வேண்டும்... கூடிய விரைவில் ஒரு அய்யரை அழைத்து நல்ல மூர்த்தத்தை குறிக்க வேண்டும் ...''என்-றார்.கூடவே"

"....ஊரில் உள்ள அனைவரையும் கூட்டி .. அனைவரும் முன்னாலும் கல்யாணத்தை சீரும் சிறப்புமாக நடத்த வேண்டும்....'' என்றார்.

தெய்வநாயகியும். ". . சரி சிறப்பாக செய்து விடலாம் . ''என்று தலையை ஆட்டினாள் .

அப்போது அங்கே வந்த சுருளி

".....ஐயா உணவு தயாராக இருக்கிறது..நீங்களும் காலைமுதல் சாப்பிடவில்லை.... தெய்-வநாயகி அம்மா மதியம் முதல் சாப்பிடவில்லை... அம்மா ....நீங்கள் வருவதற்காகக் காத்துக் கொண்டிருக்கிறார்கள்... வாருங்கள் அனைவரும் இணைந்து ஒன்றாக உணவு அருந்தலாம் .. '' என்று கூப்பிட்டான்.

துரைக்கும் மிகுந்த மகிழ்ச்சி மலர்விழியையும் அழைத்துக்கொண்டு உணவருந்த வந்தான்.

காலை முதலே அவன் உண்ணாததால் மிகுந்த பசியில் இருந்தான் .... அன்றைய உணவு அவனுக்கு மிகுந்த விருப்பமாக இருந்தது.மனது சந்தோசமாக இருந்தது .அவனுக்கு

மிகவும் ருசியாக இருந்தது. வயிறுமுட்ட சாப்பிட்டான்.

துரைக்கு மலர்விழியே உணவைப் பரிமாறினாள். தெய்வநாயகி மலர்விழியையும் அமர்ந்து உணவு அருந்த சொன்னார் .

அவளும் துரையின் அருகில் இருந்த நாற்காலியில் அமர்ந்து ...துரையை உரசியபடியே சாப்பிட ஆரம்பித்தாள்.

துரைக்குள்ளும் ஆனந்தம் இன்பமாய் இருந்தது .

அன்றிரவு நடக்கப்போகும் விசித்திரங்களை உணராமல் துரை சந்தோசமாக சாப்பிட்டு முடித்தான்.

அப்போது இரவு எட்டு மணி....

உணவு உண்டு முடித்ததும் தனது தாயின் அறையில் அமர்ந்து நீண்ட நேரம் பேசிக்-கொண்டு இருந்தான்.

இரவு 11 மணி ஆகியிருந்தது.

இருவரும் நீண்ட நேரம் பேசிக் கொண்டிருந்ததில் நேரம் போனதே தெரியவில்லை .

துரை தனது அறைக்கு உறங்குவதற்கு செல்கிறேன் என்று தெய்வநாயகியிடம் கூறி விட்டு தன் அறைக்கு வந்து சேர்ந்திருந்தான்.

மலர்விழியும் மாணிக்கமும் தெய்வநாயகி அறைக்கு எதிரில் இருந்த அறையில் தங்குவ-தாக முடிவு செய்யப்பட்டிருந்தது .அந்த அறை துரையின் அறையிலிருந்து இரண்டு அறை-கள் தாண்டி இருந்தது.

முதல் அறையில் துரையும் இரண்டாவது அறையில் தெய்வநாயகியும் மூன்றாவது அறையில் ஆள்யாருமின்றியும் நான்காவது அறையில் மாணிக்கமும் மலர்விழியும் இருந்-தார்கள்.

துரை தனது படுக்கையில் படுத்து கண்ணயர்ந்தான.

துரை படுக்கையில் சற்றே கண்ணயர்ந்து இருந்தான்.அப்போது கதவு தட்டும் ஓசை கேட்டது.

துரை மெல்ல எழுந்து வந்து கதவைத் திறந்து பார்த்தான்.எதிரில் மாணிக்கம் நின்று கொணடிருந்தார்.

"...என்ன மாமா ஏன் இத்தனை அவசரமா கதவைதட்டி இந்த ராத்திரி வேளையில்....'' என்று கேட்க தொடங்கும்போதே ..

மாணிக்கம் சொல்ல தொடங்கினார்..

"....துரை நான் அவசரமாக எனது வீட்டிற்கு செல்ல வேண்டும்... இப்போதுதான் எனக்கு செய்தி வந்தது.. நான் கிளம்ப வேண்டும் ..''என்றார் மாணிக்கம்.

".... சரிங்க மாமா கவனமாக சென்று வாருங்கள் ...''என்றார் துரை தூக்க கலக்கத்தில் ஏதும் புரியாமல்.

....நான் திரும்பி வரும் பொழுது ...நல்ல ஜோதிடரை அழைத்து வருகிறேன்... திரும-ணத்திற்கு நாள் குறித்து விடலாம்.... என்று சொன்னார் மாணிக்கம் ."

"....சரிங்க மாமா அப்படியே ஆகட்டும்..''. என்று துரை அனுப்பி வைத்தான்.

மீண்டும் கதவை தாழிட்டு விட்டு வந்து தனது படுக்கையில் அமர்ந்தான். அவனுக்கோ காலையிலிருந்து அலைந்த அசதி உடனேயே படுத்து உறங்கி இருந்தான்.

இரவு 12 மணி ஆனது .அவனது அறையின் மூலைக்குள் யாரோ அழுது கொண்டிருப்பது போல சத்தம் கேட்டது... துரை மெல்ல அசைந்து, கோபமாக கண்விழித்தான் .அந்த அழுகை குரல் ஒரு ஆணின் அழுகை குரலாக இருந்தது.

அழுகை சற்றே நேரத்தில் ஒப்பாரி பாடலாக மாறியிருந்தது. அது காலையில் கேட்ட சோமுவின் அம்மாவின் அழுகையை அப்படியே பிரதிபலிப்பதாக இருந்தது.

அழுகுரல் கூக்குரலாக மாறத்தொடங்கியது...அது துரையின் உடலைக் கிழித்துக் கொண்டு மண்டைக்குள் சென்றது. அவனது உடம்பு ஏதோ அதிர்ச்சியில் உறைந்தது.. ரோமங்கள் செங்குத்தாக குத்திட்டு நின்று கொண்டிருந்தது.

அவனுக்குள் இனம் புரியாத பயம்.பூசாரி சொன்ன துர்ஆத்மா கதைகளும் அவன் சிறுவயதுமுதல் படித்த கேட்ட பேய்கதைகளும் நெஞ்சில் வந்து பீதியைக் கிளப்பியது...

"....யாருது அழுவது...." என்றவாறே மெல்ல எழுந்தான் .

மெல்ல அந்த அழுகை வந்த திசையை நோக்கி நடந்தான் .அந்த அறை மிகவும் பெரிதாக இருந்ததால்.... அந்த அழுகை வந்த திசையை நோக்கி நடப்பது சற்று நேரமானது.... இவனும் சற்றே பயந்தவாறு .. மெல்ல மெல்ல அடியெடுத்து வைத்து நடந்தான்.

இவனோ அருகே செல்லச் செல்ல அந்த அழுகை சத்தம் குறைந்து கொண்டே வந்தது .அந்த அழுகை சத்தம் மெல்ல துரையின் கதவைத் நோக்கிச் சென்றது.

இவனும் இன்னும் வேகமாக தைரியத்தை வரவழைத்துக்கொண்டு நடந்தான்.

இப்போது அழுகுரல் கதவைத் தாண்டி வெளியே கேட்டது .துரையின் உடல் வியர்க்க தொடங்கியது...

துரை இப்போது குழம்பிப் போயிருந்தான்.

இப்போதுதான் அறையின் மூலையில் கேட்ட அழுகை குரல் அதற்குள் ....இப்போது எப்படி கதவின் அருகில் கேட்கிறது... என்று சந்தேகத்தோடு கதவை நோக்கி திரும்பினான்.சற்று தைரியத்தை வரவழைத்துக்கொண்டு வேகமாக கதவை நோக்கி வேகமாக நடந்தான்.

அப்போது அழுகை சத்தம் கதவுக்கு வெளியே மிகுந்த சத்தமாக கேட்டது.குரலின் சாயல் முருகவேலின் குரல்போல இருந்தது.

துரை மெல்ல கதவை திறக்க போனான்.அவனது மனமோ கதவைத் திறக்காதே என கத்திக்கொண்டே இருந்தது.

மனசுக்குள் பயம் வந்து அப்பிக்கொண்டது .துரைக்கு கால்கள் நடக்க மறுத்து பின்னலிட்டது.

அவன் அப்போது தனது குலதெய்வமான மாகாளியை துணைக்கு அழைத்தான். மாகாளியை மனதிற்குள் வேண்டிக் கொண்டான். இது ஏதேனும் ஒரு ஆத்மாவின் வேலையாக இருந்தால் தனக்கு உதவி செய்ய வருமாறு அழைத்தான்.

ஓடக்கரையாளே

ஓங்கிய அரிவாளே....

ஒருத்தனாய் தனித்திருக்கேன்...

ஒத்தாசைக்கு ஓடிவாயேன்....

பேய்கொண்ட சத்தமெல்லாம் - என்

சித்தத்தை பற்றுதம்மா...

சிங்கார நாச்சியே...நீ

வேலேந்தி என்னை காக்க வந்திடம்மா...

காளியே...மாகாளியே...

சிவனுக்கு அன்னையே....

சுடுகாட்டை ஆண்டவளே...

சுடர்கொண்ட விழியாளே...

கர்மவினை தீர்க்கவே

இக்கணமே ஓடி வாயேன்...

உன் அருமை மைந்தன் அழைக்கிறேன்...

என் நெஞ்சுக்குள்ள குடிவாயேன்...

காத்து கருப்பெல்லாம்

என் கண்ண தின்ன பாக்குதம்மா...

உன் தம்பி கருப்பனை அனுப்பிவையி

நானும் கருப்புகளை அழிச்சிடுவேன்...

மாகாளி யே

ஓடிவா....

என் மனதினுள் ஓடிவா..

பேய்களை ஓட்டிடவே..

பெருங்கோபமாய் ஆடி வா...அம்மா...

தாயே....

என்னை காப்பாத்து...

என்று மனதினுள் வேண்டிக்கொண்டான்...

அவன் குலதெய்வம் மாகாளியை வேண்டியதும் ...அவனது மனதிற்குள் ஒரு தைரியம் பிறந்தது .அந்தக் குரல் வந்த திசையை நோக்கி நடக்க ஆரம்பித்தான்.சற்றே ..திணர-லோடு.... அந்த குரலோ இவன்... நடக்க... நடக்க பின்னோக்கி போய்க் கொண்டிருந்தது.

இவனும் விடுவதாயில்லை..அந்த அழுகுரல் யாருடையது என்பதை அறிந்தே தீருவது என முடிவு செய்தே பின் தொடர்ந்தான்.

அந்தக் குரல் அவனது வீட்டின் பின்புறம் நோக்கிப் போனது. துரையும் சளைக்காமல் குரல் வந்த திசையை நோக்கி நடந்து போய்க் கொண்டிருந்தான்.

அப்போது குரல் ஓரிடத்தில் நிலை கொண்டது.அங்கு குரல் வந்த இடத்திற்கு அருகில் சென்று பார்த்தான்.

அவனது உடல் கூசியது..நடுங்கியது.. பயத்தில் புல்லரிக்க. . சிலிர்த்துப் போனான்.

அவன் அங்கு கண்டகாட்சிஅவன் இரத்தத்தை உறையச்செய்தது.

அங்கே காலையில் இறந்து போனதாய் நினைத்து மண்ணில் புதைத்து வைக்கப்பட்ட கிளி இப்போது மண்ணிற்கு மேலே படுத்துக் கொண்டு சிறகடித்து அழுது கொண்டிருந்தது.

காலையில் இறந்து போய் புதைத்த அந்த கிளி இப்போ எப்படி உயிரோடு வந்து மண்-ணுக்கு மேலே படுத்துக் கொண்டு சிறகடித்து அழுது கொண்டிருக்கிறது ...என்று ஆச்சரி-

யத்தில் ஆழ்ந்து போனான் துரை.

அதுவும் கிளி எப்படி ஆண் குரலில் ஒப்பாரி....ஆண் குரலில் அழும்... என்று வியந்துபோனவனாக...

அந்த கிளியை நோக்கி கையை நீட்டினான் ...மெல்ல குனிந்தான்.

அந்தக்கிளியை தொட்டு எடுக்க முடிவு செய்தான்..அவனது மனமோ வேண்டாமென எச்சரித்துக்கொண்டே இருந்தது.ஆனால் கைகளோ தானாக அந்த அழும் கிளியை எடுக்க முயற்சி செய்யவே நீண்டது.

அப்போது திடீரென பின்னாலேயிருந்து ஒரு உருவம் அவனது கையை பிடித்து இழுக்க....இவனோ பயந்தவனாக பின்னே திரும்பினான்.

அது........ தொடாதீர்கள் ...'' என்று கத்தியது."

அந்த குரல் வந்த பக்கம் திரும்பி பார்த்தான். அவன் கைகளைப் பிடித்து இழுத்திருந்தது. ஒரு பெண்ணின் கை

..ஆம் ..அது காஞ்சனையின் கை ..

காஞ்சனை அங்கே நின்றிருந்தாள்.

கழுத்தில் எலுமிச்சை மாலை...ருத்திராட்சம் மாலை...ஒரு மலர் மாலை ...நெற்றியில் நீண்ட பட்டை நடுவே...அடர்ந்த சிவப்பு பொட்டு.

அவளது முகம் அந்த பௌர்ணமி நாளில் இன்னும் பிரகாசமாக தெரிந்தது.

அவள் பேசத் தொடங்கினாள்.

"... துரை நீங்கள் பயப்பட வேண்டாம் ....நான் இங்கே வந்து விட்டேன் ...என்றாள் காஞ்சனை.

துரைக்கு அப்போது மிகுந்த சந்தோசம் தைரியமாய் உணர்ந்தான்.நல்லவேளை இவர் வந்து காப்பாற்றினார் என மனதை தேற்றினான்.

அப்போதும் அந்த கிளி அழுது கொண்டே இருந்தது கூடவே தரையில் இறக்கை அடித்துப் பிடித்துக் கொண்டு அழுது கொண்டிருந்தது.

துரை காஞ்சனையை பார்த்துக் கேட்டான்.

... காஞ்சனை என்ன இது... ஏன் இப்படி நடக்கிறது ...''என்று கேட்டான்."

"... சற்று பொறுங்கள் துரை...'' என்றவள் தன் தோளில் தொங்கிக்கொண்டிருந்த கைப்பைக்குள் கையை விட்டு விபூதியை எடுத்தாள்.ஏதோ வாயக்குள்நுழையாத பேரைச்சொல்லி மந்திரங்களை சொல்லியவள் அழுதுகொண்டிருந்த ..அந்த கிளியின் மீது விபூதியை தூக்கி எறிந்தாள்.

... ஓம்.. ஸ்ரீம் ...மஹா காளி நமஸ்தே... துராத்ம... ஏம்மா ...கம்போ அமிர்தா ஸும்பா....

ஏதோ மந்திரத்தை உளறி கொட்டினாள். அப்போது அந்த கிளி அழுவதை நிறுத்தி இருந்தது.

திடீரென அந்த கிளி உருவம் காற்றில் கரைந்து மாயமானது.துரைக்கு ஒன்றும் புரியவில்லை .காஞ்சனையை திரும்பிப் பார்த்தான்.

காஞ்சனை...

.... துரை என்னோடு வாருங்கள்... இது இப்போது விளக்குவதற்கான நேரமில்லை வாருங்கள்...'' என்று கையை பிடித்து அழைத்துக்கொண்டு பங்களாவிற்குள் நடந்தாள்."

"... துரை நான் தங்குவதற்கு பிரத்தியேக அறையை ஏற்பாடு செய்யச் சொல்லியிருந்தேனே செய்தீர்களா ...என்று கேட்டாள் துரையிடம் .

....ஆம் செய்திருக்கிறேன். அந்த மூன்றாவது அறையை உங்களுக்காகத்தான்.... யாருமின்றி இருக்கிறது... வாருங்கள் அந்த அறைக்கு செல்லலாம் ...''என்று காஞ்சனையை அழைத்துக்கொண்டு சென்றான்."

மூன்றாவது அறையின் வாசலில் அவளை நிறுத்திவிட்டு

"....இருங்கள் நான் இந்த அறையின் சாவியை எடுத்துக்கொண்டு வருகிறேன் ...என்று தன் அறையை நோக்கி ஓடினான்.

அந்த அறையின் அருகில் நின்றிருந்த காஞ்சனை சுற்றுமுற்றும் நோட்டமிட்டாள். அவளுக்கு புரிந்தது பக்கத்து அறையில்தான் தெய்வமாகி இருக்க வேண்டும்.தெய்வநாயகி உடலுக்குள் புகுந்திருக்கும் துராத்மா ...அங்கேயே அப்போது இருந்தது.

அதனைக்கண்ட அவளுக்குள் ஆச்சரியம் ஏன் இந்த ஆத்மா நம்மை ஒன்றும் செய்ய முயலவில்லை.... என் கண்களுக்கு மட்டுமே தெரிகிறது..என யோசனையில் மூழ்கினாள்.

அதன் நோக்கம் வேறு ஏதோ என்பதை அவள் புரிந்துகொண்டாள்.

அப்போது துரை சாவியோடு ஓடிவந்தான்.கதவைத்திறந்து காஞ்சனையை உள்ளே அழைத்துக்கொண்டு சென்றான்.

உள்ளே நுழைந்த காஞ்சனை அங்கு இருந்த நாற்காலியில் அமர்ந்தாள்.கூடவே துரையை அமருமாறு கூறினாள்.

துரையும் அவளும் எதிரெதிரே நாற்காலியில் அமர்ந்திருந்தார்கள்.

துரை மீண்டும் கேள்வி கேட்டான்.

... காஞ்சனா அது யார் கீழே அழுதது... என்னை அழைத்தது... யார்..'' என்று கேட்டான்."

"... துரை அவர்களே... இங்கே வந்திருப்பது சோமுவின் ஆவி... அதுதான் ....உங்களை அழுது கீழே அழைத்தது ....அது உங்களிடம் ஏதோ சொல்லுவதற்கு முயற்சி செய்து கொண்டிருக்கிறது ....ஆனால் அதை நீங்கள் நேரடியாகக் கேட்பது சரியாக இருக்காது ....அந்த சோமுவின் ஆவியோடு ஏதேனும் தொடர்புடைய துர்ஆத்மா ஏதேனும் வந்து இருந்தால்... உங்களது உயிருக்கு ...அது மிகுந்த ஆபத்தாக முடியும் ....நான் சோமுவிடம் பேசி அவர் என்ன சொல்ல வருகிறார் ...என்பதை நான் உங்களுக்கு தெளிவாக சொல்கிறேன்... அதுவரை சற்று பொறுமையாக இருங்கள் ...''என்றாள் காஞ்சனை.கூடவே

.... இன்று இரவு ஆகம வேலை முடிந்து விட்டது ..அதனால் நாளை மதியம் 12 மணி போல்... ஒரு சிறிய பூஜை செய்து சோமுவின் ஆவியிடம் நான் பேசி என்ன நடந்தது ...என்பதை உங்களுக்கு கூறுகிறேன்... அதுவரை பொறுமையாக... உங்களது அறையில் சென்று தூங்குங்கள் ....'' என்று கூறினாள்."

துரையோ காஞ்சனா இப்போதே அதற்கு பதில் சொல்வாள் என எதிர்பார்த்து காத்திருந்தவன் சற்று ஏமாற்றத்தோடு தலையை மட்டும் ஆட்டினான்.

"... உங்கள் அறைக்குச் செல்லுங்கள் துரை..'' என்றவள்.தனது பையில் இருந்த திரு-நீரை எடுத்து துரையின் நெற்றியில் ஒரு கோடு போட்டார்.

""…. அந்த மகா காளி துணையிருப்பாள் போய் தூங்குங்கள்..'' என்றாள்.துரை தலையை ஆட்டினான்.

துரைக்கோ தூக்கம் எப்போதோ தொலைந்து போயிருந்தது. மெல்ல நடந்து வந்து தன் படுக்கையின் மீது அமர்ந்தான்.

அப்படியே வீட்டில் நடப்பதை ஒன்றோடு ஒன்றாக பொருத்திப் பார்த்தான்.

நம்மைச்சுற்றி ஏதோ திட்டமிடல் நடக்கிறது என்பதை புரிந்து கொண்டவன்.

நாளை இந்த முருகவேலை தேடிக்கண்டு பிடிக்க வேண்டும் என முடிவெடுத்தவன்.

சற்று நேரத்தில் சேவல் கூவிடவே ..

இன்றைய தூக்கம் போச்சா...என்றவாறே படுக்கைமீது அப்படியே படுத்தான். மெல்ல கண்ணயர்ந்தான்.

வளையொலி இசைக்க
வாடாமலர் வளைக்க
வாடைக்காற்றாய்
மூச்சுக்காற்று தீண்ட...
தீராஅமுதா...
திருப்பாவை திமிராய்...
கருவிழி வீணையாக
கருத்தை கலைக்க
எழுந்தான்... துரை...

துரை இன்று விழித்தது மலர்விழியின் முகத்தில் தான். இந்த நாள் இனிய நாளாக அமையட்டும் என்று மனக்கோட்டை கட்டினான்.

திரைச்சீலைகளை நீக்கி விட்டு அவன் கவனிக்கும் முன்பு கடைவிழியில் தீண்டிய படி மெல்ல நடந்தாள் மலர்விழி.

கூடவே மல்லிகை வாசனையாய் மெல்லிய தூரல் வீசினாள்..

...உணவருந்த கீழே வாருங்கள்.. அத்தே காத்திருக்காங்க....என்றபடி கொலுசொலி கூவிட நடக்கலானாள்."

துரைக்கோ மிகவும் மகிழ்ச்சி. நீண்டநாட்களாக போதையோடு ஆரம்பித்த காலை இன்றோ பேதை சிரிப்போடு துவங்கியதும் உற்சாகமானான்.

காலைக்கடன்களை முடித்துவிட்டு காலை உணவிற்காக உணவறைக்கு வந்தான்.

அங்கே தெய்வநாயகி.. மலர்விழி.. இருவரும் அவனுக்காக காத்திருந்தனர்.

அவனோ ஆசையோடே உணவருந்த அமர்ந்தான்.நீண்ட நாள்கழித்து அம்மாவோடு மலர்விழியும் அருகிலிருக்க வேலைக்காரர்களின் சமையலே ஏனோ அத்தனை சுவையாய் இருந்தது.

அம்மாவின் சமையலை மறந்திருந்தான்.ஏனெனில் சிறுவயதுமுதலே அவன் அம்மா தெய்வநாயகி சமையலை மட்டுமே சாப்பிட்டவன்.இன்று அம்மா வந்தபிறகும் அவர் ஏன்

சமைக்கவில்லை என சிந்திக்க தோன்றவில்லை.

அவனது கவனமெல்லாம் மலர்விழியைச்சுற்றியே வட்டமிட்டது.எத்தனை நாள் இவளை நினைத்து ஏங்கியிருப்பான்.இன்றோ அவள் அருகில் அமர்ந்தே உணவருந்தும் பாக்கியம் அவனுக்கு பெரியதாக தெரிந்தது.

அனைவரும் காலை உணவை முடித்து விட்டு முன்னறையில் அமர்ந்திருந்த நேரம்.

துரை சுருளியைப் பார்த்து கேட்டான்.

" ...சுருளி யாருடைய சமையல்.. இது அருமையாக இருந்தது... என பாராட்டினான்.

"...அய்யா...அது நம்ம சின்னராசுவோட சமையல் தான்யா...என கூறவே துரைக்குள் ஆச்சரியம் இத்தனை நாள் பிடிக்காத அவன் சமையல் இன்று பிடித்திருந்தது. காரணம் நினைத்து அவனுக்குள்ளே சிரித்துக்கொண்டான்.

அப்போது சுருளி...

"...அய்யா..நீங்கள் அப்போது போல இல்லாமல் இன்று அம்மாவோடு சந்தோசமாக இருக்கறதால...எல்லாமே சுவையாய் தான் இருக்கும்... என்றான் அவனது வயதிற்கேற்ற இரட்டை அர்த்தத்தில்...

துரையோ மெல்ல புன்னகைத்தான்.அருகில் அமர்ந்திருந்த மலர்விழிக்கும் வெட்கம்.நாணியபடி மெல்ல எழுந்து தனது அறைநோக்கி ஓடினாள் .

"...ஏன் சுருளி....என்ன சொல்ல வர்ர.. இது தெய்வநாயகி.

....அம்மா...நீங்கள் மறுபடியும் உயிரோட வந்திருக்கீங்க...அதனால் நீங்களும் அய்யாவும் ஒரு தடவை நம்ம குலதெய்வ கோவிலுக்கு போயிட்டு வந்திடுங்களேன்....'' என்றான் ஆசையோடு.."

"...அம்மா...இது எனக்கும் தோனுச்சு...நீங்கள் போயி தயாராகிட்டு வாங்க...நாம மூணுபேரும் போயிட்டு வந்திடலாம்..'' துரை.

...ம்...போகலாம்...''என்றவள் ஏனோ அதற்கு மேல் அங்கிருக்க விரும்பாமல் தனது அறைக்கு எழுந்து போனாள் தெய்வநாயகி."

...சுருளி..நீ...போயி..மலர்விழியை தயாராக சொல்லு...நாங்கள் கோயிலுக்கு போயிட்டு வர்றோம்...அப்படியே பூசாரிக்கு சொல்லி பூசைக்கு ஏற்பாடு பண்ண சொல்லுங்க.. என்றவன்...பேச்சை பாதியிலேயே நிறுத்தினான்.

அப்போது தான் துரைக்கு காஞ்சனையின் நினைவே வந்தது.

இரவு வந்த காஞ்சனை இதுவரையும் அறையை விட்டு வெளியே வரவில்லை. உணவு உண்ணவும் நான் அழைக்கவில்லை என நினைத்தவன்.

வேகமாக எழுந்து காஞ்சனை தங்கியிருந்த அறையை நோக்கி நடந்தான். அருகே சென்று கதவை தட்டிப் பார்த்தான்.ஆனால் கதவே தாழிடவே இல்லை. தானாகவே திறந்துகொண்டு உள்ளே போனது. அவனுக்குள் ஆச்சரியம்.

மெல்ல சத்தமிட்டவாறே உள்ளே போய் பார்த்தேன்.

...காஞ்சனை... காஞ்சனை.. எங்கே இருக்க...

மேலும் ஆச்சரியம் அங்கு அவள் இல்லை மாறாக அங்கு யாரும் வந்து சென்றதற்கான எந்த ஒரு அறிகுறியும் இல்லை.

சுற்றும் முற்றும் தேடிப் பார்த்தான். குளியலறை, மற்ற அறைகள் அனைத்தும் தேடிப்-பார்த்தான். எங்கு தேடியும் காஞ்சனை இல்லை.

வேகமாக கீழே இறங்கி வந்தவன் சுருளியைத் தேடினான்.

"...சுருளி...சுருளி...எங்கிருக்க...'' என கூப்பிட்டவாறே தேடிக்கொண்டு தோட்டத்திற்கு வந்தான்.தோட்டம் அந்த பங்களாவின் பின்புறம் இருந்தது. அங்கே விறகுகளை உடைத்துக் கொண்டு இருந்தான் சுருளி.

துரை அவனிடம் கேட்டான்.

...சுருளி இரவு எனக்கு உதவி செய்வதற்காக காஞ்சனா... என்ற மாந்திரீக பெண் வந்-திருந்தாங்க அவங்களை பார்த்தாயா ...''என்று கேட்டான் ."

"...இல்லையே ..அய்யா... அப்படி யாரேனும் வந்து இருந்தா ...எனக்கு தெரிந்திருக்குமே ...இதுவரை யாரும் அதுபோல வீட்டிற்கு வரவில்லையே..அய்யா..'' என்றே

அவன் சொல்வதும் உண்மைதான் வீட்டிற்குள் யாரும் சுருளிக்கு தெரியாமல் வர முடி-யாது. ஏனெனில் அவனது இரவு காவல் அத்தனை பாதுகாப்பானது என துரைக்கும் மனது சொல்லியது.

...அப்படியானால் இரவு திடீரென எப்படி அவள் என் பின்னே வந்து நின்றாள்... என்னை ஆசுவாசப்படுத்தி அந்த அறைக்கு அழைத்துச் சென்றாள்....ஆனால் இப்போது அவர் வந்து சென்ற எந்த ஒரு அறிகுறியும் இல்லை.... என தனக்குள்ளேயே கேள்வி எழுப்பி விடை தெரியாமல் தவித்துக் கொண்டிருந்தான் துரை.அப்படியே மெல்ல யோசித்த-வன், நடந்து பங்களாவின் முன்புறம் வந்தான்."

அப்போது பங்களாவின் முன்புறமாக புதியதாக ஒரு குதிரை வண்டி வந்து நின்றது. அந்த வண்டியில் இருந்து இறங்கி வேகமாக உள்ளே வந்து கொண்டிருந்தான் முருகவேல்.

கூடவே ஒரு அழகான இளம்பெண்ணும்... அவளோடு வயதான பெண்மணி ஒருவரும் பின்னே நடந்து வந்து கொண்டிருந்தனர்.

துரையைப் பார்த்ததும் முருகவேல் வேகமாக ஓடி வந்தான்.அந்த இளம் பெண்ணோ பின்பு மெதுவாக நடந்து வந்தாள்.

வேகமாக ஓடிவந்த முருகவேல் துரையின் கைகளைப் பிடித்துக் கொண்டான்.

".... ... என்ன முருகவேல் ...என்ன பதட்டமாக இருக்கிறாய்... இரண்டு நாட்களாக ஆளையே காணவில்லை... எங்கே சென்றீர்கள் ...''என்று கேட்டான்.

முருகவேலோ ....நான் பதில் சொல்கிறேன் ..துரை.. வாருங்கள்... உங்கள் அறைக்கு செல்லலாம்... என்றான்."

"...அது இருக்கட்டும்.... எனக்கு நீ பதில் சொல்... யார் இவர்கள் இவர்களை ஏன் இங்கு அழைத்து வந்திருக்கிறாய்...'' என்று கேட்டான் துரை.

...துரை அதற்கான பதிலையும்... நான் உங்களுக்குச் சொல்கிறேன்.. உங்களிடம் தனி-யாக பேசவேண்டும் ...வாருங்கள் உங்களது அறைக்குச் செல்லலாம் ....''என்று கூப்பிட்டான் முருகவேல்."

".... சரி வா செல்லலாம்...'' என்றபடி மெல்ல அறையை நோக்கி நடந்தான் துரை.

முருகவேல் அந்த இளம்பெண்ணையும், வயதான பெண்ணையும் பார்த்தான் ...

...பூரணி ....அம்மா...இருவரும்...இங்கேயே இருங்கள்..நான் இப்போது வருகிறேன்..."" என அங்கிருந்த இருக்கையில் அமரவைத்துவிட்டு துரையின் அறையை நோக்கி நடந்தான் முருகவேல்."

அந்த இளம்பெண் பூரணியும் அவளது அம்மாவும் அங்கு இருந்த இருக்கையில் அமர்ந்தவாறு சுற்றிலும் நோட்டமிட்டார்கள்.

துரை அறைக்குள் வந்து இருக்கையில் அமர்ந்திருந்தான்.முருகவேல் அந்த அறைக்குள் நுழைந்ததும் கதவை தாளிட்டான். தானும் ஒரு இருக்கையை எடுத்து துரைக்கு நேரெதிரே அமர்ந்தான்.

"....துரை...நான் இப்போது சொல்வதை கவனமாகக் கேளுங்கள் ...என்று ஆரம்பித்தான்.

துரையும் சரியெனத் தலையை ஆட்டியவாறு முருகவேல் சொல்வதை காது கொடுத்து கேட்க தயாரானான்.... நிமிர்ந்து உட்கார்ந்தான்..

அன்றிரவு நாம் இருவரும் மது அருந்திக் கொண்டிருந்த நேரம். நீங்கள் மது போதையின் உச்சத்தில் இருந்தீர்கள். நான் உங்களை கைத்தாங்களாக அழைத்துக் கொண்டு உங்களது அறைக்கு சென்றேன்.

உங்களை அங்கே தூங்க வைத்துவிட்டு, நான் வெளியே வந்தேன்.அப்போது பண்ணை தோட்டத்தில் இருந்த வேலைக்காரன் ஒருவன் என்னை பார்ப்பதற்காக வந்திருந்தான். அவன் என்னை பண்ணை வீட்டிற்கு அழைத்து சென்றான். நானும் அவனோடு அவனது மாட்டுவண்டியில் பண்ணை வீட்டிற்கு சென்றோம். அங்கு அவர்கள் உன் அம்மாவின் கல்லறையை இடிக்கும் பணியை ஆரம்பித்திருந்தார்கள். வேலை செய்வதில் மும்முரமாக இருந்தார்கள். நானும் அவர்கள் கல்லறையை உடைப்பதை மேற்பார்வை செய்து கொண்டிருந்தேன்.

அப்போது இரவு நடுநிசியைத் தாண்டி இருந்தது.அப்போது அவர்கள் அனைவரும் ஓய்வு கேட்டு சிறிது தூரம் ஓய்வெடுக்க சென்றார்கள். நானோ அப்போதும் கல்லறை அருகிலேயே நின்று கொண்டிருந்தேன்.

அப்போது நான் தடுமாறிப் போய் கல்லறை மீது விழுந்து விட்டேன்.அப்போது என் கைகளில் ஒரு மந்திர தகடு ஒன்று அகப்பட்டது. நான் அதை தூரமாக தூக்கி எரிந்துவிட்டேன்.அப்போது அந்தக் கல்லறையில் இருந்து ஏதோ ஒரு வெள்ளை நிற உருவம் ஒன்று வெளியே வந்தது. எனக்கு அதைப் பார்த்ததும் உடம்பெல்லாம் நடுங்கிப் போய்விட்டது .அதன் முகம் சரியாக எனக்குப் புலப்படவில்லை. ஆனால் ஒரு புகையைப் போல தெரிந்தது. அது என்னோடு பேச தொடங்கியது.

அந்த புகை உருவம் என்னைப் பெயர் சொல்லி அழைத்தது .

"....அது என்ன சொன்னது என்றான் ...''துரை ஆர்வமாக இடை மறித்து

...துரை அது உன் அம்மாவின் ஆத்மா .யாரோ அதை மந்திர தகடு கொண்டு உள்ளேயே அடைத்து வைத்திருக்கிறார்கள்.நான் அந்த தகட்டை எடுத்து தூக்கி எரிந்ததும் அது வெளியேறி என்னோடு பேசியதாக சொன்னது....என்றான் முருகவேல்."

"...வேறு என்ன சொன்னாங்க...''என்றே மேலும் ஆர்வமானான் துரை.

...துரை சற்றே பொறுங்கள்.. நீங்கள் அம்மா சொல்வதைக் கேட்பதற்கு முன்பாக ...முதலில் என் கதையை முழுமையாக தெரிந்து கொள்ளுங்கள்....'' என்றான் முருகவேல்."

"...சரி..சொல்..அதற்கு முன்பாக கீழே வந்திருப்பது ..யார்..அதுவும் சொல்...''என்றான் துரை.

...சொல்கிறேன் கேளுங்க.... இதோ கீழே வந்து இருக்கிறார்கள் அல்லவா. அவர்கள் யார் தெரியுமா .. அது எனது அம்மா ...உடன் இருப்பது எனது சிறிய தங்கை பூரணி.... மலர்விழி என் பெரிய தங்கை... சில வருடங்களுக்கு முன்பாக எனது அப்பா மாணிக்கத்திற்கும் ....அம்மாவிற்கும் இடையே பெரிய பிரச்சினை வந்தது... என் அம்மா தனது மகள் பூரணியோடு தனியாக எங்களது பூர்வீக வீட்டிற்கு சென்று விட்டார்கள்...மலர்விழியும் அப்பாவும் பங்களாவிலேயே இருந்து கொண்டனர். நான்தான் இரு வீட்டிற்கும் தூதாக சென்று வரும் ஒரே ஒரு ஆள்.... நான் இருவரையும் கவனித்து வந்தேன்.... அப்போதுதான் ஒருநாள் உன் அம்மா தெய்வநாயகியும்,கணக்குப்பிள்ளை நாராயணனும் ..... எங்களது பூர்வீகவீட்டிற்கு வந்திருந்தார்கள் .அங்கே இருந்தது பூரணியும் எனது அம்மாவும் நானும்."

அவர்களுக்கு பூரணியை மிகவும் பிடித்து இருந்தது.பூரணியிடம் நீண்ட நேரம் தனியாக பேசிக்கொண்டு இருந்தார்கள்.நானும் அம்மாவும் தனியே நின்று வேடிக்கை பார்த்துக் கொண்டிருந்தோம் .அவர்கள் என்ன பேசிக் கொண்டிருந்தார்கள் என்பது எங்களுக்கு தெரியவில்லை. நீண்ட நேரத்திற்கு பிறகு உன் அம்மா கிளம்பி விட்டார்கள். எங்களிடம் எதுவும் அவர்கள் பேசவில்லை ...அன்று உன் அம்மா கல்லறையில் என்னிடம் சொல்லும் வரையும் அவர்கள் இருவரும் பேசிக்கொண்டது என்ன என்பது எனக்கு தெரியவில்லை... அன்று உன் அம்மா பூரணியை உனக்கு மணமுடித்து வைப்பதற்காக தான் நீண்ட நேரம் அவளோடு பேசியிருக்கிறார்கள்.உன் அம்மாவிற்கு பூரணியை தான் மிகவும் பிடித்திருந்தது .ஆனால் பூரணியோ அக்கா மலர்விழியின் திருமணத்திற்கு பின்பே நான் திருமணம் செய்துகொள்வேன் என்று உன் அம்மாவிடம் தீர்க்கமாக சொன்னதால் உன் அம்மா சற்று கோபத்தோடு திரும்பி சென்றிருக்கிறார்கள். இந்த விஷயம் எனக்கு உன் அம்மாவின் ஆத்மா சொல்லும் போது தான் தெரிந்தது.....

".... இதன் கூடவே இன்னொரு விஷயத்தையும் நான் உனக்குச் சொல்கிறேன் கேள். மலர்விழியும் சோமுவும் காதலர்கள் நீண்ட நாட்களாக இருவரும் காதலித்து வந்திருக்கிறார்கள். இது எனக்கு உன் அம்மா சொல்லித்தான் தெரியும். அன்று உன் அம்மா எங்கள் வீட்டிற்கு வந்ததும் மலர் விழிக்கும் சோமுவிற்கும் திருமணம் செய்யும் விசயமாக பேசுவதற்காக தான்.அப்போது தான் அவர் எதேட்சையாக பூரணியை பார்த்து இருக்கிறார் .அவருக்கு பூரணியைப் பிடித்துப்போக உனக்கு திருமணம் செய்து வைக்க நினைத்திருக்கிறார்....

.... ஆனால் என்ன நடந்தது என்று தெரியவில்லை ....சிலநாட்களிலேயே உன் அம்மா இறந்துவிட்டார்... என்னிடம் வந்த என் அப்பா மாணிக்கமும்.... மலர்விழியைத்தான் தெய்வநாயகி அம்மா உனக்கு மணமுடித்து வைப்பதற்காக கேட்டதாகவும்.... நான் அதற்கு உதவி செய்ய வேண்டும் என்றும் ....உன்னை குடிகாரனாக இருப்பதிலிருந்து திருத்த வேண்டும் ....என்றும் கேட்டுக்கொண்டார்கள். அதனால்தான் நான் இதற்கு ஒத்துக் கொண்டு இங்கே வந்தேன்.... நானும் வந்த நாள் முதல் உன் கூடவே இருந்ததனால்... சோமுவை சரியாக கவனிக்க தவறிவிட்டேன் ....'''' என்றே தொடர்ந்தான் முருகவேல்."

இதைக் கேட்டுக் கொண்டிருந்த துரை குழம்பியே விட்டான்.கூடவே அவனது மனமும் மலர்விழியை நினைத்து கவலைப்பட தொடங்கியது.குழப்பமாக துரை முருகவேலிடம் கேட்-

டான்.

"…. அப்படி என்றால் மலர்விழி… எதற்காக இந்த ஊருக்கு வர வேண்டும்… என்னை பார்க்க வேண்டும் …'' என்றே எதிர்கேள்வி கேட்டான்.

…துரை…நான் சொல்வதை முழுவதும் கேளுங்க… அவசரம் வேண்டாம்….'' என்றான் முருகவேல்."

"…சரி..தொடரலாம்..'' என்றான்துரை.

…சரி… உன் அம்மா இறப்பதற்கு முந்தைய நாள் இரவு என் அப்பாவோடு கணக்கப்பிள்ளையோடும் தனது அறையில் பேசிக்கொண்டு இருந்திருக்கிறார்கள் ….அப்போதுதான் அங்கே உன் அம்மா தெய்வநாயகி மலர்விழிக்கும் சோமுவுக்கும் கல்யாணம் செய்து வைப்பது பற்றி இருவரிடமும் பேசி இருக்கிறார்கள்… கூடவே தனது விருப்பமாக துரைக்கு…பூரணியை கல்யாணம் செய்து வைக்க வேண்டும் என்றும்… பூரணியின் வழியே வரும் வாரிசுக்கு தான் ….இந்த சொத்து சென்று சேரும்… என்பதையும் சொல்லியிருக்கிறார்கள்… "

இதைக் கேள்விப்பட்ட மாணிக்கமும்,நாராயணனும் சேர்ந்து பின்னாளில் ஒரு திட்டத்தை தீட்டி இருக்கிறார்கள். அதேநாளில், ஆண்டான் உன் அம்மாவின் அறைக்குள் நுழைய இந்த இருவரும் அறையினுள்ளே ஒழிந்து கொண்டு தான் இருந்திருக்கிறார்கள்.அவர் நஞ்சு கலந்ததையும் பார்த்திருக்கிறார்கள்.அதை உன் அம்மாதான் கவனிக்காமல் அருந்திருக்கிறார்.

அதை இவர்கள் தங்களுக்கு சாதகமாக பயன்படுத்திக் கொண்டார்கள் .ஆண்டான் சென்றதும் இருவரும் வெளியேறி உன் அம்மாவிடம் நஞ்சு கலந்ததை சொல்லியிருக்கிறார்கள்.

உன் அம்மாவிற்கு பிழைப்போம் என்ற நம்பிக்கை இல்லை..அதனால் இறப்பதற்கு முன்பாகவே… கணக்குப்பிள்ளையிடமும்,மாணிக்கமிடமும் …தனது திட்டத்தை தெளிவாக சொல்லி இருக்கிறார்கள்.தனக்கு மாற்று மருந்து தருமாறு கேட்டிருக்கிறார்.

"…. பரம்பரை வைத்தியரான ..என் அப்பாவும் உன் அம்மா இறக்காமல் இருப்பதற்காக… உடனேயே மாற்று மருந்து கொடுத்து இருக்கிறார்.ஏனோ என் அப்பா மாணிக்கம் மாற்று மருந்தோடு ஏதோ ஒன்றை கலந்தே கொடுத்திருக்கிறார்.அதனால் தான் உன் அம்மா உயிரோடு இருந்திருக்கிறார்.மாறாக மயக்க நிலையிலேயே இருந்திருக்கிறார்…

… ..என்னப்பா மாணிக்கம் …சித்த வைத்தியத்தில் சிறந்தவர்.. அவர் விஷத்தை முறிப்பதில் மிகவும் சிறந்தவர்… அதனால்தான் அவர் கொடுத்த மருந்து உன் மாமா கொடுத்த விஷத்தை உடனடியாக முறித்திருக்கிறது… மாற்றாக உன் அம்மாவை மயக்க நிலைக்கு கொண்டு சென்றிருக்கிறது…. உன் அம்மாவின் உடலில் விஷமுறிவு இரண்டு நாட்கள் கழித்துதான் நடக்கும் …என்பதனால் என் அப்பா மாணிக்கம் அதை கண்டுகொள்ளவில்லை… மயக்க நிலையில் இருக்கட்டும் என்று விட்டு விட்டார் ….ஆண்டானும் உயிரோடே புதைக்கும் திட்டத்தில் மேலும் சந்தோசமாய் இருந்தார்..அதனால் உயிரோடு புதைக்கவும் ஏற்பாடு செய்தார்..உன்னை போதையிலேயே வைத்திருக்க மாரசாமியை உன்னுடனேயே இருக்க வைத்தார்….."

"…நீங்கள் உடலை புதைத்ததும் தங்களது ..திட்டப்படியே பாதாள அறைவழியே உன் அம்மா உடலை மீட்டு எடுத்து வந்திருக்கிறார்கள். ஆனால் துரதிஸ்டவசமாக… உன் அம்-

மாவின் ஆத்மா சிறிது நேரம் உடலை விட்டு பிரிந்து இருக்கிறது... அந்த நேரத்தில் உன் அம்மாவின் உடலுக்குள் ஒரு துர்ஆத்மா புகுந்துவிட்டது..பின்னாளில் உன் அம்மாவின் கல்லறையில் இருந்து ஆத்மா வெளிவராமல் இருக்க..சோமு மந்திர தகடையும் வைத்திருக்கிறான்.இது எல்லாம் உன் அம்மா சொன்னதினாலே தான்.. எனக்கு தெரிந்தது... ''

துரைக்கோ இத்தனை விசயம் தன்னைச்சுற்றி நடந்திருக்கிறதா என பதறியே போனான்.முருகவேலோ மீண்டும் தொடர்ந்தான்.

..துரை..நீங்க அறிந்து கொள்ள வேண்டிய இன்னொரு விஷயம் சொல்கிறேன் கேள் ...மலர்விழியின் வயிற்றில் வளர்ந்து கொண்டிருப்பது உன் பிள்ளையே அல்ல.... அது சோமுவின் பிள்ளை ...சோமுவிற்கும் மலர்விழிக்கும் உருவான குழந்தை...""

"... நீ போதையில் இருந்த அன்றிரவில்.. . மிகுந்த போதையில் தான் இருந்திருக்கிறாய்... ஆனால் உன் விரல் கூட மலர்விழி மேல் படவே இல்லை... நீ அவளை தொடவே இல்லை ..அவள் வீட்டுக்கு சென்ற சில நிமிடங்களில் மயங்கிப்போய் தூங்கியே இருக்கிறாய்.... .மாறாக அவள் உன்னிடம் சொல்லியதும்..உன் வாரிசு வயிற்றில் வளர்வதாக சொல்லியதும் சோமுவின் தூண்டுதலே.... நீயும் போதையில் இருந்ததால்... அதை அப்படியே நம்பி விட்டாய்.... உனக்கு ஏற்கனவே மலர்விழியை பிடித்திருந்தது ...அவளைக் காதலித்துக் கொண்டிருந்தாய்.... எனவே அவள் சொல்லியதை அப்படியே நம்பி விட்டாய்..'' என தொடரவே...

முருகவேல் சொல்லி முடிப்பதற்குள் துரைக்குள் கோபம் தலைக்கு ஏறியது..

தன்னை சுற்றி நடக்கும் இத்தனை விஷயங்கள் எனக்கு தெரியாமலேயே.. கோமாளி போலிருந்ததை நினைத்து வெட்கித் தலைகுனிந்தான். கோபத்தில் முகம் சிவந்தான்.

... என்ன சொல்கிறாய் முருகவேல்... இத்தனை விஷயங்கள் என்னை சுற்றி நடந்திருக்கிறது.... எனக்கு ஒன்றுமே தெரியவில்லை ....'' என்று கேட்டான் துரை சற்றே கோபமாய்.."

..ஆம்..துரை.. இவை அனைத்திற்கும் காரணம் உன் குடியே... நீ அதிகமாக குடித்துவிட்டு போதையிலேயே இருந்திருக்கிறாய் ...அதனால் உனக்கு நல்ல விஷயங்கள் எதுவுமே... உன் கண்ணுக்கு தெரியவில்லை ...உன்னை சுற்றி நடக்கும் சதியும் தெரியவில்லை... என்று முடித்தான் முருகவேல்.

..இப்போது நான் என்ன செய்யவேண்டும் முருகவேல்... என்றான்துரை குழப்பமாய்.

"..துரை... நாம் இப்போது மிகவும் கவனத்துடன் இருக்கவேண்டும்... உன் அம்மாவின் உள்ளே இருப்பது துராத்மா. அது என்ன வேண்டுமானாலும் செய்யும் ...மேலும் உன் அம்மாவின் ஆத்மாவிற்கு துராத்மாவை வெல்லும் அளவிற்கு சக்தி இல்லை.... இதை உன் அம்மாவே என்னிடம் சொல்லி இருக்கார்... அப்போது நான் தான் அவருக்கு அறிவுரை கூறினேன்.மாகாளியம்மன் கோவில் பூசாரி மிகவும் சக்தி வாய்ந்தவர் என்றும் அவரை சென்று பார்க்குமாறு உன் அம்மாவிடம் கூறினேன் ...அதற்கு பிறகு தான் உன் அம்மாவின் ஆத்மா மாகாளியம்மன் கோயில் பூசாரி சென்று பார்த்திருக்கிறது ...நானும் வரும் வழியில் அவரை பார்த்து விட்டு தான் வருகிறேன் ...இதோ கீழே அமர்ந்து உனக்காக காத்துக் கொண்டிருக்கிறாள் பார் பூரணி... அவள்தான் உனக்காக உன் அம்மா பார்த்த பெண்.... நீ அவளைத் தான் மணமுடிக்க வேண்டும்.... உன் சொத்துக்காக ஆசைப்பட்டு சோமுவின் குழந்தையை உன் குழந்தை..... என்று பொய் சொல்லி நாடகம் ஆடும் மலர்கொடியை நம்-

பாதே.... அவளும் என் தங்கை தான் ....ஆனாலும் அவள் சொல்லும் பொய்களை நான் ஏற்றுக்கொள்ள தயாராக இல்லை... அவள் என் அப்பாவின் கைகூலி...பேராசை பிடித்தவள். அவர் என்ன சொல்கிறாரோ அப்படியே செய்வாள்.... நியாய தர்மங்கள் அவளுக்கு தெரியாது ....சிறுவயதிலிருந்தே பணத்தின் மீது நீங்காத நாட்டம் கொண்டவள். . பணத்தை தவிர... அவளுக்கு பாசம் என்றால் என்ன என்பது அவளுக்கு தெரியாது... ஆனால் என் தங்கை பூரணி அவ்வாறு கிடையாது.. . அவள் என் அம்மாவைப் போலவே பாசமானவள் ...தெய்வீக பக்தியுடையவள்..." என்று முருகவேல் சொல்லிக்கொண்டே போக ...

துரைக்கு பதட்டம் படபடப்பு

...முருகவேல் நீ சற்று நேரம் அமைதியாக இரு...என்றவாறே எழுந்து நடக்கத் தொடங்கினான். அறைக்குள்ளேயே அங்கும் இங்குமாக நடந்து கொண்டிருந்தான். அவனது மனதில் ஏதேதோ கேள்விகள் ஓடிக் கொண்டிருந்தது.

மாகாளி அம்மன் கோயில் பூசாரி சொன்னதையும் முருகவேல் சொன்னதையும் அசைபோட்டுப் பார்த்தான்.

அவனுள் ஒரு கேள்வி எழுந்தது .

முருகவேலைப் பார்த்துக்கேட்டான்.

அப்படி என்றால்.. முருகவேல்... சோமுவை கொன்றது யார்... என கோபமாகவே கேட்டான்.அவனுக்குள் குழப்பம் முருகவேல் சொன்னதை பாதியும் நம்பியும் நம்பாமலும் கேட்டான்.

முருகவேல் அதற்கு பதில் சொன்னான்

"... சோமுவை கொன்றது உன் அம்மா தெய்வநாயகி...''

...என்ன.. என் அம்மா சோமுவை கொன்றார்களா... ஏன் கொல்ல வேண்டும்... அதற்கு என்ன காரணம் ..""என்றான் துரை."

"... அதற்கு நீயே காரணம் துரை..என்றான் முருகவேல்.

...என்ன..நான் காரணமா ....தெளிவாகச் சொல் ...என்று கேட்டான் துரை."

...ஆம் துரையே உன் அம்மாவின் உடலில் இருக்கும் தூர்ஆத்மாவே காரணம்...அது துர்ஆத்மாவாக இருந்தாலும் அது உண்மையாகவே உன்னைத்தான் மகனாக இதுவரைக்கும் நினைத்துக் கொண்டு செயல்பட்டு கொண்டிருக்கிறது... அதற்கு நடந்த உண்மைகள் அனைத்தும் மலர்விழியின் கைகள் உன் அம்மாவின் கால்களை தீண்டியதுமே புரிந்து கொண்டது... மலர்விழியின் பொய்யை நன்றாக தெரிந்து கொண்டது.... தன் கருவில் வளர்வது தன் மகன் துரையின் குழந்தை இல்லை... அது சோமுவின் குழந்தை என்பது தெய்வநாயகி உருவிலிருக்கும் ஆத்மாவிற்கு நன்றாக தெரிந்து விட்டது ...தனக்கு எதிராக திட்டம் தீட்டியதும்...அந்த ஆத்மாவிற்கு பிடிக்கவில்லை... அந்த ஆத்மாவிற்கு உன்னை மட்டுமே பிடித்திருக்கிறது.... அதனால்தான் அது சுருளியின் மூலமாக சோமுவைப் பிடித்து ....தன் ஆத்திரம் தீருமட்டும் வெட்டிக்கொன் றிருக்கிறது.... என்றான் முருகவேல்.

...இதெப்படி... முருகவேல் ...அது ஆத்மா தானே.... ஏன் அவனை வெட்டிக் கொள்ள வேண்டும்.... அவனை கடித்து சாப்பிட்டு இருக்கலாம் அல்லது ரத்தத்தை குடித்து இருக்கலாமே ...என்று கேட்டான் துரை.

"...துரை உன் கேள்வியும் சரிதான்... ஆனால் அந்தத் துர்ஆத்மாவின் பலம் வருகின்ற அமாவாசைக்கு மேல்தான் அதிகரிக்கும்.... அதுவரையும் அது ஒரு சாதாரண பெண்ணாக உன் அம்மாவை போல மட்டுமே நடந்து கொள்ளும்.... அதற்கு மீறிய சக்தி அதற்கு இது-வரைக்கும் கிடைக்கவில்லை.... வருகின்ற அமாவாசை நாள் முதலே அது தனது கோர உருவத்தைப் காட்ட ஆரம்பிக்கும்..." என்றான் முருகவேல்.

"...நீ சொல்வது சரினே வைச்சுக்குவோம்...அமாவாசை நாளுக்கு அப்புறம் அதன் சக்தி எப்படி அதிகரிக்கும் ...அப்போது என்னென்ன விபரீதங்கள் நடக்கும் ...என்று உனக்கு தெரியுமா ..முருகவேல் ..''என்றான் துரை.

"... துரை எனக்கு ஒன்றும் தெரியாது... எனக்கு தெரிந்த விஷயங்கள் அனைத்தையும் சொல்லிவிட்டேன்... இன்று இரவு காஞ்சனா ஒரு பெரிய மயான பூஜை ஏற்பாடு செய்-திருக்கிறார் ...அந்த மயான பூஜையின் மத்தியில் ....இந்தத் துர்ஆத்மா யார் என்பதை-யும் ...இதற்கு எந்த வகையான சக்திகள் வர இருக்கிறது என்பதையும்.... அவர் கண்-டுபிடித்து....அதன் பிறகுதான் இதை துரத்துவது எப்படி என்பதும்... உன் அம்மாவின் ஆத்மாவை எப்படி காப்பாற்ற வேண்டும் என்பதும் ....நமக்கு தெரியும்... அது வரை நாமும் அமைதியாக இருப்பதே சிறந்தது....'' என்றான் முருகவேல்.

துரையும் சற்று யோசித்தவனாய் நகைப்போடு...

... இப்போது நான் என்ன செய்ய வேண்டும்.....அதை மட்டும் சொல்...'' என்று தெளி-வில்லாதவனாகவே கேட்டான்."

"....நீ வருகின்ற அமாவாசை வரை... வழக்கம் போல சாதாரணமாக இரு... உன் அம்மாவிடம், அம்மாவை போலவே பழகு... மலர்விழியோடு பழகுவதை குறைத்துக்-கொள்....ஆனாலும் பூரணியை கல்யாணம் செய்து கொள்ள இருப்பதாக யாருக்கும் தெரி-யாமல் பார்த்துக் கொள் ....அப்படி நீ பூரணியை கல்யாணம் செய்துகொள்ள பார்க்கிறாய் என்பது அந்த ஆத்மாவுக்கோ... மலர்விழிக்கோ தெரியவந்தால்... பூரணியின் உயிருக்கு மிகுந்த ஆபத்து வரும் ...''என்றான் முருகவேல்.

...இல்லை.. துராத்மாவால எதுக்கு பூரணியின் உயிருக்கு ஆபத்து வர வேண்டும் ....''என்று கேட்டான் துரை."

"...ஏன்னா... அந்த துராத்மா இதுவரைக்கும் மலர்விழியைத்தானே தனது மனதில் நினைத்துக் கொண்டிருக்கிறது ....ஏனென்றால் அந்த உடலுக்குள் உயிர் வரும் நேரத்தில் மலர்விழியும் அருகில் இருந்திருக்கிறாள். அப்போது முதலே அது மனதிற்குள் அவளையே மருமகளாக நினைத்துக்கொண்டது. அதனால்தான் அவளது வயிற்றில் திடீரென சோமுவின் குழந்தை வளர்ந்து வருவதை அறிந்ததும்....அதை பொறுத்துக் கொள்ள முடியவில்லை ...தன் மருமகளை தீண்டிய சோமுவின் கைகளை வெட்டியிருக்கிறது.... தனக்கு எதிராக பொய் பேசிய நாவையும் வெட்டியிருக்கிறது...''என்றான் முருகவேல்.

துரைக்கு மெல்லமெல்ல விளங்கத் தொடங்கியது.

"...முருகவேல் ...இப்போது சொல் ...நான் இப்போதுதான் அம்மாவையும். . மலர்விழி-யையும் ..கோயிலுக்கு அழைத்துச் செல்வதாகக் கூறி இருந்தேன் ...இப்போது நான் என்ன செய்ய அவர்களை அழைத்து செல்ல வேண்டாமா....''என்று சந்தேகமாய் கேட்டான் துரை.

... துரை ...நீ ஒன்றும் கவலைப்பட தேவையில்லை ....பகலில் எதுவுமே.. . எந்த அசம்பாவிதமும் யாருக்கும் நடக்காது ....நீ வழக்கம் போல இரு ....இரவு நேரத்தில் மட்டுமே நாம் கவனமாக இருக்க வேண்டும்..... மேலும் சோமுவின் ஆவியும் இப்போது உனக்கு எதிராக திரும்பியிருக்கிறது....ஆனால் சோமுவின் ஆவியால் உனக்கு எந்த ஆபத்தும் வராமல் காஞ்சனையால் தடுக்க முடியும்.... ஆனால் துராத்மாவால் வரும் ஆபத்தை காஞ்சனாவால்.... இதுவரையும் தடுக்க முடியாது.... காரணம் .....துராத்மா யார் என்பதை இன்னும் கண்டுபிடிக்கப்படவில்லை.... நீ சற்று கவனமுடன் இரு.... கையில் கட்டியிருக்கும் தாயத்தை..... எந்த நிமிடமும் நீக்கிவிடாதே ...''என்று முருகவேல் சொல்ல.."

துரை சற்று தன் கையை பார்த்தான்.கையில் இருந்த இயந்திரம் அவனைப் பார்த்து...."... நீ சற்றும் பயப்படாதே... நான் இருக்கிறேன் ...''என்று அவனுக்கு தைரியம் சொல்வது போலவே இருந்தது.

"....ஓம் மாகாளி... நீ தான் அம்மா என்னை காக்க வேண்டும்....'' என்று சொல்லியவாறு.... துரை எழுந்து அந்த அறையைவிட்டு வெளியேற முற்பட...

அப்போது முருகவேல் துரையைத் தடுத்தான்.

....துரை... இப்போது வரைக்கும் மலர்விழிக்கு மட்டுமே.. இங்கே வந்திருக்கும் பூரணி அவள் தங்கை என்பது தெரியும் ....ஆனால் அந்த ஆத்மாவிற்கு இது அவளது தங்கை என்பது தெரியாது ....மேலும் பூரணியும் என் அம்மாவும் இங்கேயே எனது அறையில் தங்கி இருக்கட்டும்.... நான் மலர்விழியை சமாளித்துக் கொள்கிறேன் ... எந்த பிரச்சனையும் இருக்காது ....ஆனால் ஆண்டான் மூலமாக நமக்கு பெரிய பிரச்சனை வர காத்திருக்கிறது.....'' என்று அதிரவைத்தான்."

"...என்ன பிரச்சனை ...முருகவேல்... என்ன பிரச்சனை வரும்.... என்று சற்றே எதிர்பார்ப்போடு கேட்டான் துரை.

...ஆண்டான் இன்னும் சற்று நேரத்தில்.. ...இங்கே தெய்வநாயகி அம்மாவை பார்ப்பதற்கு வருகிறாராம்...... அப்படி வரும்போது ...அவர் கூடவே அவரது மகளையும் கூட்டிக் கொண்டு வருகிறாராம்.... உன் அம்மாவின் உடல் இப்படி இருக்கும் நிலையில்.... துராத்மாவிற்கும் ஆண்டான் தான் தன்னை கொல்ல விஷம் வைத்தது... என்பது தெரியாது ....மாறாக சோமுவின் குழந்தை மலர்விழியின் வயிற்றில் வளர்ந்து கொண்டிருக்கும் ... இந்த நேரத்தில்.... அந்த உண்மை தெரிந்தது துர்ஆத்மா.... ஆண்டானின் மகளை... உனக்கு மணமுடிக்க ஒத்துக்கொள்ளலாம் அல்லது ஆண்டானுக்கு வாக்கு கொடுக்கலாம்....''என தொடரவே..."

".. இதென்ன முருகவேல் ...புது கதையாக இருக்கிறது ...''என்று கேட்டான் துரை.

...ஆம்... துரை.... இனி வரும் நாட்களில்... கவனமாக இருக்க வேண்டும்....இங்கே நாம் ஐந்து பெண்களை சமாளிக்க தயாராக இருக்க வேண்டும்...''என்றான் முருகவேல்."

"...என்ன..ஐந்து பெண்களா.. யார் ...யாரைச் சொல்கிறாய்...''என பதட்டமானான் துரை.

"....முதலாவதாக துர்ஆத்மாவாக இருக்கும்.... உன் அம்மா தெய்வநாயகி....

...ஆம்ம்..."""""

. இரண்டாவதாக சோமுவின் குழந்தையை வயிற்றில் வைத்துக் கொண்டு.... உன்னை திருமணம் செய்து கொள்ள துடிக்கும் மலர்விழி..

...சரி...சமாளிச்சிடுவேன்..

." மூன்றாவதாக உன்னை திருமணம் செய்வதற்காக உன் அம்மா பார்த்து வைத்திருந்த பூரணியும்...இங்கேயே இருக்கிறாள்......"

சற்றே முருகவேலை ஏறிட்டவன்...

...இந்த குழப்பத்திற்கு ..நீ தான் ..காரணம்.....என்றான்.

நான்காவதாக உன்னை மணம் முடிக்க தயாராக இருக்கும் ஆண்டானின் மகள் சம்-யுக்தா..

...அய்யய்யோ... அவளா....எப்படி...சமாளிப்பேன்... கலக்கமாய் துரை பதில்....

"....ஐந்தாவதாக சிறுவயது முதலே ....உன்மேல் காதலாக இருக்கும் பூசாரியின் மகள் காஞ்சனை..."

... என்ன முருகவேல் சொல்கிறாய்... காஞ்சனைக்கு ....என்மேல் காதலா...என்று ஆச்-சரியமாக கேட்டான்.

"....இந்த ஊரில் பலருக்கு உன்மேல் காதல்....எனக்கு தெரிந்தது..இப்போதுவரை காஞ்-சனையே.... '' என்றபடி தொடர்ந்தான்.

".....ஆம் துரை.... சிறுவயது முதலே காஞ்சனைக்கு... உன்னை ரொம்ப பிடிக்கும்.... உன்னைக் காதலித்து திருமணம் செய்து கொள்வது.... அவரது நீண்டநாள் எண்ணமாக இருந்தது.... இப்போதும் அவள் தனக்கு ஒரு வாய்ப்பு கிடைக்கும்.... என்று காத்துக் கொண்டே இருக்கிறாள். அதனால் தான் தனது அப்பாவிடம் சொல்லி உன்னை காப்பாற்றும் பொறுப்பை அவள் கையில் எடுத்திருக்கிறாள்.... இப்போது அவள் ஆத்மாவை பற்றி தெரிந்து கொள்வதற்காக மிக நீண்டதொரு தியானத்தில் அமர்ந்து இருக்கிறாள். அவள் கண்விழித்து இங்கே வருவதற்கு நாளை இரவு ஆகிவிடும் இன்றிரவு நீ இன்னும் கவனமாக இருக்க வேண்டும்....'' என்றான் முருகவேல்.

.. இரு ....இரு முருகவேல் ....நான் நேற்று நடந்ததை... உனக்கு சொல்கிறேன் ....""என்ற துரை நேற்று நடந்ததை முழுமையாக முருகவேலிடம் சொல்லி முடித்-தான்.கூடவே கேள்வியை கேட்டு வைத்தான்."

" ...ஏன் அவளைக் காலைமுதல் இங்கே காணவில்லை...'' என்று.

...துரை... உனக்கு இன்னுமா விளங்கவில்லை.... நேற்று இரவு காஞ்சனா... இங்கே வரவே இல்லை. . இங்கே வந்து சென்றது காஞ்சனையால் ஏவப்பட்டு... உனக்கு உதவி செய்வதற்காக வந்த ஒரு மோகினி ....காஞ்சனா எந்த ரூபத்தில் வேண்டுமானாலும் ....உன் உயிரை காப்பாற்ற தயாராக இருக்கிறாள்.... அவள் உனக்காக என்ன வேண்டுமானாலும் செய்வாள்....'' என முருகவேல் சொல்ல சொல்ல ..."

துரைக்குள்ளே உதறல் எடுக்க ஆரம்பித்தது.

தான் எப்படி ஐந்து பெண்களை சமாளிக்கப் போகிறோம் என்று மண்டைக்குள் பிய்த்-துக்கொண்டான்.

துரையின் எண்ணத்தை அறிந்த முருகவேல் நகைப்போடு சொன்னான்.

".... மாப்பிள்ளை....முருகவேல் இருக்க பயமேன்..... என்றவாறே தலையை ஆட்டியபடி சிரித்தான்.

துரை தனது அறையில் இருந்து மெல்ல இறங்கி கீழே நடந்து வந்தான்.அவனது பின்னே முருகவேலும் நடந்து வந்தான்.

அப்போது தான் துரை கவனித்தான். நாற்காலியில் அமர்ந்திருந்த பூரணியை.

பூரணி அத்தனை அழகாய் தெரிந்தாள். மலர்விழியோடு ஒப்பிட்டு பார்க்கும்போது பூரணியே ...மனசாலும் நிறத்தாலும்... குணத்தாலும்... அழகாய்... இன்னும் அழகாய் தெரிந்தாள்.

நடுவில் வகிடு எடுத்தே

நடு நிலாவை வெட்டி எடுத்தே

நான்முகனே தன் கைகொண்டு சமைத்தே எடுத்த சிலை போல...

சிங்காரியாய்

சாரீர குரல் காரியாய்...

தேவனுக்கேற்ற தெய்வானையாய்

அப்பாவி குழந்தையாக தெரிந்தால்....

துரை அவர்கள் நெருங்கி வர இருவரும் எழுந்துநின்று வணங்கினார்கள்.

துரையும் பதிலுக்கு அவர்களுக்கு வணக்கம் சொன்னான்.

இப்போதுதான் துரை பூரணியை நேருக்கு நேராக அருகில் பார்த்தான். அவனது அடி மனசுக்குள் ஏனோ சிறிய தடுமாற்றம்.

அப்போது பின்னே வந்த முருகவேல் துரையிடம் கேட்டான்.

.... துரை அவர்கள் கோயிலுக்கு தயாராகி விட்டார்களா...என்று மேலே சென்று பார்த்து வரட்டுமா .....என "

"... இரு நானே சென்று பார்த்து வருகிறேன்..'' என்று சொல்லிவிட்டு துரை திரும்பினான்.

அப்போது மாடிப்படிகளில் தெய்வநாயகி இறங்கி வந்து கொண்டிருந்தார். அத்தனை கம்பீரமாய் தெய்வநாயகி.

இன்று நீண்ட நாள் கழித்து தெய்வநாயகி, இத்தனை கோலத்தில் துரை காண்கிறான். அவளது அத்தனை நகைகளையும் அணிந்தவாறு கம்பீர பெண்ணாய் ஜொலிக்கும் பட்டுப் புடவையில்.... நடு நெற்றியில் பெரிய குங்குமப் பொட்டு வைத்திருந்தாள்.

துரைக்குள் சற்றே கலக்கம்.... தன் அம்மா எத்தனை அலங்காரம் செய்தாலும் ....பொட்டு வைப்பது இல்லை .ஆனால் இன்று தெய்வநாயகி பெரிய அளவில் போட்டு வைத்திருந்தார்.

துரையும் முருகவேலும் ஒருவரையொருவர் திரும்பிப் பார்த்துக் கொண்டார்கள்.அதன் அர்த்தம் பேய்க்கு இத்தனை அலங்காரமா என்பது போல இருந்தது.இருவரும் உள்ளுக்குள் சிரித்துக் கொண்டார்கள்.

ஏன்..எதற்கு...எப்படி.. தெய்வநாயகி பொட்டு வைத்திருக்கிறார் என்று கேட்கும் தைரியம் துரைக்கு வரவே இல்லை.இருந்தாலும் இதுவும் அவர்கள் விருப்பம் தானே என கேட்காமலே விட்டுவிட்டான்.அவள் அருகே வர..

.... வாருங்கம்மா .. வாருங்கள் ...''என்றான்.. வரவேற்றான் துரை."

தெய்வநாயகி அருகில் வந்தவள்

"...யார் இவர்கள்...'' என்று கேட்டாள். துரையிடம்.

அதற்கு பதிலாக முருகவேல் சொன்னான்.

"...அத்தை.. இது எனது அம்மா ...இது எனது தங்கை ...இருவரும் இங்கே எனது மூத்த தங்கை மலர்விழியோடு சில காலம் தங்குவதற்காக வந்து இருக்கிறார்கள்....'' என்று கூறினான்.

அப்போது கொலுசு சத்தம் கேட்க அனைவரும் திரும்பிப் பார்த்தார்கள். அப்போது மலர்-விழி மாடிப்படிகளில் இறங்கி வந்து கொண்டிருந்தாள்.

அத்தனை அழகாய் மஞ்சள் நிற பட்டு உடுத்தி தலை முழுவதும் மல்லிகை பூ வைத்து நடுவே வகிடெடுத்து. அதன் நடுவே நெற்றிச்சுட்டியோடு அவளும் தெய்வநாயகிக்கு சளைத்-தவள் இல்லை என்பது போல உடலெங்கும் ஆபரணமாய் அன்னநடை போட்டு நடந்து வந்தாள்.

அவளைப்பார்த்து துரை ஒருகணம் திடுக்கிட்டு போனான். அப்படியே திரும்பி பூரணி-யையும் பார்த்தான். அவன் மனசுக்குள் பரிதவித்தே போய்விட்டான்.

.... பூரணியா... மலர்விழியா....இருவருமே அழகாக தெரிந்தார்கள்..... குழம்பியே போய்-விட்டான்.அவனது கவனத்தை கலைக்கும் விதமாக முருகவேல் பேசினான்.

...வா... மலர்விழி ..வா..'' என்று முருகவேல் ஓடிச்சென்று கையை பற்றி அழைத்து வந்தான்."

மலர்விழியும் பூரணியையும் தன் தாயையும் பார்த்ததும் ஏக சந்தோஷம் வேகமாக நடந்து வந்தவள். தன் அம்மாவை கட்டி அணைத்துக்கொண்டாள். கூடவே மற்றொரு கையால் தன் தங்கையின் கையை பிடித்துக் கொண்டாள்.

அவளின் இந்த செயலை இருவருமே எதிர்பார்க்கவில்லை.அவள் மனதுக்குள் நடந்த இந்த மாற்றத்தை பார்த்து அவளது அம்மாவிற்கு ஆச்சரியம்.

அவளே வாயைத் திறந்து கேட்டாள் "....அம்மா எப்படி இருக்கிறீர்கள்.... நன்றாக இருக்கிறீர்களா.... பூரணி.... நீ எப்படி இருக்கிறாய்.... நன்றாக இருக்கிறாயா ...''என்று கேட்டாள்.

பூரணிக்கும் அவளது அம்மாவிற்கும் மிகுந்த ஆச்சரியம் .மலர்விழி நடவடிக்கைகளில் நிறைய மாற்றம் தெரிந்தது. எப்போதும் அன்னையை மதிக்காதவள்.இன்றோ அவள் அம்மா-வாக போவதினால் தன் அருமை புரிந்திருக்குமோ என நினைத்தாள். அவளே கட்டிப் பிடிக்-கிறாள். அவளுக்கு பிடிக்காத தங்கையை அழைத்து நலம் விசாரிக்கிறாள் என நினைத்து மகிழ்ந்தாள்.

பூரணியும் பதிலுக்கு நன்றாக இருப்பதாக கூறினாள். அவளது அம்மாவும் மலர்விழியை கட்டியணைத்து நெற்றியில் முத்தமிட்டாள் .வயிற்றை தடவிக் கொடுத்து.... நன்றாக இரு ...என்றார்.

அப்போது முருகவேல் "....துரை நாம் அனைவரும் கோவிலுக்கு செல்கிறோம் கூடவே... இவர்களை அழைத்துச் சென்றால் என்ன ...''என்று கேட்டான். துரையிடம்.

அதற்கு பதிலோ தெய்வநாயகி இடம் இருந்தது.

" ஆமாம்... இவர்களையும் அழைத்துச் செல்லலாம்.... அவர்களும் நம் குடும்பம் தானே... மலர்விழியின் அம்மாவும் தங்கையும் தானே... நாம் அனைவரும் சேர்ந்து ஒன்றாக

கோயிலுக்கு சென்று வரலாம் ....''என்று கூறினாள்.

துரைக்கும் முருகவேலுக்கும் மனதிற்குள் சந்தேகம் ....இது.... என்னடா ...கொடுமை ஒரு ஆத்மாவே கோயிலுக்கு போகலாம் ....என்று அழைக்கிறது.... என்று இருவரும் ஒருவரை ஒருவர் பார்த்து முழிபிதுங்கி சிரித்துக் கொண்டார்கள்.

அப்போது துரையும் தலையசைத்து சம்மதம் தெரிவிக்கவே ...மலர்விழியும் பூரணியின் கையை பிடித்து அழைத்தாள்.

... வாங்க நீங்களும்... நாம் கோவிலுக்கு சென்று வரலாம்...'' என்று அழைத்தாள்."

பூரணியும் அவளது அம்மாவும் தலையசைத்தார்கள்.. வருவதாக .

"...முருகவேல்... நீ சென்று வண்டியைத் தயார் செய் ....நாங்கள் சிறிது நேரம் இங்கே அமர்ந்திருக்கிறோம் ....வண்டியைத் தயார் செய்துவிட்டு எங்களைக் கூப்பிடு...'' என்றான் துரை.

முருகவேல் வேகமாக வண்டியை தயார் செய்வதற்காக வெளியே சென்றான்.

அங்கிருந்த இருக்கைகளில் அனைவரும் அமர்ந்திருந்தார்கள்.துரை அமர்ந்த இருக்கைக்கு அருகே வலதுபுறம் தெய்வநாயகியும் இடதுபுறம் மலர்விழியும் அமர்ந்திருந்தார்கள்.எதிரில் இருந்த இருக்கையில் பூரணியும்... அவளது அம்மாவும் அமர்ந்தார்கள்.

மலர்விழிக்கோ மனதுக்குள் சந்தோசம் முதல் முறையாக துரையோடு சேர்ந்து இந்த வீட்டின் மருமகளாக குலதெய்வ கோவிலுக்கு செல்வதால்.

துரைக்கோ மனதிற்குள் சந்தோஷம் முதல் முறையாக தெய்வநாயகியை அழைத்துக் கொண்டு கோயிலுக்கு செல்வதோடு அல்லாமல்.... தன் அம்மா தனக்காக பார்த்து வைத்திருந்த பெண்ணே தன் கண்முன்னே வந்து இருப்பதும் மகிழ்ச்சியே.

ஆனாலும் மனதிற்குள் குழம்பிக் கொண்டே இருந்தான்.இருவரில் யாரை தேர்ந்தெடுப்பது என்று.

அப்போது வெளியே சென்ற முருகவேல் அதே வேகத்தில்... இன்னும் வேக ..வேகமாக ..உள்ளே வந்தான்.

துரைப் பார்த்து கூப்பிட்டான் அருகே வருமாறு .

துரை மெல்ல எழுந்து வந்தான்.

...என்ன ..என்ன ஆச்சு....என்றவாறே.."

முருகவேலின் அருகே வந்தான்.முருகவேலோ சற்று நடந்து வாசலின் அருகில் வந்தான். இருவரும் வாயிலில் நின்றவாறு பேசிக்கொண்டிருந்தார்கள்.

"...துரை...நான் சொன்னது போலவே நடந்து விட்டது.... என்றான் முருகவேல்.

... என்ன முருகவேல் ...என்ன ஆனது ...என்றான் துரை."

" அதோ ..அங்கு...பாருங்கள்...'' என்று பங்களா முதல் வாயிலை நோக்கி கையை காட்டினான் முருகவேல்.

அங்கு ஆண்டானின் குதிரை வண்டி வந்து நின்றது. அதிலிருந்து ஆண்டானும்.... அவனது மனைவியும்... மகள் சம்யுக்தாவும் இறங்கிக் கொண்டிருந்தார்கள்.

சுருளி வேகமாக ஓடிச்சென்று

... வாங்கய்யா... வாங்க ..''என்று வரவேற்றான் ."

".......ஏன்டா....என்னடா...இது...நீ..சொன்னது போலவே..நடக்குது....இது..உன் வேலையா...இல்லை....தானாகவே நடக்குதா....." என முருகவேலை முறைத்தபடி நின்றிருந்தான் துரை.

வேகமாக நடந்து வந்த ஆண்டான் வாயிலின் அருகிலேயே நின்றார்.துரையை ஏறிட்டான்.

துரையும் பழசை மறந்தவனாக கைகூப்பி வணங்கி..

.... உள்ளே வாங்கமாமா ..."என்று அழைத்தான்."

முருகவேல் இப்போ சற்று ஆச்சரியமாய் முழித்தான்..... இவன் எப்படி .. திடீரெனத் திருந்தி விட்டான்... என்று மலைத்துப் போய் நின்றான்.

வீட்டுக்குள் ஆண்டான் முன்னே நுழைய பின்னே அவனது மனைவியும் அதற்கு பின்னால் சம்யுக்தாவும் நுழைய....

சம்யுக்தாவோ துரையின் இடுப்பை சற்றே கிள்ளிவிட்டே நகைப்போடு உள்ளே நுழைந்தாள்.துரைக்குள்ளோ புன்னகை யோடு பொய்க்கோபம்.

முருகவேலுக்கு தலை சுற்ற தொடங்கியது... இவன் என்னடா...சிரிக்கறான்...அவ..என்னடானா..இடுப்பை கிள்ளறா...என் தங்கச்சிங்க நிலைமை என்னாகுமோ....என கிறுகிறுத்தான்.

நேரடியாக தெய்வநாயகியிடம் சென்ற ஆண்டான் அவளின் கைகளை பிடித்துக் கொண்டாள்.

". வணக்கம் ..."என்றான் .

தெய்வநாயகியும் பதிலுக்கு ...வணக்கம் .. சொன்னார்.

.... என்னை மன்னித்துவிடு... தெய்வநாயகி..... அன்று நடந்த பிரச்சனைகளால் தான் நான் கோபித்துக் கொண்டு என் வீட்டிற்கு சென்று விட்டேன்.... துரையை தனியாக விட்டுவிட்டு.... என்று மன்னிப்பு கேட்டான் ஆண்டான்."

இது எதுவுமே தெரியாத தெய்வநாயகியோ

".... நீங்கள் எதற்கு என்னிடம் ....மன்னிப்பு கேட்க வேண்டும்.... அது ஒன்றும் தேவையில்லை.... இருக்கையில் அமருங்கள்...."என்ற தனது அருகிலிருந்த இருக்கையை காட்டினார்.

ஆண்டன் ஒருபுறமும் அவனது மனைவியும் மகள் சமந்தாவும் ஒரு புறமும் இருக்கையில் அமர்ந்தார்கள்.

முருகவேல் அப்போதுதான் முதல்முறையாக சம்யுக்தாவைப் பார்த்தான்.அவளும் அத்தனை அழகாய் தெரிந்தாள்.

மெல்லிடையாளாய்... மிகவும் ஒல்லியாக இருந்தாள்...பார்ப்பதற்கு துரைக்கு ஏற்ற கச்சிதமான ஜோடியாகவே இருந்தாள். சற்றே கலவரமானான் முருகவேல்.

துரையின் காதுகளில் கிசுகிசுத்தான்.

.. துரை சம்யுக்தா மிகவும் அழகாக இருக்கிறாரே ....நீ ஏன் பூரணியையோ... மலர்விழியையோ கல்யாணம் செய்து கொள்ள வேண்டும் ...."என்றான் முருகவேல் சற்று குறும்போடு .."

துரைக் குள்ளும் கலவரம் சற்றே நகைத்தவனாய்..

"…. நீ சும்மா இருக்கியா ….இல்லையா… அவளைப்பற்றி…சம்யுக்தாவை பத்தி உனக்கு தெரியாது …..கொஞ்ச நேரம் அமைதியாய் இரு….'' என்றான் துரை.

…. அப்படி என்ன செய்வாள்… சம்யுக்தா… எனக்கு சொல்லுங்கள்.. துரை…'' என்று கேட்டான் முருகவேல்."

". நான் இப்போது அதை சொல்லும் நேரம் கிடையாது… நான் உனக்கு பிறகு சொல்கிறேன் சற்றே அமைதியாக இரு…. அவர் எதற்காக இங்கு வந்திருக்கார்… என்று கேட்போம்..'' என்றார் துரை.

ஆண்டானும் தெய்வநாயகியிடம் நேரடியாக பேசத்தொடங்கினார்.

… நான் இப்போது…. இங்கே… எதற்காக வந்திருக்கேன்…. என்று அறிவாயா..அக்கா…..'' என்று கேட்டான்."

"…சொல்லுங்க…சொன்னால் தானே தெரியும் …."என்றார் தெய்வநாயகி.

"…நான்… நாம் ஏற்கனவே… பேசி முடித்தது போல துரைக்கு சம்யுக்தாவை மணம் முடித்து வைப்பதற்காக உன்னிடம்..சம்மதம்.. கேட்கவே வந்திருக்கிறேன் …என்றான் ஆண்டான்.

இதை சற்றும் எதிர்பாராதே அருகிலிருந்த மலர்விழிக்கும் பூரணிக்கும் அதிர்ச்சி.. மெல்ல திரும்பி பூரணி முருகவேலைப் பார்க்க…. மலர்விழியோ துரையை நோக்கினாள்.

நடுவேயிருந்த பூரணியின் அம்மாவிற்கு ஒன்றும் விளங்கவில்லை திருதிருவென விழித்துக் கொண்டிருந்தாள்.

…… இது என்னடா புது பிரச்சினையாக இருக்கிறது…. என்று மலர்விழியும் விழித்துக் கொண்டிருந்தாள். அப்போது பதில் வந்தது தெய்வநாயகியிடமிருந்து…

"….நான் இப்போது முடிவெடுக்கும் நிலையில்… இல்லையே… ஆண்டான்… சற்று பொறுமையாக இருங்கள்…. நாங்கள் இப்போது …நம் மாகாளியம்மன் கோயில் பூசைக்கு கிளம்பிக் கொண்டிருக்கிறோம் வேண்டுமானால்…. நீங்களும் கூடவே வாருங்கள்…. அங்கே இருக்கும் கோவில் பூசாரியிடம் கேட்டுவிடலாம்…. ''என்று தெய்வநாயகி சொன்னார்.

இது முருகவேலும் துரையும் சற்றும் எதிர்பார்க்கவில்லை…. மலர்விழிக்கும் மனதுக்குள் குழப்பம்…. இவள் ஏற்கனவே தன்னை மருமகளாக நினைத்துக் கொண்டிருக்கிறாள்…. பின்பு ஏன் இவள் திடீரென இப்படி குழம்பிப் போயிருக்கிறாள்….என்று மலர் விழியும் கலங்கி போனாள்.

அதேநேரம் குழப்பத்துடன் பூரணி, துரையையும் முருகவேலையும் ஒருசேர ஏறிட்டாள்.

அந்தப் பார்வையில்…. இவர்கள் பாட்டுக்கு கல்யாணம் செய்வது பற்றி பேசிக்கொண்டிருக்கிறார்கள்…. பின்பு ஏன் என்னை வரச்சொன்னாய்…. என்பது போலிருந்தது ….. பூரணியின் பார்வை.

முருகவேல் சற்று அமைதிப்படுத்தினான். கண்களால் ஜாடை காட்டினான்.பூரணியை மவுனமாக இருக்குமாறு பார்வையாலே கெஞ்சினான்.

ஆனால் அதே நேரம் மலர்விழி முறைத்தவாறு துரையை நோக்கிக்கொண்டிருந்தாள்.

….. என்ன இது… என்பது போல …அவளது ஜாடை இருந்தது… துரையை நோக்கி…

துரையும் முருகவேலை அப்படியே காப்பி அடித்தான்….. மலர் விழியை கண்களாலேயே சமாதானப்படுத்தினான்.

தெய்வநாயகியும் பேச்சினூடே துரை கலந்து கொண்டான்.

..நீங்களும் ... வாருங்கள் ...வாருங்கள் அனைவரும் கோவிலுக்கு நேரமாகிவிட்டது ..கிளம்பலாம் ....

என்று கூட்டத்தை கலைத்தான் துரை.

அதனைப் புரிந்து கொண்டு ஆண்டானும்,இதற்கு மேல் இங்கிருப்பது நல்லதல்ல துரை கோபப்படக்கூடும் கிளம்பலாம் என முடிவெடுத்தான்.... தெய்வ நாயகியிடம் பேசினார்.

".. நீ நல்ல முடிவு எடுத்து சொல்லு... தெய்வநாயகி.... நான் இப்போது உனது மருமகளை ....இந்த வீட்டிலேயே விட்டு விட்டு செல்கிறேன்.... நீ நல்ல முடிவு எடுப்பாய் என்ற நம்பிக்கையில்.... நான் இங்கு விட்டு செல்கிறேன் ....உன் மருமகளை... நீயே பார்த்துக்கொள்...'' என்றான் ஆண்டான்.

தெய்வநாயகியோ சற்றும் சளைக்காமல்

... இருந்துவிட்டு... போகட்டுமே ...என் மருமகள் ...என் வீட்டிலேயே ...''என்று பதிலளித்தாள்."

துரைக்கும் முருகவேலுக்கும் சுத்தமாகப் புரியவில்லை... இவள் ஏன் எல்லாவற்றிற்கும் தலையாட்டிக் கொண்டு இருக்கிறாள்.. என்று துடித்துக் கொண்டிருந்தார்கள்.

அனைவரிடமும் சென்று வருகிறேன் என்று கூறிய ஆண்டான்.. தனது மனைவியை அழைத்துக் கொண்டு குதிரை வண்டியை நோக்கி நடந்தார்.

அவரை வழியனுப்ப துரையும் கூடவே நடந்து போய்க் கொண்டிருந்தான்.

"... நான் சென்று வருகிறேன்... துரை...கூடிய விரைவில் நல்ல செய்தியை சொல்லி அனுப்புங்கள்...'' என்றவாறு ஆண்டான் தனது குதிரை வண்டியில் ஏறி கிளம்பினான்.

அவன் கிளம்பியதும் துரையும் முருகவேலும் ஒருவரை ஒருவர் பார்த்து திருதிருவென விழித்துக் கொண்டார்கள். அவர்களது பார்வையின் அர்த்தம்.... அடுத்து என்ன நடக்கப்போகிறது.... எப்படி சமாளிக்க போகிறோம்....என்பது போலவே இருந்தது ....

.. முருகவேல்... நீ உள்ளே சென்று... அம்மாவையும் ...அவர்களையும் அழைத்து வா நாம கிளம்பலாம் ...''என்றான் துரை."

இவர்கள் கோயிலுக்கு செல்வதற்காகவே இரண்டு குதிரை வண்டிகள் தயாராக நின்றிருந்தது.

ஒரு குதிரை வண்டியை ஓட்ட சுருளி தயாராக நின்றிருந்தான். மற்றொரு வண்டிக்கு புதிதாக ஒரு வேலைக்காரன் இருந்தான்.

முதல் வண்டியில் தெய்வநாயகி ஏற பின்னே பூரணியின் அம்மா ஏறிக்கொண்டார்... அடுத்ததாக யார் ஏறுவது என்று மூவருக்கும் குழப்பம்.... மிகுந்த குழப்பம் ஏனெனில் மூவருக்குமே துரை ஏறி செல்லும் வண்டியில் ஏறிச் செல்வதற்கு தான் விருப்பம் ...மூவரும் ஒருவருக்கு பின்பு ஒருவர் நின்று தானாகவே... பின்னே பின்னே... போய்க்கொண்டிருந்தார்கள்.

துரையும் முருகவேலும் ஒருவரை ஒருவர் பார்த்தே முழித்துக் கொண்டார்கள் ....என்ன செய்வது..... என்று.... அப்போது முருகவேல் கண்ணைக்காட்ட அதைப்புரிந்து கொண்ட துரை இரண்டாவது வண்டியில் வேகமாக ஏறிக்கொண்டான்..

உடனே மூவரும் துரை ஏறிய வண்டியில் ஏறுவதற்கு சென்றார்கள்... மூவரையும் தடுத்து நிறுத்தினான் முருகவேல்.

"... உங்களில் ஒருவர் மட்டுமே இந்த வண்டியில் ஏற வேண்டும்.... மீதமுள்ள இருவர் அந்த வண்டியில் ஏறுங்கள்...'' என்றான்.

மூவரும் ஒருவரை ஒருவர் திரும்பிப் பார்த்துக் கொள்ள .... முருகவேல் பூரணியை சட்டென கைபிடித்து வண்டியில் ஏற்றி விட்டான்.

உடனே மலர்விழியைப் பார்த்து பேசினேன்.

. நீங்க அந்த வண்டியில் ஏறிக் கொள்...பூரணி உன்கூட போட்டிக்கு வர மாட்டாள்..ஆனால் இவளை விடக்கூடாது...'..நீ... அந்த வண்டியில் ஏறிக்கொள்...அது தான் மெதுவாக செல்லும் ...உன் வயிற்றில் இருக்கும் குழந்தைக்கு நல்லது ....அந்த வண்டியில் ஏறிக் கொள்...'' என்று அனுப்பி விட்டான்."

சம்யுக்தாவிடம் மெதுவாக பேசினான்...

"....உங்களது திருமண முடிவு ...உங்கள் அத்தையின்...கையில் தான்..இருக்கிறது....அதுனால.. நீ...அவங்களை உன் வலையில் விழவை...அது தான் உன்னை காப்பாற்றும்...''என்றான் மெல்ல அவளது காதுகளில் .அதை புரிந்துகொண்ட சம்யுத்தா மலர்விழிக்கு முன்பாக வேக வேகமாக நடந்து சென்று வண்டியில் ஏறி தெய்வநாயகியின் தோளில் கை போட்டவாறு உட்கார்ந்துகொண்டாள்.

கூடவே புன்னகையோடு ...

"....அத்தே..நான் ... உங்கள் அருகிலேயே இருக்கிறேன்...'' என்றாள் சம்யுக்தா.....புன்னகையோடே தெய்வநாயகியும் சம்மதம் என்பது போல தலையசைத்தார்.

தெய்வநாயகியும் சம்யுக்தாவும் ஒருபுறமும்... பின்னிருக்கையில் மலர்விழியும் மலர்விழியின் அம்மாவும் அமர்ந்திருந்தார்கள்.

இரண்டாவது வண்டியில் முன்னே முருகவேல் ..பின்னாலே துரையும் பூரணியும்அமர்ந்துகொண்டார்கள்.

வண்டி கோயிலை நோக்கி கிளம்பியது..

ஆலோலம் பாட்டோடு
அடி மனசு ஆசையோடு
அத்தை பொண்ணு மூன்றுபேரோ அம்மி மிதிக்க காத்திருக்க
ஆசை எல்லாம் பூட்டி வச்சு
அரை மனசோடே
மாமனாக உட்கார்ந்திருந்தான்...
துரை...
மனதுக்குள்ளே பெரும் குழப்பம்....
ஆவியை துரத்தி புட்டா...
ஆத்தா வந்து குடியேறும் ..
ஆத்தாவுக்கு புடிச்சது பூரணியும் நானும் தாலிகட்ட காத்திருந்தா..
வயித்துல புள்ளையோட
உள்ளவளே நானும்

என்ன பண்ண....

புள்ளையோடு உள்ளவளை நானோ கட்டிக்கிட்டா

ஆத்தா பார்த்தவளை

என்ன பண்ண....

இவங்க ரெண்டு பேரையும் விட்டுப்புட்டு

மாமா பொண்ணு கட்டிக்கிட்டா

மறுபடி உயிர் கொடுத்த

மாயக்காரிய

என்ன பண்ண ...

காஞ்சனைய

என்ன பண்ண ...

மனசு மருகுதே...

மாகாளியே பதில் சொல்லு

மனசுக்கு வேண்டியவாரே

கலங்கிப்போனான் துரை...

வண்டியோ கோவிலை நோக்கி வேகமாக ஓடிச் சென்றது..

துரையும் முருகவேலும் அருகருகே அமர்ந்திருந்தார்கள். பூரணியோ துரையை விட்டு சற்று தள்ளியே அமந்திருந்தார். அவளுக்கு இன்னும் துரையின் மீது முழுமையான நம்பிக்கை வரவில்லை. மேலும் அவளது சுபாவமே அதுதான் துரையும் அதை கவனித்தான். அவள் சற்று தள்ளி அமர்வதை, ஆனால் அன்று பொன்கொடியான மலர்விழியை அழைத்து வந்தபோது அவள் அமர்ந்தவிதத்தை நினைத்துப் பார்த்தான். அவள் வேண்டும் என்றே தன் மீது உராய்ந்து அமர்ந்தது போல் அவனுக்கு தோன்றியது.

துரை சற்றே பழைய நினைவுகளை சிந்தித்துக் கொண்டிருந்தான்.அந்த நினைவுகளோடு கலந்திருந்தான்.

அப்போது அவனுக்கு முன்பு அமர்ந்திருந்த முருகவேல் துரையின் கவனத்தைக் கலைத்தான்.மெதுவாக துரையை கிண்டல் செய்தான்.காதோடு கிசுகிசுத்தான்.

"...என்ன... துரை.. என்ன நினைப்போ நால்வருள் யாரை தேர்ந்தெடுப்பது என முடிவெடுத்து விட்டீர்களா...

..துரை.. நீங்கள் வேண்டுமானால் நால்வரையுமே... திருமணம் செய்து கொள்ளலாமே ....''என்றான் கிண்டலாக..கூடவே.... கிண்டல் செய்தான்."

"... நீங்க வேற முருகவேல் ....இன்னும் மூணு பேரை கொண்டு வாங்க.... ஒரு நாளைக்கு ஒருவர் என ஏழுபேரை கல்யாணம் பண்ணிக்கலாம்...''என்றான் பதிலுக்கு கிண்டலாக..சிரித்தபடி...கூடவே..

எதிரில் அமர்ந்திருந்த பூரணிக்கோ சிரிப்பு வரவில்லை ..மாறாக உர்ரென முறைத்தாள் முருகவேலை..இதை கவனித்த துரை...உடனே பேச்சை மாற்றினான்.

"...எனக்கு அந்த குழப்பங்கள் இல்லை.. இப்போது கோயிலில் எவ்வாறு குறி கேட்பது என்று புரியவில்லை.... என்றான் துரை.

...எதற்கு.. அத்தனை குழப்பம்.... அதுக்கு இருக்கவே இருக்கிறது ...பழையகாலத்து பழைய காலத்து முறை... பூ வைத்து குறி கேட்பது... யாராவது ஒருத்தர் மனதில் வேண்டிக்கொண்டு கண்ணை மூடிக்கொண்டு பூவை எடுப்பது ....அந்த பூ யாரை குறிக்கிறதோ... அவர்கள்தான் உனக்கு துணை என தேர்வு செய்து கொள்ள வேண்டும் .....என்றான் முருகவேல்."

"....இதற்கு பதிலாக நாம் வேறு.... ஏதாவது முடிவு செய்ய வேண்டும் ....என்ன செய்யலாம்.... என்று யோசனை செய்..என்றான் துரை முருகவேலைப்பார்த்து..

அவனும் யோசிக்க தொடங்கினான்.வண்டியோ கோயிலை அடையும் தூரம் குறைவாகிக் கொண்டே இருந்தது .அப்போது பூரணிக்கு அந்த யோசனை தோன்றியது ....மெல்ல உள்ளே நுழைந்தாள்.

...தேவரே... நீங்கள் வேண்டுமானால் நான்கு பூக்களையும் ...ஒரு பேப்பரில் மடித்து போட்டு விடுங்களேன்.... அதை கோயில் பூசாரியிடம் சொல்லி எடுக்க சொல்லலாம்.....'' என்றாள்."

இந்த யோசனை நன்றாக இருக்கும் போல தெரிந்தது மூவருக்கும்.

"...முருகவேல்...இதையே செயல்படுத்தலாம்.....என்றான் துரை.

முருகவேலும் தலையசைத்தான்.தன் தங்கையே கூறிய முதல் யோசனை நிராகரிக்க அவனுக்கும் மனது வரவில்லை... ஆனால் துரையின் மனதிற்குள்ளும் சந்தேகம் வந்துவிட்டது.

எந்த பூ வருமோ... யாரை குறிக்குமோ... என்று குழம்பிக் கொண்டிருந்தான்.

அதேநேரம் முருகவேலும் மனதிற்குள் திட்டம் போட்டான்.எப்படியாவது பூரணியை குறிக்கும் பூவை வருமாறு செய்துவிடவேண்டும் என்று குழம்பினான்.

குழப்பத்தின் இடையே வண்டி மாகாளி அம்மன் கோவிலை அடைந்தது. அனைவரும் வண்டியிலிருந்து இறங்கி கோவிலை நோக்கி நடந்தார்கள். அப்போதும் சம்யுக்தா தெய்வநாயகியின் கையைப் பிடித்துக் கொண்டே நடந்தாள். அவள் தெய்வநாயகியை விடுவதாக இல்லை.

அவள் எப்படியாவது தெய்வநாயகியின் மூலமாக துரையைக் கைபிடிக்க வழி தேடினாள்.ஆண்டானும் சொல்லிச்சென்றது அதுதான்.

அனைவரும் கோயிலுக்குள் நுழைய அப்போதுதான் தெய்வநாயகி நினைவு வந்தவளாக சொன்னார்.

.... உங்கள் இரண்டு பேரில் யாரையாவது.... இப்போது தேர்ந்தெடுக்க வேண்டும்... இல்லையா ...அதனால் நீங்க இரண்டு பேரும் கோவிலுக்கு பின்புறம் இருக்கும்... தோட்டத்திற்கு சென்று ஆளுக்கு பிடித்தமான ஒரு மலரைப் பறித்து வாருங்கள் ...''என்று சொன்னார் ."

மலர்விழியும் சம்யுக்தாவும் பூவைப்பறித்துவர தோட்டத்திற்கு போக, பூரணியோ அங்கேயே நின்றிருந்தாள்.முருகவேலை முறைத்தபடி.

அந்த பார்வை ....என்ன..இது..நான் போட்டியிலயே இல்லையே..என்பது போல இருந்தது.....

அதைக்கவனித்த முருகவேலோ சற்றே அந்த இடத்திருந்து நழுவியபடி..கோவிலுக்குள் சென்றான்.

இரண்டு பேரும் ஆளுக்கு ஒரு பூவைப் பறித்து வந்தார்கள்.முதலாவதாக வந்த மலர்வி-ழியின் கைகளில் மல்லிகை பூ வைத்திருந்தாள்.

இரண்டாவது வந்த சம்யுக்தாவோ இளஞ்சிவப்பு நிற அரளி பூவை பறித்து வந்திருந்தாள்.

அப்போது தான் முருகவேல் புன்னகையோடு கோவிலுக்குள் இருந்து வெளியே வந்தான்.

அவனைப் பார்த்த துரை

"...என்னாச்சு...என்பதுபோல இமைகளாலே கேள்வி எழுப்பினான்.கூடவே பூரணியையும் நோக்கினான்.

பூரணியோ தெரியலை என்பதுபோல இதழ்களைப் பிதுக்க...

புன்னகையோடு வந்து நின்றவன் ..எல்லாம் எனக்கு தெரியும்.. என்பதுபோல் கண்ஜாடை காட்டினான் முருகவேல்.

அப்போது அங்கு வந்தார்.அந்த கோயிலின் பூசாரி காஞ்சனையின் அப்பா குருசாமி.

.....வாங்க..தெய்வநாயகி..அம்மா.நல்லா இருக்கீங்களா...என்றான்.."

"...ம்..குருசாமி.. எப்படி..இருக்கீங்க..வீட்டில் எல்லாரும் நல்லா இருக்காங்களா..என்று கேட்டாள்.

"...உங்கள் பையன் தயவில் எல்லாரும் நல்லா இருக்கோம்...உள்ளே வாங்க..பூசைக்கு ஏற்பாடுகள் செஞ்சாச்சு..உள்ளே வாங்க..''என அழைத்தார்.

அனைவரும் உள்ளே நுழைய முற்பட தெய்வநாயகி குருசாமியிடம் கேட்டாள்.

...குருசாமி..இந்த பூசைக்குள்ளாகவே இந்த பூக்களையும் சேர்த்து கொள்ளுங்கள்... இதை வைத்தே என் வருங்கால மருமகளை தேர்ந்தெடுக்க போகிறேன். இது சாத்தி-யமா....''என கூறினாள்."

"...செய்யலாம்.. அம்மா..அந்த தட்டைக்கொடுங்கள்....''என்றவாறே கையை நீட்ட....

மலர்விழியோ தான் வைத்திருந்த தட்டை குருசாமியிடம் தர...அதைப்பார்த்த குருசா-மியோ...

..அம்மா..நீங்கள் இது போல பூக்களை வெளிப்படையாக தர வேண்டாம்..இதனை ஒரு காகிதத்தில் மடித்துக்கொண்டு வாருங்கள்..''என கூறவே ..மலர்விழியும் சம்யுக்தாவும் காகி-தத்தை தேட அதற்காக தயாராக இருந்தது போல முருகவேல் காகிதத்தை தந்தான்."

"..இந்தாருங்கள்..இதில் மடித்து கட்டுங்கள்... என்றான்.

துரையோ இருவரின் மலர்களை வாங்கிமடிப்பாக கட்டினான்.

இதைக்கவனித்த குருசாமியோ..

...அதென்னது..இரண்டு பொட்டலங்கள் மட்டுமே உள்ளது..ஆனால் இங்கே மூன்று முறைப்பெண்கள் உள்ளார்களே...''என்றுகேட்டார்."

அதற்கு..

"..இல்லை...அய்யா..இந்த இருவக்கும் மட்டுமே போட்டி வைப்பதாக முடிவு...''என்றார் தெய்வநாயகி.

...அதில்லை...அம்மா..இந்த கோயிலின் விதிப்படி இதுபோல வரும் சமயத்தில் ஆத்தா-வின் முடிவிற்காக மூன்றாவது பொட்டலத்தை வைப்பதே முறை...அதாவது ஆத்தா..இந்த இருவரையுமே நிராகரிக்கும் எண்ணம் கொண்டிருந்தால்..என்ன செய்வது... நமது முறை தவறாகி விடாதா..என்ன...''என்றவர்."

பூரணியைப்பார்த்து..

"...அம்மா..நீங்களும் சென்று ஒரு பூவைப்பறித்து வாருங்கள்..''என்றார்.

இதைக்கேட்ட மலர்விழியும்,சம்யுக்தாவும் ஒருவரை ஒருவர் பார்த்து கொண்டனர்.கூடவே பூரணியை முறைக்கத்தொடங்கினர்.

அதேநேரம் இதைக்கண்டு கொள்ளாத பூரணியோ...பூசைத்தட்டிலிருந்த துளசிப்பூவைப் பறித்து துரையிடம் நீட்டினாள்.

அதைக்கண்ட சம்யுக்தாவோ.. சிரிப்பு வந்துவிட்டது.

... துளசி பூவெல்லாம் ஒரு பூவா...இதை தலையில் சூடமுடியுமா ....''என்று கேட்டாள். நகைத்தான்."

மலர்விழியும் சற்றே நகைத்தவளாக

"...சரி... விடு.. விடு... தங்கைதானே...போகட்டும்.. விடு..''என்றாள்.

அப்போது மூன்று பூக்களையும் தனித்தனியாக வெள்ளை பேப்பரில் மடித்து கட்டியிருந்த துரை .

...வாருங்கள்.. உள்ளே.போகலாம்...""என்ற குருசாமியின் வழிகாட்டலொடு உள்ளே நுழைந்தனர்."

அவற்றை பூஜை தட்டில் வைத்துக் கொண்டு சாமியின் அறைக்கு சென்றார்கள்.

சற்று நேரத்தில் அர்ச்சனை தொடங்கியது.அங்கே வேறொரு பூசாரி சாமிக்கு பூஜை செய்து கொண்டிருந்தார். குருசாமியோ அருகே நின்று கொண்டிருந்தார்.மந்திரங்களை ஜெபித்தவாறு..தெய்வநாயகி பூஜை செய்து கொண்டிருந்த பூசாரியிடம் பேசினார்.

தான் கொண்டு வந்திருந்த மாலையை பூசாரியிடம் கொடுத்தவள்.

"... இந்த மாலையை சாமிக்கு சூட்டிவிடுங்கள் .....கூடவே இந்த மூன்று சீட்டில் மூன்று பூக்களை மடித்து வைத்து இருக்கிறோம் ....என் மருமகளை தேர்ந்தெடுப்பதற்காக..... நீங்கள் சாமியிடம் அருள்வாக்கு கேட்டு அவற்றில் ஒன்றை எடுத்து.... எனக்கு தாருங்கள் .....''என்றார் தெய்வநாயகி.

துரையும் முருகவேலும் ஒருவரை ஒருவர் பார்த்துக் கொண்டார்கள்.

...நல்லவேளை பூவை.. பூசாரியையே எடுக்க.. சொல்லிட்டாங்க..உங்க அம்மா....நல்லது.. என்றான் முருகவேல்.

அவனுக்கோ மனதினுள் தன் திட்டப்படி குருசாமி பூரணியின் பூவை எடுத்து தெய்வநாயகியிடம் தந்துவிடுவார் என நினைத்துக்கொண்டு நின்றிருந்தான்.

துரையோ திரும்பி முருகவேலிடம் கேட்டார்.

... அதில் என்ன இருக்கிறது... பூசாரி எடுத்தால் என்ன அம்மா எடுத தால்..என்ன ..'' என்றே காதுக்குள் கிசுகிசுப்போடு.. துரை."

"...இரு ...இருக்கிறது ...துரை..சற்று நேரம் கழித்து.... நான் உனக்கு தெளிவாக சொல்கிறேன்...'' என்றான் முருகவேல்.

அப்போது பூசாரி தெய்வநாயகியிம் பேசினார்.

''..அம்மா... மூன்று பூக்களை எப்போதுமே ஒற்றைமுகமாக வைத்து சாமியிடம் கேட்கக்கூடாது... நான்கு பூக்களாக வைத்து தான் கேட்க வேண்டும்.... எனவே யாராவது சென்று நான்காவதாக ஒரு பூவைப் பறித்துக் கொண்டு வாருங்கள் ...''என்றார் அந்த பூசாரி.

ஏதோ இதற்காகவே காத்திருந்தது போல முருகவேல்.

... பூசாரி... நான் பறித்து வருகிறேன்... "" என்று வெளியே ஓடினான்.சிறுபிள்ளை போல."

வெளியே வேகமாக ஓடி அவன் ஏதோ ஒரு பூவைப் பறித்து அவனே அதை பேப்பரில் கட்டிக்கொண்டு ஓடி வந்தான். அந்த பூவை நேரடியாக பூசாரியிடம் கொடுத்தான். பூசாரியும் அதை வாங்கி பூசையில் வைத்தவாறே சாமிக்கு பூசைகள் செய்ய ஆரம்பித்தார்.

அனைவரும் கண்ணை மூடி வேண்டிக்கொண்டார்கள். மலர்விழியும்,பூரணியும், சமந்தா-வும் ஒருவருக்கொருவர் தங்களையே துரை தேர்ந்தெடுக்க வேண்டும் என்றும் ,மாகாளியிடம் வேண்டிக் கொண்டிருந்தார்கள்.

அப்போது துரையோ மாகாளியிடம் என்ன செய்வதென்று தெரியாமல், என்ன வேண்டு-வது என்று தெரியாமல் குழம்பி போய் சாமியை மட்டும் கும்பிட்டுக் கொண்டிருந்தான்.

முருகவேலும் சாமியை கும்பிடுவது போல நடித்துக்கொண்டே ..அனைவரது எண்ண ஓட்டத்தையும் சுற்றுமுற்றும் பார்த்துக் கொண்டிருந்தான்.

மெல்ல குருசாமியை நோக்கி கண்ணைக்காட்டினான்.அவரோ என்னால் முடியாது பதில் இந்த பூசாரியிடம் உள்ளது என்பதுபோல பதிலுக்கு ஜாடைகாட்டினார்.

முருகவேலோ திட்டம் சொதப்பிட்டது என குழம்பியவாறே மாகாளியை உருக்கமாக கண்ணைமூடி வேண்டிக்கொண்டான்.

பூசாரி அனைத்து பூஜைகளை முடித்துவிட்டு தட்டை தெய்வநாயகி கையில் கொடுத்-தார்.அனைவரும் தீபாராதனை எடுத்து நெற்றியில் திருநீறு இட்டுக் கொண்டார்கள்.

"... அம்மா ...இந்தப் பூக்களை. இங்கே வைத்து யாரும் திறந்து பார்க்க வேண்டாம் ...அதோ அந்த புங்க மரத்தின் நிழலில் அமர்ந்து ...சிறிது நேரம் கழித்து யாராவது ஒருவர் கண்ணை மூடிக்கொண்டு....இந்த பொட்டலத்தில் ஏதாவது ஒன்றை எடுத்து பாருங்கள்...'' என்றார்.

அதற்கு பதிலளித்த தெய்வநாயகியோ...

... என்னங்க ..இது...சரியா...சாமியிடம் வேண்டிக்கொண்டு... நீங்கள் ஏதாவது ஒன்றை எடுத்து தர வேண்டியது தானே... ''என்றார் ."

"... நான் இதை ....அவ்வாறு செய்யக்கூடாது ....இது நீங்கள் ....உங்களது மருமகளை தேர்ந்தெடுக்கும் பொருட்டு இருக்கிறது ....நான் மாகாளியிடம் வேண்டி வாக்கு கேட்டு விட்டேன் ..இதை நான் செய்வது சரியல்ல.. .நீங்களே ஒருமுறை மனதில் நினைத்துக் கொண்டு.... இதில் ஏதேனும் ஒன்று எடுங்கள் நல்லதாகவே நடக்கும் ....சென்று வாருங்கள். '' என்றார்.

.... சரிங்க ...''என்று தெய்வநாயகி தலையாட்டிக் கொண்டு அந்த தட்டை வாங்கிக்-கொண்டு அங்கிருந்த புங்க மரத்திற்கு வந்தார்.கூடவே அனைவரும் வர, அங்கிருந்த புங்க மர நிழலில் அமர்ந்தார்கள்."

தட்டை நடுவில் வைத்து சுற்றிலும் வட்டமாக அனைவரும் அமர்ந்தார்கள் தெய்வ நாய-கியோ பூஜை தட்டில் இருந்த வாழைப் பழங்களையும், தேங்காயையும் உடைத்து அனைவ-ருக்கும் உண்ண கொடுத்துக் கொண்டிருந்தார்.

பூஜையின் இடைய பூசாரி கொடுத்த பொங்கலையும் அனைவருக்கும் பிரசாதமாக கொடுத்தால் அனைவரும் சாப்பிட்டுக் கொண்டிருந்தார்.

அனைவரும் சாப்பிட்டு முடித்த நேரம் தெய்வநாயகி சொன்னார்.

".. இதுதான் சரியான நேரம்... நான் சாமியை வேண்டிக் கொண்டு.... ஒரு சீட்டை எடுக்கிறேன்...என்று தெய்வநாயகி சொல்ல..

... நீங்களும் ஒருமுறை ....கண்ணை மூடி கொண்டு சாமியை வேண்டிக்கொள்ளுங்கள்...''என கூறினாள்."

சுற்றிலும் இருந்த ஏழு பேரும் அவரவர் கண்களை. மூடிக்கொண்டு மாகாளியம்மனை வேண்டிக்கொண்டார்கள்.

தெய்வநாயகியும் கண்களை மூடிக்கொண்டு தட்டில் இருந்த பொட்டலத்தை எடுக்க கையை நீட்ட,இது தான் சமயமென சுற்றிலும் நோட்டம்விட்ட முருகவேல் பூரணியின் பொட்டலத்தை அடையாளம் கண்டு அதனை தெய்வநாயகியின் கைகளின் ஓரம் நகர்த்தி வைத்தான்.மற்ற இரு பொட்டலங்களை மெல்ல கைகளில் சிக்காதவாறு தள்ளி வைத்தான்.

தெய்வநாயகியின் கைகளில் பூரணியின் பொட்டலமே அகப்பட்டது..அதை எடுத்துக்கொண்டு அவள் கண்விழிக்கும் நேரம்....

நடப்பவை அனைத்தையும் மரத்தில் இருந்து இருகண்களாக பார்த்துக்கொண்டிருந்தாள் காஞ்சனை குருவியின் உருவில்...மெல்ல அவள் பறந்து தரையில் வந்ததும் பாம்பாக உருமாறினாள்.

அப்போது துரைக்கு அருகே

...உஸ்ஸ் ....என்று ஒரு சத்தம் கேட்டது .

அனைவரும் அமைதியாக சாமி வேண்டிக் கொண்டிருந்த....அந்த நேரம்....சத்தம் அனைவருக்கும் நன்றாகவே கேட்டது.... அனைவரும் இருந்த இடத்திலிருந்து எட்டிப் பார்க்க அங்கே ஒரு நல்ல பாம்பாக மாறி படம் எடுத்தபடி நின்று கொண்டிருந்தாள் காஞ்சனை...

உடனே அனைவரும் அலறியடித்து எழுந்தனர். சமந்தாவும் மலர்விழியும் அலறியடித்து ஓடிப்போய் மரத்திற்கு பின்னால் ஒளிந்து கொண்டனர்.பாம்பை பார்த்து மிகவும் பயந்த பூரணியின் அம்மா... அவரும் பின்னால் போய் ஒளிந்து கொண்டார்.

இப்போது தெய்வநாயகி ஒருபுறமும், பூரணி,முருகவேல் ஒருபுறமும், நடுவில் நாகப்பாம்பு, துரையையும் நெருங்கிக்கொண்டிருந்தது.

முருகவேலோ பாம்பை ஏதாவது செய்வதற்காக சுற்றுமுற்றும் ஏதேனும் மரத்துண்டு உள்ளதா என்று தேடிக் கொண்டிருந்தான்.

துரைக்கு ஒன்றும் புரியவில்லை என்ன செய்வது என்று முழித்துக் கொண்டு வியர்வையில் வழிந்து கொண்டு இருந்தான்.அவனுக்கு ஏற்கனவே பாம்பிடம் கடிபட்டு பயந்த பழைய நினைவு ஒருநொடி வந்து போனது.

அப்போதுதான் யாரும் சற்றும் எதிர்பார்க்காத ஒரு விஷயம் நடந்தது. தைரியமாக அந்த நாகத்தை பிடித்த பூரணியோ தலையைச் சுற்றித் தூக்கி எறிந்தாள்.

ஆனால் அந்த நாகமும் இவள் தூக்கி எறியும் முன்பாக அவளது கைகளில் இரண்டு முறை வேகமாக கொத்தியது.

பூரணியின் அம்மாவும், மலர்விழியும் வேகமாக அலறி துடித்துக் கொண்டு பூரணியை நோக்கி ஓடினார்கள்.

பூரணியோ சற்றே மயக்க நிலைக்கு போனாள்.

பூரணி கைகளிலிருந்து பாம்பு கடித்த இடத்தில் இருந்து சிறியதாக ரத்தம் வெளியேறத் தொடங்கியது.வேகமாக ஓடிய பூரணியின் அம்மா தனது சேலையைக் கிழித்து பூரணி கைக-ளில் கட்டு போட்டார்.

தெய்வநாயகியோ ஏதும் நடக்காதது போல அமைதியாக இருந்தார்.

விஷம் உடலெங்கும் பரவாமல் இருப்பதற்காக அந்த கட்டை இறுக்கமாக கட்டினான் முருகவேல்.

துரையோ பயந்தவனாக பூரணியை தூக்கிக்கொண்டு குதிரை வண்டியை நோக்கி ஓடி-னான். அவன் பின்னாலேயே ஓடி வந்தான் முருகவேல்.

அப்போது அங்கே அடித்த வேகமான காற்றில் அந்த நான்கு பொட்டலங்களும் காற்றில் பறந்து மண்ணோடு மண்ணாகியிருந்தது .

முருகவேல் ஏனோ அந்த சூறாவளி காற்றைப் பார்த்து புன்னகைத்தவாறே வண்டியில் ஏறினான்.

பூரணியை வண்டியில் ஏற்றி தன் மடியில் படுக்க வைத்தவாறு உட்கார்ந்திருந்தான் துரை. அவனோடு கூடவே முருகவேல் வண்டியில் ஏறிக்கொள்ள சுருளி வண்டியை மருத்துவர் வீட்டை நோக்கி ஓட்டினான்.

நடப்பதை பார்த்துக்கொண்டிருந்த சம்யுக்தாவும் மலர்விழியும் ஒருவரையொருவர் பார்த்-தவாறே திகைத்து நின்றனர்.

இருவர் மனதிற்குள்ளும் கலக்கம்.

ஏன் துரை அவளை தூக்கிக்கொண்டு ஓடினான். அருகில் அவளது அண்ணன் முரு-கவேல் இருந்தானே அவன் தானே அதை செய்யவேண்டும்.ஏதோ தங்களுக்கு போட்டியாக பூரணி வந்திடுவாளோ என சந்தேகமாய் திகைத்து நின்றனர்.

"...எல்லோரும் வைத்தியர் வீட்டுக்கு வாங்க...''என்று முருகவேல் ....அங்கிருந்த மற்ற-வர்களைப் பார்த்து கத்தினான்.

மற்றவர்கள் அனைவரும் இரண்டாவது வண்டியில் ஏறத்தொடங்கினர்.

வண்டி வைத்தியர் வீட்டை நோக்கி ஓடிக் கொண்டிருந்தது.

முருகவேல் துரையின் காதுகளில் கிசுகிசுத்தான்.

‘‘.... துரை எனக்கு ஒரு சந்தேகம் மாயப்பாம்பு கடித்தால் உயிர் போகுமா..என்ன..'' என்றான் சற்றே சந்தேகத்தோடு..."

"...என்ன சொல்கிறாய்..மாயப்பாம்பா...எனக்கு புரியுமாறு தெளிவாக சொல்..''என்றான் துரை.

‘‘...அது ...நிஜத்தில் பாம்பே அல்ல..அது காஞ்சனையின் ஏற்பாடு....''என்றான் சற்றே மெல்லமாக தயக்கத்தோடு..

துரைக்கு இப்போதுதான் புரிந்தது.இது முருகவேலின் வேலை தானா... தான் தேவை-யில்லாமல் பயந்து விட்டோமோ.... என்றே ஒருகணம் புன்னகைத்தவாறு முருகவேலைப் பார்த்து கண்ணடித்தான்.

அவனுக்கு புரிந்தது.பூரணியை கடித்த பாம்பு பொய்.அதன் விஷம் காரணமாக அவளுக்கு ஒன்றும் ஆகாது என்று... ஆனாலும்

"...சற்று பயந்தவனாக நடித்துக் கொண்டே இருங்கள்..துரை...'' என்று காதில் கிசுகிசுத்-தான் முருகவேல்.

...சரி..என்று தலையசைத்தவன்.புன்னகையோடு பூரணியைப் பார்த்தான்.

அவளோ வலியில் துடித்துக்கொண்டு இருந்தாள்.

துரையின் சிரிப்பையும் கவனிக்க தறவில்லை.

மீண்டும் துரையின் காதோடு பேசினான் முருகவேல்.

"...துரை ... இப்போது பூரணியை பாம்பு கடித்தது... ஒருவகையில் நல்லதாகிப் போய்-விட்டது..உனக்கு தெரியுமா..'' என்றான்.

அப்போதும் ஒன்றும் புரியாமல் அவனை ஏறிட்டான் துரை.

....நடந்த .... இந்த பிரச்சனையில் நான்கு பேரில் ஒருவரை.... உன் அம்மா மருமகளாக தேர்ந்தெடுக்க வேண்டும் இல்லையா ...."

".... இப்போது பார்..அது நடக்கவே இல்லை ...''என்றான்.துரையும் மெல்ல சிரிக்க முயன்றான் குழப்பத்தோடு...

இப்போது நின்றதால் என்ன பயன்..இப்போதே அம்மா பூரணியை தேர்ந்தெடுத்திருந்-தால்...என்ன நடந்திருக்கும்...சற்றே குழம்பினான்.

...யோவ்...நீ எதற்காக.. இதை தடுத்து நிறுத்தினாய்...இப்போதே முடிவு ஆயி-ருந்தா...மற்ற இருவரும் அவரவர் வழியில் போயிருப்பாங்க..தானே..""என்றான் துரை."

"...துரை..நானும்..அதைத்தான்.. செய்யச் சொன்னேன்...ஆனால் காஞ்சனைக்கு ..உன் அம்மா அவளைத்தான் தேர்ந்தெடுக்க வேண்டுமென்றே...எல்லா சீட்டுகளையும்...மந்திரவித்-தையை பயன்படுத்தி மாற்றிவிட்டாள்... மாறாக அவள் பூரணியை தேர்ந்தெடுக்க விடாமல் தடுக்கவே...மாயப்பாம்பை ஏவியும் விட்டிருக்கிறாள்..''என்றான் முருகவேல்.

...என்ன..இது..ஏன் அவள் இப்படி ..பண்றா..அந்த நான்காவது சீட்டையாவது அவள் எடுக்குமாறுசெய்திருக்கலாமே.'' என்றான் துரை மீண்டும் குழப்பமாய்..."

"...முருகவேல்.. அந்த நான்காவது சீட்டில் அவள் பெயர் எழுதியிருப்பது... உன் அம்மாவிற்கே தெரியாது..அப்படியிருக்க...அந்த சீட்டை அவளால் தேர்ந்தெடுக்கவும் முடி-யாது..அவ்வாறு தேர்ந்தெடுப்பதால் அவளுக்கு எந்த பயனும் இல்லை.. அல்-லவா...அதனால் தான் அவள் ஆட்டத்தையே கலைத்திருக்கிறாள்...''என்றவாறே பூரணியை ஏறிட்டான்.

அப்போது துரை கேட்டான்.

...முருகவேல்.. கடித்தது மாயப்பாம்பு என்பது பூரணிக்கு தெரியுமா...""என்றான் சந்தே-கத்தோடு.."

"...பூரணிக்கு தெரியாது..துரை...''என்றவாறே பூரணியை ஏறிட்டான்.

பூரணியோ மயக்க நிலைக்கு சென்றிருந்தாள்.அவள் வாயிலிருந்து மெல்ல இரத்தம் வழி-யத் தொடங்கியிருந்தது.

அதைக்கண்ட முருகவேல் துடித்தான்..சற்றே துரைப்பார்த்து கத்தினான்.

“…துரை…இதோ ..பார்…பூரணியின் வாயிலிருந்து இரத்தம் வருகிறது…. இது எப்படி..நடக்கும்….‘‘ என்று..

துரையும் மனதினுள் கலவரமானான்.

".. அதெப்படி…நீ மாயப்பாம்பு என்று சொன்னாய்..இவளது வாயிலோ. இரத்தம் வருகிறது… எப்படி…‘‘என்றவாறே குரலில் நடுக்கம் காட்டினான்.

முருகவேல் சற்றே குழம்பியே போனவனாய் …சற்று தள்ளி எதிரே அமர்ந்திருந்த தெய்வநாயகியை ஏறிட்டான்.

தெய்வநாயகியோ… எதுவுமே தெரியாதது போல அமைதியாக இருந்தாள்.எங்கோ வேடிக்கை பார்த்தபடி…

அப்போது தான் வண்டியையும் கவனித்தான் .. குதிரை வண்டியோ மெதுவாக போய்க்கொண்டு இருந்தது..

முருகவேல் சற்றே யோசித்தவனாய் கதறினான்.

‘‘…துரை…ஏதோ ..தப்பா இருக்கு..நாம மோசம் போகப்போறோம்….‘‘என்றவாறே கண்ணில் நீர் விட்டான்.பூரணியின் கன்னத்தில் மெல்ல தட்டியவாறே கத்தினான்..

“….பூரணி…எழுந்திரி…என்னப்பாரு…பூரணி…பூரணி…”

துரைக்குள்ளும் பயம் அப்பிக்கொண்டது. அப்போது தான் அவனும் குதிரைகள் மெதுவாக ஓடுவதைக் கவனித்தான்.

“….பூரணி…என்னாச்சு…எழுந்திரி…பூரணி…”

பூரணியோ ஏதோ சொல்ல முயன்று தெய்வநாயகியை நோக்கி கையை தூக்கி சுட்டிக்காட்ட முயன்றாள்.மயக்கம் வர அப்படியே நினைவு தப்பினாள்.

துரை கத்தினான்.

"…சுருளி…வண்டியை வேகமாக ஓட்டு…” என்று கத்தினான் துரை.

சுருளிக்குள் சிரிப்பு அப்போது தான் அவன் வண்டியை வேகமாக ஓட்டவே ஆரம்பித்தான்.

பூரணியின் வாயிலிருந்து வழிந்த இரத்தம் துரையின் மடியை நனைக்கத் தொடங்கியது.

பூரணியோ தன்னிலை மறந்திருந்தாள்.கண்ணீரோடே அவளை எழுப்பிக்கொண்டிருந்தான் முருகவேல்.

தன் ஆசைத்தங்கை உயிருக்கு போராடும்போது அவனோ என்ன செய்வதென அறியாமல் திகைத்தான்.

துரையும் ஒன்றும் புரியாதவனாக குழம்பியவாறே கலங்கியவனாக இருந்தான்.

அப்போது தெய்வநாயகியின் பின்புறமிருந்து பேச்சு வந்தது… ஏதோ அசரீரி போலவே அந்த குரல் துரையை அழைத்தது.

“….துரை…உன் கையில் கட்டியிருக்கும் எந்திரத்தை கழற்று…அதை அந்த பெண்ணின் கைகளில் கட்டு அப்போதே அவள் உயிர் பெறுவாள்…‘‘ என்றது..

இருவரும் ஏதோ சத்தம் கேட்டதை உணர்ந்தவர்கள்..சத்தம் எங்கேயிருந்து வருகிறது.. என்று யோசனையாய் குரல் வந்த திசையை நோக்கினார்கள்.

குரலோ தெய்வநாயகிக்கு பின்புறமிருந்து வந்தது.தெய்வநாயகியோ அசைவற்று எதையோ வேடிக்கை பார்த்தவளாக உட்கார்ந்திருந்தாள்.

குரல் வந்ததோ சுருளி ஓட்டிக்கொண்டு இருந்த அந்த இருகுதிரைகளில் ஒன்றிலிருந்து வந்தது.

அந்த குதிரை மட்டும் இவர்கள் இருவரையும் தலையை திருப்பி பார்த்தவாறே ஓடிக்கொண்டிருந்தது.வாயசைத்து பேசியது.

"...நான்..சொல்வதை...செய்றியா....''குரூரமான குரல்....துரைக்கோ உடல் கூச்சிட்டது...

முருகவேலோ சற்றே பூரணிமீதான பயத்தை போக்கினான்.தைரியத்தை வரவழைக்க முயன்றான்.

இது ஏதோ துர்சக்தியின் வேலை என்பதை உணர்ந்தான்.சுற்றும் நோக்கினான்.குதிரை வண்டி அப்போது சோமு வெட்டிக்கொலை செய்யப்பட்ட இடத்தை அடைந்திருந்தது.

குதிரை ஓடுவது போலவே இருந்தது. ஆனால் இடமோ நகரவே இல்லை.நிலையாக நின்றது.

முருகவேல்...துரையை எச்சரித்தான்.

...துரை..பயப்படாதே...சற்றே அமைதியாக..இரு..."""

துரையோ சுருளியை எட்டிப்பார்த்தான்...அவனோ இப்போது ஏதோ புன்னகைத்தவாறே உறைந்து போயிருந்தான்.

முருகவேலோ அந்த அசரீரியை நம்புவதாக இல்லை...ஆனால் அது மீண்டும் எச்சரித்தது.இன்னும் கொடூரமாக...

"...இப்போ..நான் சொன்னதை செய்...இல்லைனா...அவள் செத்துடுவா....''

என்றவாறே அந்த குதிரை வாயை பெரிதாக திறந்து சிரித்தபடி பேச..அதன் நீளமான பற்களும் மெல்ல பெரிதாக நீண்டது...கண்களும் பெரிதாக பயங்கர உருவமாக மாறிக்கொண்டே இருந்தது..

முருகவேலோ சூழ்நிலையில் அசாதாரணத்தை உடனடியாக அனுமானித்தான்.அவனுக்குள் அவசரமானான்.ஏதேனும் செய்து இப்போது இருவரது உயிரையும் காப்பாற்றவே எண்ணம் கொண்டான்.

துரையை தைரியப்படுத்த பேசலானான்.

....துரை...இது ஏதோ பெரிய பிரச்சினை போல தெரிகிறது... இது உன் எந்திரத்தை கழட்டவைக்க செய்யும் சதிபோல தெரிகிறது... நீ அதை கழட்டாதே....இது யாருடைய வேலை என்பதை இப்பவே கண்டுபிடிக்கணும்....""என்றான் அவசரமாக.."

துரைக்கோ அவன் பேச்சின் அர்த்தம் புரியவில்லை...

...என்ன..சொல்ற...வேலு...புரியிர மாதிரி பேசவே மாட்டியா... என்றான் பூரணியின் வேதனையை கண்டு கோபமாய் இருந்தான்.

.....நான் சொல்றதை கேளு...சுற்றிலும் பாரு..நாம இப்போ தரையைவிட்டு மேலே பறந்து கொண்டு இருக்கிறோம்....என சொல்ல..

அப்போதுதான் துரை கவனித்தான்.குதிரைகள் காற்றின் மீது ஓட....சுருளியும்..தெய்வநாயகியும் என்ன நடக்கிறதென்பதே தெரியாமல்...பிரமை பிடித்தவர்களாய் சமைந்திருக்க...

குதிரை ஒன்று அவனைப்பார்த்து கடிக்க வருவது போல...முகத்தை விகாரமாக்கி அவனிடம் கொண்டுவந்தது...துரை சற்றே பயந்து பின்வாங்கினான்.

வண்டியிலிருந்து கீழே விழுந்து விடுவான் போல சரிந்தான்.

முருகவேல் துரையை கெட்டியாக ஒருகையில் பிடித்தபடி கத்தினான்.

"...துரை...பயப்படாதே... இது வெறும் பிரமை..நம்மை ஒன்றும் செய்யாது..பயமுறுத்த மட்டுமே செய்யும்..உன் கையில் அந்த தாயத்து இருக்கும்வரை ...அதனால் உன்னை ஒன்றும் செய்ய முடியாது... கவனமாக இரு...வண்டியை கெட்டியாக பிடித்துக்கொள்....''

...இது..உன் நண்பன் சோமுவின் ஆத்மாவின் வேலைபோல் தெரிகிறது.. அங்கே பார்....""என்றவன் தரையைக் காட்டினான்."

அங்கே கண்டகாட்சி துரையை நிலைகுழையச் செய்தது...சற்றே கண்ணீரோடு கலக்கமானான்.

சோமு உயிர் பிரிந்த இடத்தின் மேலே வண்டி காற்றில் மிதந்து கொண்டிருந்தது..

சோமுவோ தரையில் பெரிய உருவமாக...முண்டமாக நின்றுகொண்டு துரையை கைநீட்டி அழைத்துக்கொண்டிருந்தான்.தலையோ தனியாக மிதந்து கொண்டிருந்தது.

அவனது கைகளோ உடலோடு ஒட்டாமல் தனியாக காற்றிலே மிதந்தவாறு துரையை கட்டியணைக்க வருவதுபோல இருந்தது.

துரை கண்களில் நீர் பாய்ச்சி அழ ஆரம்பித்தான்.

. சோமு...சோமு.....என பிதற்ற ஆரம்பித்தான்.சற்றேரக்குறைய சோமுவின் கட்டுப்பாட்டுக்குள் சென்று கொண்டிருந்தான்.

முருகவேல் வானத்தை அண்ணாந்து பார்த்தான்.மேகங்கள் ஒன்று சேர்ந்து சூரியனை மறைத்து இருளை கவிழ்த்திருந்தது.

தன் கைக்கடிகாரத்தில் மணியைப் பார்த்தான். மத்தியானம் 12.00 மணி.

துரையோ மெல்ல மெல்ல சோமுவின் கட்டுக்குள் போய்க்கொண்டிருந்தான்.

முருகவேலுக்கோ ஒன்றுமே புரியாமல் விழி பிதுங்கி கண்ணீர் வடித்தான்.

கடைசியாக தைரியத்தை வரவழைத்தவனாக...கத்தினான்..

...?...?..?..?...மாகாளியே...எங்களை காப்பாத்து...

...????????????????????????????????"

மீண்டும் மீண்டும் கத்திக்கொண்டே இருந்தான்.

அப்போது காற்றிலே ஒரு எலுமிச்சை பழம் பறந்து வந்து முருகவேலின் மடியில் விழுந்தது.

சற்றே சுதாரித்தவனாக...

எலுமிச்சைபழம் வந்த திசையை நோக்கினாள்.

ஒரு அசரீரி குரல் ஒலித்தது.

“..அந்த பழத்தை இருவரின் தலையிலும் தனித்தனியாக வை...”

??..???சக்தி..பராசக்தி...

???சக்தி..

பராசக்தி...

????சக்தி.. பராசக்தி.."..என்று கத்தியவாறே அந்த எலுமிச்சை பழத்தை இரண்டாக பிய்த்தான்.

ஒன்றை துரையின் தலையிலும் மற்றொன்றை பூரணியின் தலையிலும் வைத்து அழுத்தினான்.

அப்போது ஒரு பெரிய கை ஆகாசத்திலிருந்து வந்து குதிரை வண்டியை ஒற்றைக்கையில் பிடித்தவாறு பூமியை நோக்கி தள்ளியது..

முருகவேல் கண்களை மூடிக்கொண்டு மாகாளியை பிரார்த்தனை செய்யத்தொடங்கினான்.

????..சக்தி..பராசக்தி...????..சக்தி..பராசக்தி...என்றே சத்தமாக கத்திக்கொண்டே இருந்தான்.

சூரியனின் கதிர்கள் முருகவேலைச் சுட்டது.

மெல்ல முருகவேல் கண்ணைத் திறந்து பார்த்தான்.

குதிரை வண்டி ஏதும் அசைவற்று தரையில் நின்று கொண்டிருந்தது.

குதிரை வண்டிக்கு எதிரே காஞ்சனை நின்று கொண்டிருந்தாள்.அவளைப் பார்த்தவாறே குதிரைகள் நின்று கொண்டிருந்தன.

குதிரை வண்டியோ இப்போது சோமு இறந்த இடத்தைவிட்டு சற்றுத் தூரமாக நின்று கொண்டிருந்தது.

சோமு இறந்த இடத்தை விட்டு கடந்திருந்தது.துரையும் அப்போது கண்களை விழித்துப் பார்த்தான்.

மெதுவாக சுற்றிலும் நோக்கினான். விழித்துக் கொண்டிருந்தான். ஆனாலும் பயத்திலிருந்து அவன் இன்னும் வெளிவந்ததாக தெரியவில்லை.

முருகவேல் மெல்ல துரையை தேற்றினான்.

.... துரை பயப்படாதே ....ஒன்றுமில்லை... எல்லாம் சரியாகிவிட்டது ...அதோ பாரு காஞ்சனை ...வந்து இருக்கிறார்... அவர்தான் நம்மை காப்பாற்றி விட்டார்... என்றான் முருகவேல்.

அப்போதும் சுருளியும் தெய்வநாயகியும் நடப்பது தெரியாதது போல பிரமை பிடித்தவர்களாக அப்படியே அசைவற்று இருந்தார்கள்.

இருவரும் வண்டியிலிருந்து இறங்கி மெல்ல காஞ்சனையை நோக்கி நடந்தார்கள்.

துரை அப்போது குதிரையை கவனித்தான். இரண்டு குதிரைகளுமே எப்போதும் போல சாதாரணமாக நின்று கொண்டிருந்தன.

மனசுக்குள் கருவிக் கொண்டிருந்தான்... சற்று நேரத்துக்கு முன்பாக இந்த குதிரை என்னை.. என்ன செய்யப் பார்த்தது..... கொஞ்சம் அசந்து இருந்தால்.... என்னை கடித்து தின்று இருக்கும்.... என்பது போல குதிரையைப் பார்த்தே முறைத்தவாறு கடந்து சென்றான்.

இருவரும் அருகே வந்தார்கள்.காஞ்சனையைப் பார்த்ததும் முருகவேல் கையெடுத்து வணங்கினான்.

....நல்ல வேளை... காஞ்சனை நீங்கள் வந்து எங்கள் உயிரைக் காப்பாற்றினீர்கள்... என்றான் முருகவேல்.

துரையும் தன் சார்பில் நன்றி சொன்னான் காஞ்சனைக்கு கூடவே..

.... இதெல்லாம் ஏன் நடந்தது... எனக்கு விளக்கமாக சொல்லுங்கள்.... என்று கேட்டான் துரை.

காஞ்சனா பதில் சொன்னாள்.

".... நான் இவற்றிற்கெல்லாம் விளக்கம்... இன்று இரவு.... உங்கள் வீட்டிற்கு வரும்போது சொல்கிறேன் ....நீங்கள் இப்பொழுது பூரணியை அழைத்துக் கொண்டு உடனடியாக வைத்தியர் வீட்டிற்கு செல்லுங்கள்.... அவளது உயிர் ஆபத்தில் இருக்கிறது...'' என்றாள் காஞ்சனை.

துரையோ அப்போதும் குழப்பத்தோடே அவளிடம் கேட்டான்.

.... ஏன் இன்னும் பூரணி...உயிர் பிழைக்கவில்லை ...''என்று ."

முருகவேலும் அதையே கேட்டான் காஞ்சனையிடம்..

"....பூரணியை தீண்டியது... நீங்கள் அனுப்பிய பாம்பு ....தானே.... பின்பு எப்படி இப்போ ...உடலில் விஷம் ஏறியது..'' என்று.

காஞ்சனை நிதானமாக சற்றே புன்னகைத்தவாறு பதில் சொன்னாள்.

".... முருகவேல் ...நீ மிகவும் கவனமாக இருக்க வேண்டும்.... என்று நான் ஏற்கனவே உன்னை எச்சரித்து இருந்தேன்.... ஆனால் நீ கவனமாக இருப்பது போல் தெரியவில்லை....'' என்றால் சற்றே கோபமாக..

முருகவேலோ கேட்டான் குற்ற உணர்வோடு ..

...என்ன ஆச்சு.. .. நான் என்ன தவறு செய்தேன்....'' என்று கேட்டான்."

"... முருகவேல் ...நான் உன்னை ஏற்கனவே எச்சரித்து இருக்கிறேன்....துரையையும் பூரணியையும் ஒன்றாக அழைத்துக்கொண்டு எங்கும் செல்ல வேண்டாம் என்று கூறி இருக்கிறேன்.... ஆனால் ....நீ வேண்டுமென்றே தெய்வநாயகியையும் கூட்டிக்கொண்டு வந்திருக்கிறாய்.மூன்றுபேரையும் ஒரே இடத்தில் அழைத்து வந்திருக்கிறாய்...''

முருகவேல் குறுக்கிட்டான்..

.... அதனாலென்ன காஞ்சனை... என்ன விபரீதம் நடந்தது....'' என்று கேட்டான் குழப்பத்தோடு..."

".... முருகவேல் ....உனக்கு உண்மை தெரியவில்லை தெய்வநாயகிக்கு பூரணியை சுத்தமாக பிடிக்கவில்லை.... அவளுக்கு மலர்விழியைத் தான் பிடித்திருக்கிறது.... மலர்விழிக்கு கொடுத்த வாக்கை நிறைவேற்றுவதே அவள் எண்ணமாக உள்ளது...மேலும்..''

... நீ இன்று காலை பூரணியை... வீட்டிற்குள் அழைத்து வந்த உடனேயே.... அவளுக்கு தெரிந்துவிட்டது.... நீ பூரணியை... துரைக்கு கட்டி வைப்பதற்காக.... அழைத்துக்கொண்டு வந்து இருக்கிறாள் ...என்பது .....அதுபோலவே தெய்வநாயகி துரையின் கைகளை தீண்டி இருக்கிறார்.... அதன்மூலமே...உன் மனதின் எண்ணங்கள் அனைத்தையும் அறிந்து கொண்டார்..... பூரணி இங்கே எதற்காக வந்திருக்கிறார்....என்பதை... உன் மனதே... அவளுக்கு காட்டிக் கொடுத்து இருக்கிறது....'' என்று முடித்தாள்."

".. அய்யய்யோ...அப்படியா நான் என்ன செய்ய வேண்டும்..இப்போது...'' என்றான் துரை.

... . துரை... இனிமேல் செய்வதற்கு ஒன்றுமில்லை ...சுருளியிடம் விஷம்கொடுத்து பூரணியின் சாப்பாட்டில் கலக்க வைத்திருக்கிறார்.....நீங்க அந்த கோயிலில் சாப்பிட்டுக்

கொண்டிருந்தது... கோயில் பூசாரி கொடுத்த பிரசாத பொங்கல் அல்ல... அது... உங்கள் வீட்டில் இருந்து சுருளி பூரணிக்காக தயார் செய்து கொண்டு வந்திருந்த ...விஷம்.... கலந்த பொங்கல் அது ....அதைத் தின்றதும் அவள் உடலில் விஷம் ஏறி இருக்கிறது ...அதனால்-தான் அவள் இப்போது உயிருக்குப் போராடிக் கொண்டிருக்கிறாள்.... நீங்கள் விரைவாக பூரணியை அழைத்துக்கொண்டு ....வைத்தியர் வீட்டிற்கு செல்லுங்கள் ....அப்போதுதான் அவளது உயிரை காப்பாற்ற முடியும்... '' என்றாள்."

துரை அப்போது குறுக்கிட்டான்

"....உன்னால் பூரணியை காப்பாற்ற முடியாதா...'' என்றான்.

"....துரை... நான் சொல்வதை புரிந்து கொள்ளுங்கள்... என்னால் உடல் ரீதியிலான விஷத்தை ... முறிக்க முடியாது ....அது வைத்தியரால் மட்டுமே முடியும் ....நீங்கள் பேசிக்-கொண்டே இருக்காதீங்க...உடனேயே வைத்தியர் வீட்டுக்கு அழைத்துச் செல்லுங்கள்....'' என்று உத்தரவு போல கூறினாள் காஞ்சனை.

துரையும் முருகவேலும் ஒருவரையொருவர் பார்த்து விழி பிதுங்கினார்கள்.

.... வாங்க துரை... உடனே போகலாம்...'' என்று முருகவேல் துரை கையை பிடித்து இழுத்துக்கொண்டு வண்டியை நோக்கி ஓடினான்.துரை வண்டியில் ஏறியவுடன் காஞ்-சனையை தேடினான்."

அப்போது அந்த இடத்திலிருந்து காஞ்சனை மாயமாக மறைந்து இருந்தாள்.

ஏதோ புது உயிர் வந்தது போல குதிரை வேகமாக ஓடத் தொடங்கி இருந்தது.சுருளியும் அதை ஓட்டிக் கொண்டிருந்தான் ...தெய்வநாயகியோ அதே பழைய புன்னகையோடே அமைந்திருந்தாள்.

முருகவேலைப் பார்த்து தெய்வநாயகி கேட்டாள்.

"... இன்னும் எவ்வளவு தூரம் செல்ல வேண்டும் ...''என்று

துரைக்கு கோபம் கூடவே காஞ்சனை சொன்னதிலிருந்து தெய்வநாயகி மீது பயம் வர தொடங்கிவிட்டது.

முருகவேல் கோபத்தோடு முறைத்தவனாக பூரணியை தட்டி எழுப்புவதிலேயே குறியாக இருந்தான்.

சற்றே உளறலோடு துரை பதில் சொன்னான்.

"..... இன்னும் கொஞ்ச தூரம் சென்று விடலாம் ...அருகில்தான் இருக்கிறது..'' என்-றான்.

முருகவேல் கோபம் கலந்த முறைப்பாடு அமர்ந்திருந்தான். பூரணியோ வலியில் துடித்துக் கொண்டிருந்தாள். சுய நினைவிழந்து மயங்கி இருந்தாள்.

துரை பூரணியின் கைகளைத் தொட்டுப் பார்த்தான். நரம்புகளில் துடிப்பு இருந்தது உயிர் ஓடிக்கொண்டிருந்தது ...

"...முருகவேல் அவளுக்கு ஒன்றும் ஆகாது... அவளை காப்பாற்றி விடலாம் சற்று அமைதியாக இரு...'' என்று கூறினால் தெய்வநாயகி.

முருகவேலைப் பார்த்து ...

முருகவேல் உள் மனதிற்குள் கோபமாக கருவிக்கொண்டு இருந்தான்.

விஷத்தையும் வைத்துவிட்டு ஒன்றும் ஆகாது என்று பேசிக் கொண்டிருக்கிறாய்.... உன்னை என்ன செய்கிறேன் பார்.... என்று மனதிற்குள் நினைத்து கொண்டான்... அப்படியே சற்று குழப்பமாக யோசித்தான்.

எங்கே நம் கைகளை அவர் தொட்டு விட போகிறாள்.பின்பு மனதில் உள்ள அனைத்தையும் அவள் அறிந்து கொள்வாள் என்றும் ....பயந்தவனாய் மனதில் உறுதி கொண்டான்... இனிமேல் மிகவும் கவனமாக இருக்க வேண்டும்...எப்பவும் தெய்வநாயகி அருகில் போகவே கூடாது.

குதிரை வண்டி வைத்தியரின் வீட்டை அடைந்தது.

இவர்கள் வண்டி செல்வதற்கு முன்பாகவே அங்கே இரண்டாவது குதிரை வண்டி இடத்தை அடைந்து இருந்தது .அனைவரும் தயாராக இருந்தார்கள்.வைத்தியரும் வாசலில் இவர்களுக்காக காத்துக்கொண்டிருந்தார்கள்.

மரத்தடியில் கட்டில் போடப்பட்டிருந்தது. வண்டி போய் நின்றதும் ...அங்கிருந்த பூரணியின் அம்மா வேகமாக ஓடிவந்தார்.

"... ஏன் இவ்வளவு நேரம்.... ஏன் என்னாச்சு... நாங்க உங்களுக்கு பின்னால் கௌம்பி உங்களுக்கு முன்னாடியே வந்துவிட்டோமே என்ன நடந்தது...." என்று கேட்டார் முருகவேலிடம்.

"...அம்மா.. கொஞ்சம் அமைதியா இருங்க..பிறகு... சொல்கிறேன் ..." என்றவாறு பூரணியை தூக்கிக்கொண்டு ஓடினான் முருகவேல்.

அவன் அங்கே இருந்த கயிற்றுக்கட்டிலில் பூரணியைக் படுக்கவைத்தான்.

வைத்தியர் பூரணியை முழுவதும் சோதித்து பார்த்தார்.

உடனே முருகவேலை ஏறிட்டார்.

"... நான் இதற்கு மாற்று மருந்து தருகிறேன் ...அதுவரை இங்கு கூட்டம் போட வேண்டாம்...மற்றவர்களை கலைந்து போகச் சொல்லுங்கள்..."என்றார்.

பேசிக்கொண்டு அவரது வீட்டிற்குள் சென்றார் மாற்று மருந்தை எடுத்துவர....

அப்போது முருகவேல் பூரணியின் தலையை சாய்க்க அவள் வாயிலிருந்து இரத்தம் வழிந்து தரையில் கொட்டியது.

வழிந்த ரத்தத்தை பார்த்ததும் மலர் விழியும் கலங்கி விட்டாள். முருகவேலின் தோளைப் பிடித்தவாறு கண்ணீர் விட்டு தேம்பி அழ ஆரம்பித்தாள்.

மலர்விழியை முருகவேல் வார்த்தையால் சமாதானப்படுத்தினான்.

"... அழாத...அவளுக்கு ஒன்றும் ஆகாது ...சரியாகிவிடும்..." என்றான்.

அப்போது வீட்டிலிருந்து வெளியே வந்த வைத்தியர்,

பூரணியின் தலையை நேராக பிடித்தவாறு... வாய்வழியாக மாற்று மருந்தைக் கொடுத்தார்.

சிறிதுநேரம் அமைதியாக அவள் உடலை பார்த்தவாறு நின்றிருந்தார்.அப்போது அவள் உடல் அசையத்தொடங்கியது.நினைவு திரும்பியது கூடவே வேகமாக வாந்தி எடுக்கத் தொடங்கினாள்.

...இன்னும் சற்று நேரம் இங்கேயே அமைதியா இருக்க வேண்டும் ....அவளை சுற்றி யாரும் இருக்க வேண்டாம் ... காற்றோட்டம் இருக்க வேண்டும் ....மற்றவர்கள் எல்லாம்

வீட்டுக்கு கிளம்புங்கள்....'' என்று கூறினார் வைத்தியர்."

முருகவேல் துரையைப் பார்த்தான்.

துரை தெய்வநாயகியையும் மற்றவர்களையும் பார்த்து..

.. அனைவரும் வீட்டுக்கு கிளம்புங்கள்... நாங்கள் பூரணியை... அழைத்து வருகிறோம்... என்றான்.

அனைவரும் தலையசைத்து வண்டியை நோக்கி கிளம்ப.... பூரணியின் அம்மாவை மட்டும் அருகில் வைத்துக் கொண்டான் துரை.

வைத்தியர் கொடுத்த மருந்து பூரணிக்கு வேலை செய்ய ஆரம்பித்தது. பூரணியை மெல்ல வாந்தி எடுக்க வைத்தான் முருகவேல்.

அவள் உடல் அசைவுகளில் நல்ல முன்னேற்றம் தெரிந்தது.

முருகவேல் பூரணியின் தலையை கெட்டியாக அழுத்திப் பிடித்துக்கொண்டான்.

தன் தங்கையை அவன் கவனிப்பதும் அவன் கண்களில் ஓடி காய்ந்துபோன கண்ணீரும் பூரணியின் அம்மாவிற்கு முருகவேலின் மனக்கஷ்டத்தை வெளிக்காட்டியது.

தன் அழுகையை தன் முந்தானைக்குள்ளேயே அழுத்தி பிடித்துக்கொண்டு நினிறிருந்தாள்.ஏதும் செய்ய இயலாதவளாய்.

அவள் வாந்தி எடுப்பதற்கு வசதியாக துரை பாத்திரத்தை பிடித்தவாறு அருகிலேயே அமர்ந்திருந்தான்.

அவனைப் பார்க்கையில் பூரணியின் அம்மாவிற்கு ஆறுதல் தன் மகளுக்கு இவனே பொருத்தமானவன் என முடிவுக்கு வந்திருந்தாள்.

நஞ்சு வாந்தி வழியாக வெளியேறிக் கொண்டிருந்தது.

வைத்தியர் பூரணியை சோதனை செய்துவிட்டு துரையிடம் சொன்னார்.

"....இன்னும் சில மணித்துளிகளில் ...இவள் சுலபமாக சரியாகி விடுவார்.... இப்போது இவளை அழைத்துக் கொண்டு... உங்கள் வீட்டிற்கு செல்லுங்கள்... இவளை சற்று நேரம் அமைதியாக உறங்கவையுங்கள்... சரியாகிவிடுவாள் ...''என்று கூறினார்.

முருகவேலோ அழுகையினூடே கைகளைக்கூப்பி வைத்தியரை கும்பிட்டான்.

...என் தங்கையே..என்னுலகம்..வைத்தியரே..என் உயிரையும் சேர்த்து காப்பாத்திட்டீங்க.....உங்களுக்கு கோடானகோடி..நன்றிங்க...'' என கண்கலங்க நன்றி சொன்னான்."

வைத்தியரோ புன்னகையோடு அவரது வீட்டிற்குள் சென்றார்.

அப்போது பூரணி சற்றே கண்விழித்து முருகவேலை ஏறிட்டாள்.

அவனது கண்களில் கண்ணீர் வழிந்து அவள் மீது விழ....பூரணியோ ..

"...அண்ணா...எனக்கு ஒண்ணும் ஆகாது...நீ அழாதீங்க...''என்றவாறே எழுந்திரிக்க முயன்றாள்.

முருகவேல் அவளை அப்படியே நெஞ்சோடு கட்டி அணைத்துக்கொண்டு அழுதான்.

"...என்னுயிரே...நீதானம்மா..கொஞ்ச நேரத்தில்... எங்களை துடிக்க வைச்சிட்டியேமா...''என கதறினான்"

அவனது அழுகை கேட்ட துரையின் கண்களும் கலங்க...பூரணியின் அம்மாவிற்கோ அதுவரை அடக்கிவைத்திருந்த அழுகை மடைஉடைத்து வழியத்தொடங்கியது.

ஓ...வென கதறியவாறே அழத்தொடங்கினார்.

பூரணி முருகவேலிடம் மெல்ல காதோடு கவலையாய் பேசினாள்...

"...

அணைக்கு நீர் காயமோ

எனக்கு நீயுமோ...

கருவிட்டு நான் எழவே

கைபிடித்த எனதுறவே....

அண்ணென நீயில்லை

என் அன்னையும் நீயுமய்யா..நீ

ஏங்கி அழ நான் காரணமோ

ஏன் எனக்கோ இப்பிறவி...

நஞ்சுண்ட எனக்கோ

வலிக்கலையே....நீ

இருக்கேன்னு நான் நெனச்சே

கலங்கலையே....

அண்ணே...

நீ அழுதா என்னுயிரை கொண்டுவந்த

உன் கண்ணீரை குடிச்சா

நான் பொழைச்சேன்...

காலனும் கரைஞ்சானோ

உன் கண்ணீரை கேட்டானோ...

அழாதீங்க...என் அண்ணா..நீ

என் அம்மாவுக்கு மேல உசுரய்யா...

நீ அழ நான் பார்க்க கூடாதய்யா..

...." என அவன் கண்ணீரை துடைத்தாள் பூரணி.

மறுபுறம் துரையின் கண்ணீரையும் துடைத்தாள்.

"...நீங்கள் ஏன் அழறீங்க..நான் உங்களை விட்டு...எங்கேயும் போக மாட்டேன்...நீங்கள் என்ன தூக்கிட்டு வண்டிக்கு ஓடும் போதே...என் உசுரை உங்களுக்கு எழுதிவைச்சுட்டேன்...நீங்கள் அழாதீங்க..தேவரே..." என பூரணி சொல்ல துரைக்கோ அவள் பேச்சு உடலைதுளைத்து உயிரை சென்று சேர்ந்தது.

துரை தைரியத்தோடு அவள் கைகளை பிடித்தவாறு நா தழுதழுக்க சொன்னான்.

"...பூரணி நாச்சியாரே...நான் உங்களை இனி எந்த நாளும் நான் பிரியமாட்டேன்..உங்கள் உசுரு இனி என் கையில..என் உசுரு போகாம அது போகாது......"என்றான்.

உடனே பூரணி அவனது வாயில் கையை வைத்து

"..அப்படிலாம்...சொல்லாதீங்க.. நாம நல்லபடியாக வாழணும்...அந்த துர்ஆத்மாவை முதல்ல அழிக்கணும்..அத்தையை மறுபடியும் உயிரோட கொண்டு வரணும்...."என்றாள் வைராக்கியமாக...

துரைக்கு அப்போதுதான் முதன்முதலாக புத்தியில் உரைத்தது. தன் வீட்டில் இருப்பது நஞ்சு அது தன் அம்மா இல்லை என்பது.

வேகமாக எழுந்தான்.பூரணியை அப்படியே தூக்கினான்.

"...நம்ம வீட்டுக்கு போவோம்..வாங்க... இந்த அம்மாவாசை வரை காத்திருக்க கூடாது..இன்றிரவு ஏதாவது செஞ்சு..அதோட கதையை இன்றைக்கே முடிக்கணும்....''என்றவாறே தூக்கியபடி வண்டியை நோக்கி நடந்தான்.

அப்போது முருகவேல் சொன்னான்....

"...துரை..நீங்கள் இவங்களை கூட்டிக்கொண்டு பங்களாவிற்கு போங்க....அந்த துர்ஆத்மா என் தங்கைக்கு சாவு பயத்த காட்டிடுச்சு..அதை சும்மா விடக்கூடாது.. நான் ஒரு முக்கியமான ஒருத்தரை பாத்திட்டு வந்திடறேன்...நீங்கள் போங்க...இரவுக்குள்ள வந்திடறேன்...''என்றான் தீர்க்கமாக...ஏதோ முடிவு செய்தவனாக...

பூரணியை அழைத்துக்கொண்டு துரை பங்களாவிற்கு வந்து சேர்ந்திருந்தான்.

மாலை வேளை முடிந்து கொண்டிருந்தது. இரவு நேரம் வரும் போல் இருந்தது.

ஆனால் முருகவேல் இன்னும் வீட்டிற்கு திரும்பி வரவில்லை. துரையின் கண்களும் வாசலை பார்த்து,முருக வேலையே தேடிக் கொண்டிருந்தது.

இரவும் நெருங்கிக் கொண்டிருந்தது.முருகவேல் எங்கே சென்றான் என்றும் தெரியவில்லையே என குழப்பத்தோடு இருந்தான் துரை.

பூரணி வசதியாக, தனது அறையில் உறங்கிக் கொண்டிருந்தாள். பூரணியின் அம்மா அவளது அருகில் அமர்ந்து கவனித்துக் கொண்டிருந்தாள்.

துரையும் பூரணியின் அறையில்தான் இருந்தான்.

மலர்விழிக்கும் சம்யுக்தாவிற்கும் பூரணியின் அறையிலேயே அவன் இருப்பது சுத்தமாக பிடிக்கவில்லை.

இருவரும் ஒன்று கூடி எப்படியாவது பூரணியை தோற்கடிக்க வேண்டும் என்று திட்டமிட்டுக் கொண்டிருந்தார்கள். மலர்விழியும் சம்யுக்தாவும் ஓரணியாக மாறியிருந்தார்கள்.

நம் இருவரில் யாரேனும் ஒருவருக்கு தான் துரை கிடைக்க வேண்டும் என்பதில் அவர்கள் குறியாக இருந்தார்கள்.

சம்யுக்தாவோ தன்னைவிட வயதில் சிறியவளான பூரணியையே தனது போட்டியாக நினைத்தாள்.

மலர்விழியோ பூரணியை ஒழித்து விட்டால் சம்யுக்தாவை தோற்கடிப்பது கடினமில்லை என்ற முடிவுக்கு வந்திருந்தாள்.

மேலும் தனக்கு தெய்வநாயகியும் துரை தன் வயிற்றில் வளரும் குழந்தையின் தகப்பன் என நம்புவதாகவும் இன்னும் நம்பிக் கொண்டிருந்தாள்.

ஆனால் அதே நேரம் அவர்களுக்கு எதிராக பூரணியும் காஞ்சனையும் ஓரணியில் ஒன்றாக இருப்பது அவர்களுக்கு தெரிந்திருக்க வாய்ப்பில்லை. ஆனால் காஞ்சனையின் மனநிலையை இதுவரை யாரும் முழுவதும் தெரிந்து வைத்திருக்கவில்லை.

துரையும் பல யோசனைகளின் கலவையாக இருந்தான்.

எப்படி இந்த துர்ஆத்மாவை வெளியேற்றி தனது அம்மாவின் ஆத்மாவை எப்படி கொண்டுவருவது என்பதற்கான வழி தெரியாமல் குழம்பிக் கொண்டே இருந்தான். மேலும் அப்பப்போ வந்து தொல்லை தரும் சோமுவின் ஆவியை என்ன செய்வது என்று நினைத்து குழம்பிக் கொண்டிருந்தான்.

ஆனால் எப்படியாவது இன்றிரவு இதற்கொரு முற்றுப்புள்ளி வைக்க வேண்டுமென்று எண்ணியவனாக வாசலைப் பார்த்தவாறே காத்திருந்தான். அவனது துருப்பு சீட்டாக முருக-வேலையே தேடிக்கொண்டு இருந்தான்.

அப்போது வேகவேகமாக பங்களாவிற்குள் நுழைந்து கொண்டிருந்தான் முருகவேல். அவனைப் பார்த்ததும் துரைக்குள் ஏதோ சந்தோசம்.சிறு பிள்ளையைப்போல் வேகமாக ஓடிப்போய் அவன் கைகளைப் பற்றிக்கொண்டான்.

"...முருகவேல் என்ன ஆனது....''

வழக்கம்போல முருகவேல் சொன்னான் துரையிடம்...

".... வாருங்கள் துரை.. நாம் அறைக்குள் சென்று பேசலாம்...''என்றவாறே வேகமாக அறையை நோக்கி நடந்தான்.

இருவரும் துரையின் அறைக்கு வேகவேகமாக சென்றார்கள்.

இதை தூரத்திலிருந்த சுருளி பார்த்துக்கொண்டிருந்தான்.ஏதோ மனதிற்குள் முடிவு செய்-தவனாக தெய்வநாயகியின் அறையை நோக்கி ஓட்டமும் நடையுமாக சென்றான்.

துரையும் முருகவேலும் துரையின் அறைக்குள் வந்ததும் கதவை தாழிட்டார்-கள்.துரைக்கோ இருப்பு கொள்ளவில்லை..

“...என்னாச்சு .... என்ன நடந்தது.... நீங்க எங்கே சென்றீர்கள்...போன காரியம் என்-னாச்சு..'' என்று அடுக்கடுக்காக கேள்விகளை பின்னினான் துரை."

முருகவேல் மெல்ல சற்றே பொறுமையாக அங்கிருந்த இருக்கையில் அமர்ந்தான்.

"....சற்று பொறுமையாக இரு.. துரை நான் அனைத்திற்கும் விடை கண்டுபிடித்து விட்-டேன்...." என்றவாறு அங்கிருந்த மற்றொரு இருக்கையை துரையை நோக்கி நகர்த்தினான் முருகவேல்.

துரையும் அவன் எதிரில் இருந்த இருக்கையில் அமர்ந்தான்.

"....துரை... இப்போது நான் சொல்வதை கவனமாக கேளு ..அடுத்த கட்ட வேலைகள் எல்லாம் உன்னுடையது தான்...."என ஆரம்பித்தான்.

"....என்னுடைய வேலைகளா...என்ன சொல்கிறாய் ...முதலில் நீ எங்கு சென்று வந்-தாய்...என்பதை தெளிவாக சொல்..." என்று கேட்டான் துரை.

"... துரை.... நான் இப்போது பெரிய பூசாரி காஞ்சனையின் தாத்தா நந்தனை அழைத்-துக்கொண்டு... அன்று இரவு உன் அம்மாவின் உடலை ...நீங்கள் புதைத்த நாள் ...மயா-னத்தில் மற்றொரு பூஜை நடந்தது இல்லையா ...அந்த பூசையை நடத்திய கிருஷ்ணன் உன்னி நம்பூதிரியைப் பார்ப்பதற்கு சென்றிருந்தேன்...."

".. என்ன நடந்தது ...பார்த்தாயா... அவர் என்ன கூறினார்...." என்று பரபரத்தான் துரை.

.. சற்று பொறுமையாக...இரு.. துரை.. அனைத்தும் விளக்கமா... உனக்கு சொல்றேன்....

... சரி முருகவேல்... சொல்லுங்கள்.. என்றவாறு தலையசைத்தான் துரை.

மனதிற்குள் ஆர்வமாய் அவன் சொல்வதைக் கேட்க தயாரானான்.

"...நான் கிருஷ்ணன் உன்னி நம்பூதிரியை பார்த்தேன் ...அவரிடம் நடந்ததை எடுத்துச் சொல்லி விளக்கம் கேட்டேன்..."

"...அதற்கு அவரும் உதவி செய்வதாக கூறினார் ...மேலும் அன்று இரவு என்ன நடந்தது என்பதையும் தெளிவாக கூறினார்..."

"...அன்றிரவு இந்த ஊரில் உள்ள ஒரு தலைச்சம் பிள்ளையான பெண் பிள்ளையின் உயிரை பலி கொடுப்பதற்காகவே ..அவர் இங்கு வந்திருக்கிறார்..அந்த பூசையையும் நடத்தியிருக்கிறார்...."

"...அன்று பிறந்த பச்சிளம் குழந்தையை கொண்டுவந்து... மயானத்தில் வைத்து பூஜை செய்திருக்கிறார்...அப்போது அவரது தவறால் தான்..அந்தக் குழந்தை செத்துப் போயிருக்கிறது....."

"....அந்தக் குழந்தையின் உடலிலிருந்து வரும் ஆத்மாவின் மூலமாக,ஒரு குட்டிச்சாத்தானை உருவாக்கி அதன் மூலமாக...அவருக்கு நிறைய சக்தியை பெறவே அவர் அந்தப் பூசையைச் செய்திருக்கிறார்..."

".... ஆனால் பூஜையில் ஏதோ தவறுதலாக... நடந்து விட அந்த குழந்தையின் ஆன்மா . ..அந்த உடலிலிருந்து வெளிப்பட்டு.. மாறாக உன் அம்மாவின் உடலுக்குள் புகுந்து இருக்கிறது....இதுவே நடந்த அத்தனைக்கும் காரணம்...."

"....அப்படி என்றால் என் அம்மாவின் உடலில் இருப்பது சிறிய குழந்தையின் ஆன்மா வா..." என்றான் துரை.

அவன் கேட்கும் போதே அவனது கண்கள் மெல்ல கலங்கியிருந்தது.அந்தக் பெண் குழந்தையின் மரணத்திற்காக வேதனையில் உறைந்தான்.

"...ஆம் ..துரை... அன்று பிறந்த பச்சிளம் குழந்தையின் ஆன்மா தான்... உன் அம்மாவின் உடலில் இருக்கிறது...அதனால்தான் அதற்கு சுயமாக சிந்தித்து செயல்படும் ஆற்றல் இதுவரையும் வரவில்லை ...என்றும் சொல்கிறார் கிருஷ்ணன் நம்பூதிரி..."

"....இப்போது எப்படி அந்த ஆவியை விரட்டுவது..." என்று கேட்டான் துரை.

"...நான் அதற்கான பதிலோடும் ...தயாராகவே வந்திருக்கிறேன்....." என்றான் முருகவேல்.

... என்ன என்னவென்று சொல்.... என்று பரபரத்தான் துரை.

"...அதுதான்..முதலிலேயே சொன்னேனே..இனி செய்ய வேண்டியது எல்லாம் உன் வேலையே... துரை இன்றிரவு நமது ஊரின் மயானத்தில் ...அதே சக்தி பூஜையை மீண்டும் நம்பூதிரி தொடங்குகிறார் ...அவர் கூடவே காஞ்சனையும்... பெரிய பூசாரி நந்தனும் கூடவே இருப்பார்கள். .. அந்த சமயம் பார்த்து நாம் தெய்வமாகி அம்மாவை ....அந்த இடத்திற்கு அழைத்துச் செல்ல வேண்டும்..."

".....அப்போது கிருஷ்ணன் நம்பூதிரி உன் அம்மாவின் உடலுக்குள் இருக்கும் ஆத்மாவிடம் பேசி ...அதனை இடமாற்றம் அடையச் செய்வார்...."என்று சொல்ல..

"..இது..எப்படி இது சாத்தியம் முருகவேல் ....''என்று கேட்டால் துரை.

...துரை இப்போது சாத்தியத்தை பற்றியெல்லாம்... நாம் யோசித்து யோசித்துக் கொண்டிருக்க நேரமில்லை... நீ உன் அம்மாவை அழைத்துக்கொண்டு இன்று இரவு 11 மணிக்கு உள்ளாக.... நாம் மயான பூஜைக்கு செல்ல வேண்டும்... அதற்கு ஏதேனும் வலிகள் இருந்தால் கண்டுபிடி... என்றான் தீர்மானமாக..

துரையும் சற்றுநேரம் யோசிக்க தொடங்கினான்..... எப்படி தெய்வநாயகியை அழைத்-துக்கொண்டு செல்வது என குழம்பினார்கள்.

இருவரும் மிக நீண்ட நேரமாக யோசித்துக் கொண்டிருந்தார்கள். இருவருக்கும் எந்தவித யோசனையும் தோன்றவில்லை.

அப்போது முருகவேலுக்கு தன் தங்கையின் நினைவு வரவே சொன்னான்.

... நான் பூரணியை பார்த்துவிட்டு வருகிறேன்..... என்றான்.

".... இரு முருகவேல்.... நானும் வருகிறேன்...." என்றவாறு துரையும் அவனோடு கூடவே பூரணியின் அறையை நோக்கி நடந்தான்.

இவர்கள் இருவரும் அப்போது அறைக்குள் நுழைவதற்கும் பூரணி படுக்கையிலிருந்து எழுந்து அமர்வதற்கும் சரியாக இருந்தது.

இவர்கள் அறைக்குள் நுழைந்து அருகில் செல்லுப்போதே முருகவேலைப் பார்த்து பூரணி கேட்டாள்.

“.... அண்ணன் போன விஷயம் என்னாச்சு...”

"...அம்மா..நீங்கள் கொஞ்சம் வெளியே இருங்கள்...." என்று பூரணியின் அம்மாவை அறைக்கு வெளியே அனுப்பினான்.

பூரணியின் அம்மாவும் சூழ்நிலையை புரிந்து கொண்டவராக அறைக்குள்ளிருந்து வெளியே சென்றார்.

கதவை தாழிட்டுவிட்டு வந்து அருகில் அமர்ந்தான் முருகவேல்.

முருகவேல் நடந்த அனைத்தையும் பூரணியிடம் சொன்னான்.அனைத்தையும் கேட்ட பூரணியோ...

"....இப்போது என்ன செய்வதாக உத்தேசம் ...."என்று கேட்டாள்.

துரையும் முருகவேலும் ஒருசேர பதிலளித்தார்கள்.

.... நாங்களும் அதைத்தான்... சிந்தித்துக் கொண்டிருக்கோம்.... எப்படி தெய்வநாயகி அம்மாவை மயான பூஜைக்கு கூட்டிச் செல்வது என்பது புரியவில்லை... என்று கூறினார்கள்.

"... நான் ஒன்று சொல்லட்டுமா... அதை முயற்சித்துப் பார்க்கிறீர்களா...." என்று கேட்-டாள் பூரணி.

யோசனையே இல்லாமல் இருந்த இருவருக்கும்.. அவள் சொல்லும் யோசனையை கேட்டுப் பார்க்கலாம் என்று தோன்றியது.

"...சொல்லுங்கள் பூரணி நாச்சியாரே..." என்றான் துரை.

.... எனக்கு அவர் என்ன செய்தாரோ... அதைப் போல் நாமும் அவருடைய உணவில் விஷத்தை வைத்துவிடுவோம்... என்றாள் பூரணி.

....அய்யய்யோ.. பாவம்..நாச்சியாரே....அந்த பெண்குழந்தை... என்று பதறினான் துரை..

அப்படியே முருகவேலை திரும்பிப் பார்த்தான்.அவனோ யோசனையில் மூழ்கியிருந்தான்.

துரைக்கோ சந்தேகம் முருகவேலைப் பார்த்தபடி விழித்தான்.

"... எப்படி இது சாத்தியம்.... பூரணி துராத்மாவிற்கு ...உணவில் விஷம் வைத்தால் ...அது அதன் உயிரை கொல்லுமா..." என்று கேட்டான் முருகவேல்.

...நடக்கலாம்..அண்ணா...ஆனால் எனக்கு நடக்கும் போலவே தோன்றுகிறது.... என்-றாள் பூரணி.கூடவே

"…. அண்ணா…. நீங்களே சொல்லுங்கள் ….இது நாள் வரைக்கும் அது ஒரு துர்-ஆத்மாவாக நடந்து கொள்ளவில்லை…. நாம் உண்ணும் அதே உணவை உண்டு வாழ்ந்து கொண்டிருக்கிறது…. எனவே நான் சொன்னது சரியாக இருக்கும் ….இன்றிரவு தெய்வநாயகி அம்மா சாப்பிடும் உணவில் விஷம் கலந்து வையுங்கள் ….அவர் சாப்பிட்டதும் கண்டிப்பாக மயங்குவார்கள் ….அப்படி அவர்கள் மயக்க நிலைக்குச் சென்றதும் …நாம் அவரை தூக்-கிக்கொண்டு… மயான பூஜைக்கு சென்றுவிடலாம் .•••" என்று கூறினாள்.

இதுவும் சரியாகவே தோன்றியது துரைக்கு..ஆனால் முருகவேலுக்கோ பெரும்குழப்பம்…

விஷத்தால் அந்த உடல் கெட்டுப்போய் மீண்டும் துரையின் அம்மாவின் ஆத்மா வர வாய்ப்பின்றி போய்விட்டால்..என்ன செய்வது.. எல்லாம் வீணாகி விடுமே…என பயந்தான்.

அப்போது துரையோ…

"…நாம் இதை முயற்சி செய்து பார்த்தால் என்ன… முருகவேல் …"என்றான்.

"….எனக்கும் இது சரியாகவே தெரிகிறது ….இருந்தாலும்….விஷத்தால் உடல் கெட்டுப்-போய்விட்டால்..என்ன செய்வது….அதனால்.. காஞ்சனையிடம் ஒரு முறை கேட்டு விட்டு வருகிறேன் …"என்றான் முருகவேல்.

அப்போது பூரணியே அடுத்த யோசனையை சொன்னாள்.

"…தேவரே..நாம் ஏன்..விஷத்திற்கு பதிலாக..மயக்க மருந்தை கலந்து வைக்ககூ-டாது.•••" என.

முருகவேலுக்கும் இந்த யோசனை சரியாகப்பட்டது.பதில் கேள்வி கேட்டான்.

பூரணியை நோக்கி..

"….ஆமா…ஆத்மாவுக்கு மயக்கம் வருமா.•••" என சந்தேகமாய்.

அப்போது ….."….வருமே…வரும்…." என்றகுரல் இருவருக்கும் பின்னால் கேட்டது.

எதிரில் இருந்த பூரணியோ யாரையோ பார்த்து பயந்தவளாக துரையின் கைகளை இறுக்கமாக கட்டிக்கொண்டாள்.

பூரணியின் பயத்தை கவனித்த…துரையும் முருகவேலும் மெல்ல திரும்பி பின்புறமாக பார்க்க….

அங்கே….. நின்றிருந்தாள்.

பின்புறம் நின்றவாறே சற்றே சத்தத்தோடு சிரித்துக் கொண்டிருந்தாள் தெய்வநாயகி.

துரைக்கும் முருகவேலுக்கும் சற்றே பயம் கலந்த மரியாதை எழுந்து நின்றார்கள்.

பூரணிக்கோ பயத்தில் வியர்த்து வழியத் தொடங்கியது.அவளும் கூடவே எழுந்தவள்.இப்-போது துரையின் முதுகுப்புறமாக ஒழிந்தபடி மெல்ல எட்டிப் பார்த்தாள்.

பூரணிக்குள்ளோ நடுங்கத் தொடங்கினாள்.அவளது சாப்பாட்டில் விஷம் வைக்க வேண்-டும் என தான் சொன்னதை கேட்டிருப்பாளோ என உள்ளூர உதறலெடுத்தாள்.

இன்னும் தெய்வநாயகியின் சிரிப்பு சத்தம் நின்றபாடில்லை…

சிரித்துக்கொண்டே மூன்றுபேரையும் குரூரமாக விழியால் மிரட்டும்படி பார்த்தாள்.கோப-மாக வாயைத் திறந்தாள்.

"….என்ன சொன்னீர்கள்…என் உணவில் விஷம் வைக்கிறீர்களா…என்னை உங்களால் வெல்ல முடியுமென்று நினைத்தீர்களா….ஹா..ஹா..ஹா…"என மிக நீண்ட சிரிப்பு மீண்டும்.

அவளது சிரிப்போ பூரணியின் உடலை குரூரமாக கிழித்துக்கொண்டு உள்ளே சென்றது. அவளோ மெல்ல மயக்கம் வருவது போல உணர்ந்தவளாய்..துரையின் முதுகில் சாய்ந்தபடி சரிந்தாள்.

துரைக்கோ என்ன செய்வதென தெரியாமல் மெல்ல பூரணியை தாங்கியபடி மீண்டும் படுக்கையில் படுக்கவைத்தான்.

முருகவேலோ சற்றே தைரியத்தை வரவழைத்துக்கொண்டு தெய்வநாயகியின் எதிரில் விறைப்பாக நின்றான்.

தெய்வநாயகியைப் பார்த்து தைரியமாக பேசினான்.

''...ஆமாம்... அதிலென்ன தவறு..." என அவன் சொல்லி வாயை மூடுவதற்கு முன்பாகவே..."

கண்களில் நீர் வழிந்தது.

ஓங்கி அறைந்தாள் தெய்வநாயகி.முருகவேல் தடுமாறி தரையில் விழுந்தான்.

துரைக்கோ முருகவேல் வாங்கிய அடியின் வலியை உணர்ந்தவனாக...அமைதியாக இருப்பதே இப்போதைக்கு நல்லது என நினைத்தான்.

மெல்ல முருகவேலை தாங்கிப்பிடிக்க போனான்.அப்போது

''...துரை....அவனைத் தொடாதே...அவன் இப்பவே சாகணும்...'' என கத்தினாள் தெய்வநாயகி.

முருகவேலுக்குள் நடுக்கம்... துரைக்கும் சற்றே புரிந்தது...

நாம் தெய்வநாயகிக்குள் இருக்கும் துர்ஆத்மாவின் கோபத்தை கிளப்பி விட்டுவிட்டோம்..இனி அடி வாங்கியே சாகப்போறோம்...என நினைத்தே நடுங்கினார்கள்.

அப்போது மீண்டும் தெய்வநாயகியின் கைகள் முருகவேலை அடிக்க முற்பட்டது.

சட்டென ஓவென அலறத்தொடங்கியது.

திடீரென என்ன நடந்தது என இருவரும் திகைத்து நிற்கும்போது...

தெய்வநாயகியோ சற்றே சத்தத்தை மெல்ல மெல்ல குறைத்தவாறே தரையில் விழுந்தாள்.

துரை சற்று எட்டியவாறே அவளை ஏறிட்டான்.அவள் உடலோ அசைவற்று கிடந்தது.அப்போது பூரணியோ..

" ...தேவரே...அருகில் சென்று பாருங்கள்... அது மயக்கமாக கெடக்கு போல இருக்கு......'' என மெல்லமாக துரைக்கு மட்டுமே கேட்கும் படி..

எங்கே சத்தமாக பேசி மீண்டும் அது எழுந்து விடுமோ என்ற பயத்தில் இருந்தாள் பூரணி.....

முருகவேல் அப்போது தான் பூரணியை தலை தூக்கிப் பார்த்தான்.

சற்றே மனதுக்குள் சிரித்தபடி....

"...விஷம் வைக்க..யோசனை சொல்லிட்டு ...ஏதோ மயக்கம் வந்தது..போல..படுத்துக்கிட்டா..இப்ப பாரு...வாயை...'' என்றவாறே தன் தங்கையை மனதிற்குள் திட்டிக் கொண்டிருந்தான்.

துரை மெல்ல நடந்து தெய்வநாயகியின் உடலின் அருகில் வந்தான்.

அப்போது கதவை வேகமாக தட்டும் ஓசை கேட்டது...

யாரோ வேகமாக... மீண்டும் மீண்டும் கதவைத் தட்டிக்கொண்டிருந்தார்கள்.

"....தேவரே.....அந்த கதவை திறங்க..யாரோ ...தட்டறாங்க...அப்படியே ....நாமளும் வெளியே போயிரலாம்..." என பூரணி மெல்ல கூற...

துரையோ பூரணியை திருப்பி பார்த்தான்.பார்வையில் "..ஏனாம் ...என்னையும் அடி-வாங்க வைக்க..ஏற்பாடோ.."..என்பது போல..

அவளோ சற்றே கெஞ்சுவது போல முகத்தை மாற்றிக் காட்டினாள்.கைகளை இணைந்து தலையில் நெட்டி முறித்தவாறே..இதழ்களை குவித்து காற்றை முத்தமிட்டு... துரையை தேற்றினாள்.

தெய்வநாயகியோ கதவை திறக்க போக முடியாதவாறு குறுக்காக விழுந்து கிடந்தாள்.

அப்போது முருகவேலும்..

"...போங்க..துரை...கதவை திறங்க..." என கிசுகிசுத்தான்...

"..யோவ்..இருய்யா...அது மறுபடியும் எந்திரிச்சி..வந்திரப்போகுது..." என.

"...போங்க..துரை...அது உங்களை ஒண்ணும் பண்ணாது...போங்க.." என உசுப்பேற்றினான் முருகவேல்.

மீண்டும் பூரணியை பார்த்தான்.அவளோ மீண்டும் பழைய முறையில் கெஞ்ச...சரி என தலையை ஆட்டியவாறே...

...?..???..மாகாளி தாயே...நீதான்..எங்களை காப்பாத்தணும்... என தனக்கு மட்டுமே கேட்குமாறு கையெடுத்து வேண்டிக்கொண்டான்.

மெல்ல தெய்வநாயகியின் காலைப்பிடித்தபடி வழியை சரிசெய்ய பின்நோக்கி இழுத்தான்.

சட்டென தெய்வநாயகியின் உடல் அசையவே சற்றே பதட்டத்தோடு... கால்களை மீதிருந்து கைகளை எடுக்க...இதற்காகவே காத்திருந்தது போல....

ஓங்கி உதைத்தாள் தெய்வநாயகி.உதை துரையின் வயிற்றில் பலமாக விழுந்தது.

...அம்மா...என கத்தியவாறே சரிந்தான் துரை.

அப்படியே எழுந்து நின்றாள் தெய்வநாயகி துரையை கோபமாக பார்த்தபடி...

முருகவேலுக்கு புரிந்தது...மற்றொரு முறை அடிவிழப்போகிறது துரைக்கு என...

அதுபோலவே அவளும் துரையை நோக்கி மெல்ல நடக்கத்தொடங்கினாள்.

அவன் உதை வாங்கியதைக் கண்டதும் பூரணிக்கோ...பெண்களுக்கே உரிய கோபம் வந்தது.

சட்டென எதையோ யோசனை செய்தவளாக எழுந்து அமர்ந்தாள்.படுக்கையின் அருகில் இறங்கி நின்றாள்.

தெய்வநாயகியைப் பார்த்து கத்தினாள்.

"...ஏய்..நான் தானடி...விஷம் வைக்க சொன்னேன்... முடிஞ்சா..என்னை தொட்டுப்பாரு..." என கத்தினாள். சற்றே தைரியமாக...

அவளது குரலைக் கேட்டதும் அதன் கோபம் பூரணியின் பக்கம் திரும்பியது.

முருகவேலுக்கு குழப்பம் தன்னாலேயே அதன் அறையை வாங்க முடியவில்லை... இதில் இவள்வேறு தானாக கேட்டு வாங்கறாளே...என நொந்து கொண்டான்.

அப்போது யாரோ கதவை வேகமாக உடைக்க முயற்சிப்பது போல இருந்தது.

ஒரு கடப்பாரையின் முனை உள்ளே எட்டிப்பார்த்து விட்டு வெளியே போனது.

துரை வலியில் தரையில் படுத்தவாறு முணங்கிக் கொண்டிருந்தான்.

முருகவேல் அதைக் கவனித்தான்.

தெய்வநாயகியோ பூரணியை நோக்கி நகர...மெல்ல எழுந்த முருகவேல் ஓடிப்போய்.. கதவைத் திறந்தான்.

அங்கே காஞ்சனை நின்றிருந்தாள்.. இவனை விலக்கியவாறே சற்றே கோபத்தோடு உள்ளே நுழைந்தாள்.

வேகமாக உள்ளே நுழையும் போதே ஏதோ மந்திரங்களை உச்சரித்தவாறே உள்ளே வந்தாள்.

அவள் உள்ளே வருவதைக்கண்ட தெய்வநாயகியின் கவனம் அவள் மீது திரும்பியது...

மேலும் கோபமானாள்.

காஞ்சனையை பிடிப்பதற்காக அவளை நோக்கி வந்தாள்.

அப்போது காஞ்சனை ஏற்கனவே தயாராக வந்திருந்தது போல..தன் கையிலிருந்த ருத்திராட்ச மாலையை சட்டென தெய்வநாயகியின் கழுத்தின் மீது போட்டாள்.

அவளோ ஓவென...அலறத்தொடங்கினாள்...அப்படியே மெல்ல தரையில் விழுந்து மயக்கமானாள்.

"...துரை...முருகவேல்.. இருவரும் வேகமாக.. வாங்க.. நமக்கு நேரமில்லை... இப்போதே இவளை தூக்கிக்கொண்டு மயானத்திற்கு சென்று விடலாம்..." என பதறினாள்.

துரை மெல்ல எழுந்திரித்தான்.பூரணியோ வேகமாக ஓடிப்போய் அவனை கைத்தாங்கலாக அணைத்தவாறே தூக்கினாள்.

அதைக் கவனித்த காஞ்சனையோ...

"...அவரை..விடு...முருகவேல்.. நீ ...அவனையும் இந்த உடலையும்.. சீக்கிரம் தூக்கிக்கொண்டு... என்னோடு வா...." என கத்தினாள்.

ஆனாலும் பூரணியோ துரையை விடுவதாயில்லை..அவனை கெட்டியாக பிடித்துக்கொண்டாள்.அதன் அர்த்தம் துரைக்கு புரிந்தது.

அவன் மெல்ல பூரணியை சமாதானம் செய்தான்.

"...இரு..இரு..நாச்சியாரே....என்ன விடு..நான் இப்போ அம்மாவை தூக்கிட்டு மயானம் போகணும்..அதுதான் முக்கியம்...." என்றான்.

மெல்ல பூரணியின் கைகளை விடுவித்துக்கொண்டு...தெய்வநாயகியை தூக்கினான்.

பூரணியோ காஞ்சனையை முறைக்க...அவளுக்கோ உள்ளுக்குள் சிரிப்பு...

அப்போது வேகமாக உள்ளே நுழைந்தான் சுருளி...

"...அய்யய்யோ... அம்மாவுக்கு என்னாச்சு...துரை...என்ன பண்ணிணீங்க..."என கத்தினான்.

கூடவே அவனது கையிலிருந்த எதையோ தெய்வநாயகியின் மேல் தடவ முற்பட்டான்.

இதைக் கவனித்த காஞ்சனை அவனது கைகளை வேகமாக தட்டிவிட்டாள்.

அவனது கையிலிருந்து அந்த திரவம் தூரமாகப் போய் விழுந்தது.அது சிவப்பு நிறத்தில் இரத்தம் போல இருந்தது.

அதைக்கவனித்த துரை கோபமாக சுருளியின் சட்டையை பிடித்து உளுக்கியவாறு கேட்டான்.

“...என்னடா...அது.." என்றவாறே கழுத்தை நெறிக்கத் தொடங்கினான்.

“...அய்யா...அது அம்மா..எனக்கு கொடுத்தாங்க... அவங்க...எப்பயாச்சும்...மயக்கமா...இருந்தா..இதை தன் தலையில் தடவச் சொன்னாங்க...” என்றான் சுருளி.

...அது..என்ன காஞ்சனை...என்றவாறே முருகவேல் அவளை ஏறிட்டான்.பூரணியோ அதன் அருகில் சென்று பார்க்க நடந்தாள்...அப்போது காஞ்சனை..

“....பூரணி..அதன் பக்கம் போகாதே...அது கெட்ட இரத்தம்... அதை தொடக்கூடாது...” என்றவள்.

“...இவனை பிறகு பார்த்து கொள்ளலாம்... உடனே இவளை தூக்கிக்கொண்டு வாருங்கள்... நேரமாகிவிட்டது...” என அவசரப்படுத்தினாள் காஞ்சனை.

சுருளியோ...."அய்யா...என்னை மன்னிச்சிருங்க..."என்றவாறே சூழ்நிலையை புரிந்து கொண்டான்.

"...முருகவேல்..நீ வேகமாக போ...வண்டியை தயார்..செய்...'' என கத்தினான் துரை.

முருகவேல் வேகமாய் வெளியேற துரையும் தெய்வநாயகியை தோளில் ஒற்றை ஆளாக தூக்கிக் கொண்டான்.

அவனுக்கோ இன்று தன் அம்மாவின் உடல் கனமாக தெரியவே இல்லை...மாறாக ஏதோ பஞ்சு மூட்டையை தூக்குவதுபோல இலகுவாக இருந்தது.

வேகமாக வண்டியை நோக்கி நடந்தான். பூரணியும் பின்னேயே ஓடினாள்.. காஞ்சனையோடு பின் நடந்தான்.

அப்போது தான் மலர்விழியும் சம்யுக்தாவும் அறையிலிருந்து வெளியே வந்தனர்.

துரை தெய்வநாயகியை தூக்கிக்கொண்டு வருவதைக் கண்டதும்..ஏதோ தெய்வநாயகிக்கு உடல்நிலை சரியில்லை... அவளை துரை வைத்தியர் வீட்டுக்கு தூக்கிச் செல்வதாக நினைத்தபடி ஓடிவந்தனர்.

“...முருகவேல்...அத்தைக்கு என்னாச்சு...." என கேட்டாள் மலர்விழி.

“...அத்தைக்கு ...உடல்நிலை சரியில்லை.. நாங்க அவங்களை வைத்தியர்கிட்ட கூட்டிட்டு போறோம்...நீங்கள் இங்கயே இருங்க....” என்றான்...அவர்களை சமாதானப்படுத்தியவாறு...

இருவரும் தலையசைத்து சம்மதம் தெரிவித்தனர்.ஆனாலும் பூரணியை பார்த்ததும்...

“...இவள் மட்டும் ஏன் கூடவே வரணும்...” என்றாள் சம்யுக்தா.

“...அதானே...” என்றாள் மலர்விழி.

“...தங்கையே... அவளுக்கு இன்னும் உடம்பு குணமாகலை... அதனால் அவளையும் வைத்தியரிடம் காட்டிவிட்டு வந்திடரோம்...” என அழகாக சமாளித்தான் முருகவேல்.

இருவரும் அரைமனதோடு தலையசைத்தனர்.மலர்விழியோ தன் வயிற்றை தடவியவாறே துரையைப் பார்த்து சிரித்தாள்.

அவளை கவனித்த துரைக்கும் அதன் அர்த்தம் புரிந்தது.

அவனும் தலையை அசைத்து சென்று வருவதாக சைகை செய்தான்.

தெய்வநாயகியை வண்டியில் ஏற்றி இருந்தார்கள்.துரையே அவளது தலையை மடியில் தாங்கியவாறு அமர்ந்திருந்தான்.

கால் பகுதியில் காஞ்சனையும்...அவளுக்கு பின்னே பூரணியும் அமர்ந்திருக்க... முருகவேல் வண்டியை மயானம் நோக்கி ஓட்டினான்.

அப்போது இரவு ஒன்பது மணி..

துரையின் மனமோ மிகவும் குழப்பத்தோடு இருந்தது.

தன் அம்மாவை காப்பாற்றணும்..கூடவே அந்த குழந்தை ஆத்மாவை காப்பாற்றணும்...இத்தனைக்கும் காரணமான ஆண்டானையும்...அந்த குழந்தை சாவுக்கு காரணமான கிருஷ்ணன் உன்னியை ஏதாச்சும் செய்யணும்....மலர்விழிக்கு நல்ல வாழ்க்கை அமைச்சு கொடுக்கணும்...பூரணியை கைபிடிக்கணும்...சம்யுக்தாவோடு காஞ்சனையையும் சமாளிக்கணும்....என மனதிற்குள் நொந்தவனாக...

தன் குலதெய்வம் மாகாளியை மனதிற்குள் வேண்டத்தொடங்கினான்.

அய்யகோ...அம்மா...காளியே
..மாகாளியே....
நான் தப்பு பண்ணிட்டேனோ
அம்மா....
நான் தப்பு பண்ணிட்டேனோ..
குடிகாரனாகி நம்ம
குடியை கெடுத்திட்டனோ...
உன் உயிரை ஊசலாட
விட்டேனோ...
அன்றொருநாளோ
அறியா பருவத்திலே....
ஆசையா நானும்
ஆண்டவனிடம்
வரம் கேட்டேனாம்...
வாய் தவறி கேட்டுப்புட்டேனாம்...
உன்ன மாதிரி
பொண்ணு வேணும்னு
கேட்காம விட்டுட்டேனாம்...
மாற்றாக
உன்னையே மகளாக
கேட்டுட்டேனாம்...
மதிகெட்டு போயிட்டேனோ
நான்....
சின்ன வயசுமுதல்
உன்ன அன்பா பாத்துக்கவே
நான் நினைச்சேனாம்...

உனக்கு சோறூட்டி
பாலாட்டி
தலை நீவி குளிப்பாட்டி
தலைவாரி பொட்டுவைத்து
பூச்சூட்டி
அழகு பார்க்க ஆசைகள்
கொள்ளையாம்.....
அத்தனையும் செய்யவாம்....
நீயோ குழந்தையாக வேணுமுன்னு
நானோ
குழந்தையா உன்னையே
கேட்டுப்புட்டேனாம்.....
அறியா பருமதில்
நீயே என் மகளாக வர
வரம் கேட்டேனே - அந்த
அறிவுள்ள கடவுளிடம்
அறிவற்ற முட்டாளாய் நானோ...
ஏனோ இன்றைக்கு
நான் வேண்டியது கிடைத்திடுமோ..
உன்னை வேறு உருவில்
நான் பார்க்க கூடிடுமோ...
எனக்காகவே நீ
என்னை விட்டுப்போக
கூடிடுமோ....
நீ இனி என்னவள்
வயிற்றில் பிறந்து வந்தாலும்
நீ என் தாய்க்கு நிகராவியோ...
எத்தனை பிறவி எடுத்தாலும் - அது
என் தாய்க்கு ஈடாகுமோ...
இருபது வயதில்
இணை பிரிந்து - எங்கள்
உயிரோடு இணைந்த இணைப்பே..
உன்னை நான் இழப்பேனோ
என்னுள் நான்
மரிப்பேனோ....
உயிரற்ற என் இமைகொண்டு
உன் உடல் காண கூடிடுமோ..
வேண்டாமே அம்மா

நீயாகவே
நீ வேணும்.....
வேண்டுமோ
உன் போலொரு பெண் குழந்தை...
நான் வாய்தவறி
தவறாக கேட்ட வரமோ..
இன்று
உன் உயிர் பறித்திடுமோ..
இன்றோ
கடவுளையெல்லாம் நானும்
கேட்கறேன்...
எனக்கு தாய்போல் மகள் வேண்டுமே....
என் தாயோ என்னோடு
இறுதிவரை வேண்டுமே...
அந்நாளில்
உனக்கு வலிக்குமுன்னோ
நான் ஆறுமாதத்தில்
பாலை மறந்தேனாம்...
இன்றோ
பால் ஊற்றே...
தாயே....
உன்னை மண்குடிக்க கூடிடுமோ..
பாசத்துக்கு நானும்
ஏங்கிச்சாகத்தான்
ஏனிந்த பிறப்போ..
ஏனிந்தவளர்ச்சியோ...
வாழ்க்கை முடியும்வரை
வாழவே உன்மடி வந்தேனாம்.
இன்றோ
உன்னை ஆளறேனாம்...
பாசங்கு செய்து
பாசத்துக்கு ஏங்கி
எனக்குள்ளோ அழறேனாம்....
கேட்காத வரமெல்லாம்
கொடுக்கும்
என் தாயி பராசக்தியே..
எனக்கொரு வரம் கொடு...
அம்மாவா..

நீ வேணுமே...

என் அம்மாவோடு அம்மாவாய்

எனக்கு மகள் வேணுமே

இருவரும்

என் கூடவே வர வேணுமே...

வாராயோ வரம் தாராயோ...

கத்தினாலும் சாகறேனோ

புத்திகெட்டு கத்தறேனோ...

கழுத்து வரைக்கும்

கயிறு பற்றி

எமனோடு

எமலோகமும் போறியோ...

என் ஆசைய நீ நிறைக்கவோ

நீண்ட பயணம் போறியோ...

என்னை நீயும் மன்னிச்சிடம்மா

என் அறியா வரத்தை தீர்த்திடம்மா

ஆனதை மறுக்க முடியலையே

அழுவதை தவிர வேறு தெரியலையே...

அய்யகோ...

நானும் கத்தறேனே...

அம்மா ..

என் கண்ணை துடைக்க

நீ

எழுந்து வருவியோனு

ஏக்கத்தோடே......

காத்திருக்கேன்....

என கலக்கத்தோடு மனதிற்குள் அழுதுகொண்டிருந்தான்.

வண்டி வேகமாக மயானத்தை நோக்கி ஓடிக்கொண்டிருக்க...எதிரில் ஆண்டானின் வண்டி இவர்களது வண்டியை கடந்து பங்களாவை நோக்கி போய்க்கொண்டிருந்தது.

ஆண்டானோடு அந்த வண்டியில் மாணிக்கமும் சோமுவின் அப்பா நாராயணனும் இருந்தார்கள்.

சுற்றிலும் பிணங்களின் தூக்கத்தோடு

தூரமாய் பற்றி எரிந்து சாம்பலான நேற்றைய பிணங்களின் வாசத்தோடு

வாழ்வும் தாழ்வும் இங்கில்லை என

வாழ்ந்து முடித்து சொன்னவர்கள்

கடைசியாய் உடலோடு புதைந்து

உரமான இந்த இடம்

மயானம்....

நீண்டகருய உடலுடையான்

சூடில்லா சுகமுடையான்

சுற்றிலும் பிணமுடையான்

சுடலை வாசனை நறுமணமுடையான்

ஆவிகளின் ஆசானானவன்

அக்கினிக்கோ அரசனானவன்

இந்த சுடலைமாடன்

சொக்கன்....

சாம்பலை பூசிக்கொண்டு

சகலத்தையும் வென்றவன்

சைவத்தின் தலைவனானவன்

ஆதிபராசக்தியின் மூத்தமகன்

பிரபஞ்சத்தின் தலைமகன்

சிந்தையில் நினைத்தாலே

இனிக்கும்

சிவம்...

அன்றிரவு...

மயானம் பூசைக்கு தயாராக காத்துக்கொண்டிருந்தது.இன்று தானாகவே வந்து உயிரை விடப்போகும் பலரை எண்ணி களிப்பில் ஆழ்ந்திருந்தது.

ஆசைகளை தொலைத்து ஆவியை துறந்து அடைக்கலம் அடைந்த இந்த இடத்திலும் ஆசைக்காக,பேராசைக்காக ஒரு கூட்டம் ஓடோடி வருவதை கண்டு ஆனந்த களிப்பில் மயானம் காத்திருந்தது...

அங்கே....அதேநேரத்தில் கிருஷ்ணன் உன்னி மயானத்தில் பூஜைக்கு தயாராகிக் கொண்டிருந்தார்.அவரது நோக்கமெல்லாம் தெய்வநாயகியை காப்பாற்றுவதாக மட்டும் இல்லை. மீண்டும் எப்படியாவது அந்த குழந்தையின் ஆத்மாவை பிடித்து,அதன் மூலமாக தான் நிறைய சக்திகளைப் பெற வேண்டும் என்பதற்காகவே அவர் இந்த பூஜைக்கு ஒத்துக் கொண்டு வந்திருந்தார்.

அவரின் சூழ்ச்சி இது என்று புரியாமலே காஞ்சனையும்,காஞ்சனையின் தாத்தா-வும்,அவருக்கு உதவி செய்து கொண்டிருந்தார்கள்.

மயானத்தில் இரண்டு யாக பீடங்கள் தனித்தனியாக தயாராகிக்கொண்டிருந்தது.ஒன்றில் காஞ்சனையின் தாத்தா நந்தனும்,மற்றொன்றை கிருஷ்ணன் உன்னியின் சீடனும் தயார் செய்து கொண்டு இருந்தனர்.

நந்தனோ சோமுவின் ஆவியை கட்டுப்படுத்துவதற்காகவும், மீண்டும் தெய்வ நாயகியின் ஆவியை தெய்வ நாயகியின் உடலுக்குள் செலுத்துவதற்காகவும் அந்த யாகபீடத்தை தயார் செய்திருந்தார்.

எதிரே கிருஷ்ணன் உன்னி ஒரு யாக குண்டத்தை தயார்படுத்திக்கொண்டிருந்தார். அதில் அவர் அந்த குழந்தையின் ஆத்மாவை பலிகொடுத்து தனது சக்தியை பெருக்கிக்

கொள்வதற்காக, இரண்டு யாகங்களும் எதிரெதிரே வேகமாய் தயாராகிக்கொண்டிருந்தது.

காஞ்சனையின் தாத்தா நந்தன் தனது யாக குண்டத்தை ஆரம்பித்திருந்தார். வேத மந்திரங்களை சொல்லி ஒரு ஆத்மாவை ஒழிக்கும் அந்த யாகத்தை ஆரம்பித்திருந்தார்.தீ ஜீவாலைவிட்டு எரியத் தொடங்கியது.வேத மந்திரங்களை சொல்ல ஆரம்பித்தார்.

ஆனால் கிருஷ்ணன் உன்னியின் யாகம் இன்னும் துவங்கவில்லை.காரணம் அவரோ சோமுவின் ஆவியால் தனது யாகத்திற்கு தடங்கள் வரலாம் என கணித்திருந்தார்.

முதலில் சோமுவின்ஆவியை அடக்கி விட்டு பின்புதான் தனது யாகத்தை தொடங்க வேண்டும் என்பதில் அவர் குறியாக இருந்தார்.

அவரது பிரசன்னத்தின் மூலமாக அவருக்கு, அவரது குல தெய்வம் பகவதி பத்திரகாளி அழித்த வாக்கும் அதுவாகவே இருந்தது.அதனாலேயே அவர் பூசையை தொடங்க தாமதித்தார்.

ஆனால் அவரோ காஞ்சனைக்கோ நந்தனின் பூஜைக்கும் எந்தவித உதவியும் செய்வதாக இல்லை. தனியே தனக்கென அமைத்திருந்த கூடாரத்தில் அமர்ந்து வேடிக்கை மட்டுமே பார்த்துக் கொண்டிருந்தார். தனது பூஜைக்கு தேவையான வேலைகளை மட்டுமே கவனித்துக் கொண்டிருந்தார்.மேலும் அவரின் உதவியின்றியே நந்தனால் அந்த பூசையை சிறப்பாக செய்து முடிக்க முடியும் என அவருக்கு தெரியும்.

அவரின் யாககுண்டத்தின் அருகில் ஒரு குடிகாரனும் அமர்ந்திருந்தான். அவன்தான் அந்த குழந்தையின் தகப்பன் பணத்திற்காக ஆசைப்பட்டு பிறந்த தன் குழந்தையை இறந்து விட்டதாக மனைவியிடம் பொய் சொல்லிவிட்டு மருத்துவமனையிலிருந்து குழந்தையை தூக்கிக் கொண்டு,இந்த மயானத்திற்கு பலியிட கொண்டு வந்தவன்.பணத்தாசை பிடித்தவன்.

அவனின் ரத்தமும் அந்த ஆத்மாவை பிடிக்கும் போது பூஜைக்கு தேவைப்படும் என்பதால் அவனையும் அழைத்து வந்து அமர்த்தி வைத்திருந்தார்கள்.அவனது கழுத்தில் எலுமிச்சம்பழ மாலை அணிவிக்கப்பட்டு இருந்தது. அவனோ சிவப்பு நிற உடையை உடுத்தியிருந்தான். அவன் அங்கேயே அமர்ந்திருந்தவாறே அனைத்தையும் வேடிக்கை பார்த்துக்கொண்டிருந்தான்.

நந்தன் நீண்ட நேரமாக வேத மந்திரங்களை சொல்லி சோமுவின் ஆவியை அழைத்து கொண்டு இருந்தார். ஆனால் சோமுவின் ஆவியோ அவ்விடத்திற்கு வந்த பாடில்லை.அதன் காரணமும் தெரியவில்லை என குழம்பியவாறே யாகத்தை தொடர்ந்து நடத்திக்கொண்டிருந்தார்.

கூடவே காஞ்சனையின் வருகைக்காக காத்திருக்கவும் தொடங்கினார்.அவளால் பூசைக்கு தடை ஏற்படாமல் செய்யமுடியும்,அவளால் தான் சோமுவின் ஆவியை அடக்க முடியும் என நம்பினார்.

நீண்ட நேர காத்திருப்புக்கு பின்னர் குதிரைவண்டியின் சத்தம் கேட்டது.

இரவு பதினோரு மணியை நெருங்கியிருந்தது.

தூரத்தில் குதிரை வண்டி இவர்களை நோக்கிவந்து கொண்டிருந்தது..துரையின் குதிரை வண்டி மயானத்திற்குள் நுழைந்தது.கூடாரத்தின் அருகே சற்று தள்ளியே நிறுத்தப்பட்டிருந்தது.

துரை தெய்வநாயகியை தூக்கிக் கொண்டு, நேராக நந்தனின் அருகே வந்தான்.

பூரணியோ முருகவேலின் கைகளை பிடித்தவாறே மெல்ல அவனோடு நடந்தாள்.

காஞ்சனையோ நடப்பதை அனுமானித்தவளாக,பூசையில் கலந்து கொள்ள வேகமாக நந்தனின் அருகில் சென்றாள்.பூசையை தொடங்க ஆயத்தமானாள்.

அங்கே ஏற்கனவே தெய்வநாயகி உடலை கிடத்தி வைப்பதற்காக ,ஒரு மண் மேடை ஏற்பாடு செய்து வைத்திருந்தார்கள்.அதில் சிவப்பு நிறத்தில் கம்பளம் விரிக்கப்பட்டிருந்தது.அதனைச்சுற்றியும் மண்டை ஓடுகளும்,எலுமிச்சை பழங்களும் விபூதி கோடும் போடப்பட்டிருந்தது.

அதன் மீது தெய்வநாயகி உடலை கிடத்தினான் துரை.

காஞ்சனை நந்தனின் பூசையில் அமர்ந்தாள்.வேகவேகமாக யாகத்தை தொடங்கினாள். மந்திரங்களை சொல்லத் தொடங்கினாள்.காஞ்சனை மந்திரத்தை தொடங்க நந்தன் தன் மந்திர உச்சரிப்பை நிறுத்தினார்.மெல்ல மூச்சு வாங்கியவாறே சுற்றுமுற்றும் பார்த்தார்.

தன் கண்களை இறுக்கமாக மூடியிருந்தாள்.ஆக்ரோசமாக மந்திரங்களை சொல்லத் தொடங்கினாள்.அவள் மந்திர உச்சரிப்பை கேட்கையில் உடலுக்குள் நடுக்கம் எடுக்கத் தொடங்கியது பூரணிக்கு.

பூரணிக்கு இந்த மயான சத்தமும் அதன் இருட்டும்,மந்திர உச்சரிப்பும், அவளுக்குள் பயத்தை ஏற்படுத்தி இருந்தது.அவளது உடல் கூச்செரிந்தது.

அவள் மெல்ல பயந்தவாறே முருகவேலின் கைகளை இறுக்கமாகப் பிடித்துக் கொண்டாள்.

முருகவேல் அவளை கண்களாலேயே சமாதானப்படுத்தினான்.

அப்போது தான் நந்தன் துரையை ஏறிட்டார்.அவனை அருகில் வருமாறு சைகை காட்டினார்.

துரை அவரைநோக்கி நடந்தான்.

நந்தனின் அருகில் சென்ற துரை அவரின் பேச்சு காஞ்சனையின் மந்திர உச்சரிப்பை தாண்டி,தனக்கு கேட்க வேண்டுமென்பதற்காக,சற்றே முழங்காலிட்டு அமர்ந்தான்.

அவர் அவனிடம் பேசத்தொடங்கினார்.

“...துரை..ஏன் இப்படி செய்தாய்...கன்னிப்பெண்ணை மயான பூசைக்கு அழைத்து வரக்கூடாதென்பது...உனக்கு தெரியாதா...” எனக் கேட்டார்.

துரையும் அப்போதுதான் கவனித்தான்.சுயநினைவுக்கு வந்தான்.அங்கு பூரணியும் முருகவேலோடு நின்றிருந்தாள். அவனுக்குள்ளோ குழப்பம் நடந்த நிகழ்வில் அவன் அவளை அழைத்து வரக்கூடாதென்பதை மறந்தே போயிருந்தான்.

“....இப்போது என்ன செய்வது..பூசாரியே...” என்றான் குழப்பமாய் துரை.

“...துரை...இப்போது ஒன்றும் செய்ய இயலாது..அவளுக்கு ஏதேனும் பாதிப்பு ஏற்பட்டே தீரும்..இது உறுதி..” என்றார்.மேலும்.

"...இவளை கூடவே அழைத்து.. வரும்போது காஞ்சனையும்...கூடத்தானே இருந்தாள்..‘ எனக் கேட்டார்.

“..ஆமாம்..அய்யா...இருந்தார்..அவரோ..இதை என்னிடம் சொல்லவே இல்லையே....‘ என்றான் துரை.

"...துரை...இது காஞ்சனையின் வேலை தானா...அவள் வேண்டுமென்றே தான்...இந்தப் பெண்ணை இங்கு அழைத்து வந்திருக்கிறாள்....'' என சொல்ல துரைக்குள் மேலும் குழப்பம்...

"...அய்யா...இப்போது நான் என்ன செய்ய அவளை மீண்டும் கொண்டுபோய் ....பங்களாவில் விட்டு வரட்டுமா...''என கேட்டான் துரை.

"..ம்ஹூம்...அது சாத்தியமே இல்லை....இப்போதே பூசை தொடங்கிவிட்டது...பூசையின் பாதியில் திருப்பி செல்வது எளிதல்ல...அது உயிருக்கே ஆபத்தாக முடியும்...'' என்றார் சற்றே பயத்தை கலந்தவாறே...

"...இதற்கு நீங்களே ..நல்ல வழி சொல்லுங்கள்... '' என கெஞ்சினான் துரை.

மனதிற்குள்ளே பயம் வந்து அப்பிக்கொண்டது. இந்த காஞ்சனை சரியான நேரம் பார்த்து பூரணியை நன்றாக மாட்டிவிட்டிருக்கிறாள் என்பதை உணர்ந்தான்.

மேலும் இப்போதைக்கு பூரணியை காப்பாற்றினாலே போதுமானது என நினைத்தான்.

"...நீங்கள் சற்று நேரம் பொறுங்கள்..நான் அந்த நம்பூதிரியிடம் ஏதேனும் உபாயம் கேட்டுவிட்டு வருகிறேன்....'' என பூசையிலிருந்து எழுந்தார்.கூடாரத்தை நோக்கி நடந்தார்.

இவற்றை கவனிக்காத காஞ்சனையோ தீவிரமாக பூசையில் ஈடுபட்டிருந்தாள்.

துரை நந்தனோடு நீண்டநேரம் பேசிக்கொண்டு இருந்ததை,கவனித்த முருகவேல் துரையை தன் அருகில் வருமாறு அழைத்தான்.

நந்தன்,கிருஷ்ணன் உன்னியை நோக்கி நடக்க,துரையோ முருகவேலை நோக்கி நடந்தான்.குழப்பமாய் முகத்தை சோகமாய் வைத்திருந்தான்.

தன் அருகில் வந்த துரையின் முகத்தை கவனித்த பூரணியோ...

"...தேவரே...என்னாச்சு...என்ன பிரச்சனை..." என்றாள்.

"...முருகவேல்.... அது வந்து...''என இழுத்தான் துரை.முருகவேல் ஏதோ பெரிய பிரச்சனை என்பதை புரிந்து கொண்டவனாக,துரையை சற்றே பொறுமையாக இருக்குமாறு கண்ஜாடை செய்தான்.

மெல்ல பூரணியை நோக்கி திரும்பியவன்.. ..

"....தங்கையே.. நீங்க ...அந்த குதிரை வண்டியில்...சிறிது நேரம் காத்திருங்க...நாங்கள் இப்போ வந்திடறோம்...''என அவளை வண்டிக்கு போகுமாறு சொன்னான் முருகவேல்.

அவளோ நிலைமையை உணர்ந்தவளாக சற்றே தலையசைத்தவாறே வண்டியை நோக்கி நடந்தாள்.

பூரணியும் தைரியத்தில் வண்டியில் ஏறி அமர்ந்தாள்.

"...என்னாச்சு..துரை...பூசாரி..என்ன சொன்னார்...''என கேட்டான் முருகவேல்.

"..முருகவேல்... நாம் இங்கு பூரணியை அழைத்து வந்தது..தவறாம்..அவளது உயிருக்கு இப்போ ஆபத்தாம்...''என துரை சொல்ல...

"...என்ன..சொல்றீங்க..துரை...அந்த காஞ்சனையும் தானே..நம்மோடு பூரணியை அழைத்து வந்தாள்...''என பதிலோடு கேள்வி கேட்டான்.

"...இதற்கு முழு காரணமே அவள் தான்..அவள் ஏதோ பூரணியை வைத்து..இங்கு பெரிதாக... திட்டமிட்டிருப்பதாக..பூசாரி சொல்கிறார்...''என்றான் துரை.

"...தெளிவாக.. சொல்..துரை....இப்போது. நாம என்ன பண்றது..''

“..என்னை..கொஞ்ச நேரம் காத்திருக்க...சொன்னார்.. பூசாரி...அவர்..அந்த நம்பூதிரியிடம்..இதைப்பற்றி விளக்கம் கேட்க சென்றிருக்கிறார்...." என்றான் துரை அவர்களை கைகாட்டியபடி...

அப்போது நந்தன்...கிருஷ்ணன் உன்னியிடம் பேசிக்கொண்டு இருந்தார்.

அவர்களின் பார்வையோ குதிரை வண்டியில் இருந்த பூரணியை நோக்கியே இருந்தது.

அவர் ஏதோ யோசனை செய்தவறாக...தன் சோளிகளை உருட்டி தன் தெய்வத்திடம் பிரசன்னம் கேட்டுக்கொண்டிருந்தார்.

தனது பிரசன்னத்தை முடித்தவர் நந்தனை ஏறிட்டார்.சற்றே கோபமாக கேட்டார்..

"...என்ன..நந்தரே...இங்கே நீங்கள் நரபலி பூசைக்கு ஏற்பாடு செய்திருக்கிறீர்கள்....'' என்றவாறே தூரமாய் இருந்த காஞ்சனையின் யாககுண்டத்தை ஏறிட்டார்.

''...அப்படியெல்லாம்..ஒன்றுமில்லை.. நம்பூதிரி....இது வெறும் ஆவியை அடக்கும் சடங்குக்கான பூசைதானே...அது...'' என்றார் நந்தன்.

"....இல்லை...நந்தன்... அதோ பாருங்கள்.. அந்த யாககுண்டத்தின் அளவை அது நீங்கள்.. தயார் செய்தது..தானே..அதைப்பாருங்கள் ..ஒரு மனிதனை அப்படியே உள்ளே போட்டு..எரிக்குமளவிற்கு ..ஏன் இத்தனை பெரிதாக...செய்திருக்கிறீர்கள்....''என யாககுண்டத்தை கைகாட்டியபடி கேட்டார் நம்பூதிரி.

“...இது.. அனைத்தும் காஞ்சனையின் ஏற்பாடு தான்..நம்பூதிரியே...அவள் சொன்னதையே நான் செய்திருக்கிறேன்..." என்றார் நந்தன்.

"..நீங்கள் அந்த இருவரையும் இங்கு கூப்பிடுங்க...''என்றவாறே துரையை நோக்கி கையை காட்டினார்.

அப்போது நந்தன் இவர்களை நோக்கி கையை தட்டி அழைத்தார்.துரையும் முருகவேலும் அவர்களை நோக்கி நடந்தனர்.

அவர்களின் அருகில் சென்றதும் இருவரும் நம்பூதிரியை வணங்கினர்.

அவரோ இவர்களை தன் அருகில் தரையில் அமரச்சொன்னார்.

இருவரும் பயபக்தியோடு அமர்ந்தனர்.அவர் இவர்களிடம் பேசத் தொடங்கினார்.மலையாளம் கலந்த தமிழில்...

“...இங்கே பாருங்கள்..துரை....நம்பூதிரி காஞ்சனை ...அப்பெண்குட்டியை இந்த யாகத்தினூடே பழியிட வேண்டியே..அழைத்துவந்தினியான...'' என தொடர..."

இவர்களுக்குள் கலக்கமும் பயமும் கூடிக்கொண்டது.

"...அந்தப் பெண்குட்டி..சர்வலட்சணமும் பொருந்திய மணம் முடிக்கா கன்னி பெண்குட்டியான..அதோட தன்னே காஞ்சனை அவளை பழி கொடுக்கான் வேண்டி..இவ்விட கொண்டு வந்திருக்கு...'' என சொல்ல...

துரைக்கும் முருகவேலுக்கும் காஞ்சனையின் மீது கோபம்..கூடவே இருந்து இப்படி குழிபறிச்சிட்டாளே என கருவிக்கொண்டனர்.

முருகவேலோ மனதிற்குள் கொலைவெறியானான் காஞ்சனை மீது...எவ்வளவு தைரியம் என் தங்கையை கொலை செய்ய என் கூடவே இருந்தே திட்டமிட்டிருக்கிறாள் என கொதித்தான்.

“...பூசாரியே...நீங்களுமா..ஏன் இப்படி பண்ணீங்க....”என கோபமாய் பூசாரியை பார்த்து கேட்டான் துரை.

"இங்கு பாருங்கள்..துரை...இதுவரை நடந்தது.. எதுவுமே எனக்கு தெரியாது.. இப்போது தான்.... நம்பூதிரி சொல்லத்தான்..எனக்கே தெரிகிறது....என்னை மன்னித்து விடுங்க..காஞ்சனை இப்படி செய்வாள் என நானும் எதிர்பார்க்கவில்லை...'' என மன்னிப்பு கேட்டார் நந்தன்.

அப்போது காஞ்சனையின் யாககுண்டத்திலிருந்து பெரிய பெரிய தீஜீவாலைகள் மேலெழுந்து வந்து கொண்டிருந்தன.அவை சிறிய சிறிய மனிதவடிவிலான உருவங்களாய் தெரியத் தொடங்கியது.

மயானத்தின் ஓரத்தில் ஒரு நாய் ஊளையிடும் சத்தம் உடல்களை சிலிர்க்கும்படி கேட்டது...கூடவே தூரமாய் ஊரிலுள்ள மற்ற நாய்களும் ஓலமிடத் தொடங்கின.

அதைக்கவனித்த நம்பூதிரி பதற்றமாய் சொன்னார்.

“...நந்தன்....காஞ்சனை ஏதோ பெரிய சக்தி பூசையை ...நமக்கே தெரியாமல் செய்கிறாள்..என நினைக்கிறேன்..அதோ பாருங்கள்... அவளது மந்திர உச்சரிப்பையும்...அந்த ஜீவாலையில் வரும் ஆத்மாக்களின் உருவத்தையும்...அவளை எப்படியாவது தடுக்க வேண்டும்....'' என கூறினார்.

அதைக்கேட்ட முருகவேலும் சற்றே பதட்டமானான் .அவனுக்கு காஞ்சனையின் சக்தி பற்றித் தெரியும். அவள் இந்த கிருஷ்ணன் உன்னியையே தோற்கடிக்க கூடியவள் என்பது அவனுக்கும் தெரியும்.

சற்றே பதட்டத்தோடு கேட்டான் முருகவேல்.

“...அந்த பூசையை தடுத்து நிறுத்துங்கள்... பூசாரியே...” என கெஞ்சலோடு..

"...அது இப்போதைக்கு சாத்தியமில்லை...அது என்னால் நடத்த முடியாத ஒன்றாகும்...''என்றார் பூசாரி நந்தன்.

“...அதற்கு ஒரே ஒரு உபாயம் தான் உள்ளது...''என்றார் நம்பூதிரி.

"...அதென்ன அய்யா...''என்றான் துரை.

“...காஞ்சனை செய்யும் பூசையில் மணம்முடிக்கா பெண்ணையே பலியிட முடியும்....அப்போது தான் அவளது பூசைக்கு பலன் கிடைக்கும்..அன்றி அவளுக்கு கன்னிப்பெண் கிட்டான் பட்டில்லா..அவள் இப்பூசையை நிவர்த்தி செய்ய இயலாது.....” என பதற்றமாய் கூறிக்கொண்டிருந்தார் நம்பூதிரி.

அப்போது காஞ்சனையின் யாககுண்டத்திலிருந்து வெள்ளை நிற கரும்புகைகள் வெளியேறத் தொடங்கின.

மயானத்திலிருந்து மற்ற ஆவிகள் அனைத்தும் காற்றாக மாறி துர்நாற்றத்தோடு அவளது தீஜீவாலைகளை வட்டமிட்டுவிட்டு திரும்பி சென்று கொண்டிருந்தன.

அதைக்கண்ட துரைக்கும் முருகவேலுக்கும் பயத்தில் வியர்த்து ஓட ஆரம்பித்தது.

காஞ்சனை சந்தோசமாக கத்தி சிரித்துக் கொண்டிருந்தாள். அவளது முகத்தில் சந்தோசம் கரைபுரண்டோடியது.அதைக்கண்ட நம்பூதிரி பதட்டமானார்.

"....ஏய்.நந்தரே...அங்கு பார்.. அவளது உடம்புக்குள் சுடுகாட்டு காளி . அந்த ஜக்கம்மா.....வந்துவிட்டிருக்கிறாள் போல ...காளி கத்துவதை..சிரிப்பு சத்தத்தை கவனித்தாயா...அது காஞ்சனை சத்தம் போல இல்லை.....காஞ்சனை இன்னும் சற்று நேரத்தில் பூசையை முடிக்க கண்விழிக்க போகிறாள்..அப்போது அவள் கண்ணில் இந்தப் பெண்குட்டி பட்டால்...இவளாகவே அவளது யாககுண்டத்தில் விழுந்து உயிரை விட்டிடுவாள்...'' என கத்தினார்.

அப்படியே தான் அமர்ந்திருந்த இடத்திலிருந்து எழுந்து நின்றார்.அவரும் குழம்பியவாறே...

துரைக்கோ ஒன்றும் புரியவில்லை... குழம்பியவாறே தலையில் கையை வைத்து உட்கார்ந்தான்.

முருகவேல் என்னவோ மனதிற்குள் திட்டமிட்டிருந்தான்..வேகமாக எழுந்தவன் குதிரை வண்டியிலிருந்த பூரணியை நோக்கி ஓடினான்.

துரையோ முருகவேல் வேகமாக ஓடுவதை கண்டு திகைத்து நின்றிருந்தான்.

தன்னை நோக்கி முருகவேல் வேகமாக ஓடிவருவதை கண்ட பூரணி....

வண்டியின் கதவை திறந்து கொண்டு மெல்ல தரையில் இறங்கினாள்.

தூரத்திலிருந்தே முருகவேல் கத்தினான்.

''....பூரணி இங்கே வா... " என

பூரணியும் ஏதோ பிரச்சினை என்பதை யோசித்தவளாக அவனை நோக்கி சற்றே குழப்பமாக,அதேநேரம் வேகமாக நடந்தாள்.

அப்போது அருகில் வந்திருந்தான் முருகவேல். பூரணியின் கையைப்பிடித்து இழுத்தவனாக மூச்சிறைக்க சொன்னான்.

"....பூரணி...இப்பவே..உனக்கு இங்கயே துரையோட கல்யாணம்... நீ என் கூட வா...'' என கையை பிடிச்சு இழுத்தான்.வேகமாக கூடாரத்தை நோக்கி நடந்தான்.

பூரணிக்கோ ஒன்றும் விளங்காமல் தவித்தவளாய்...அவன் கூடவே நடந்தாள்.

"...என்ன அண்ணா...என்னாச்சு...ஏன் இப்படி.. திடீரென... என்ன பிரச்சினை...'' என கேட்டாள்.

"...பூரணி..நான் சொல்வதை கேள்...அதை விளக்க இது நேரமல்ல..உன் உயிருக்கு இப்போது ஆபத்து.. எனக்கு இதைத்தவிர வேறுவழி தெரியவில்லை... ..." என்றவாறே அவளை இழுத்தபடி கூடாரத்தை அடைந்தான்.

இது தான் நடக்கப்போகிறது என்பதை அனுமானித்த நந்தனோ ஒரு மஞ்சள் கயிற்றில் மஞ்சளை கட்டி தாலியை தயார் செய்தார்.

அதை துரையை நோக்கி நீட்டினார்.துரை குழப்பத்தோடு அவரை ஏறிட்டான்.

"...துரை..தயங்காதே ...உடனே இதை இவள் கழுத்தில் கட்டு...'' என பரபரத்தான்.

அப்போது தெருநாய்களின் ஓலம் மயானத்தை நோக்கி வருவது போல அருகில் கேட்டது.கூடவே....

தூரமாய் ஓடிவரும் குதிரைகளின் காலடி குளம்புகளின் சத்தமும் கேட்டது.அது வேகமாக மயானத்தை நோக்கியே வந்து கொண்டிருந்தது.

அதேநேரம் காஞ்சனையின் யாககுண்ட ஜீவாலைகள் ஒரு பெரிய வெள்ளைநிற உருவமாக மாறிக்கொண்டிருந்தது.அது ஏதோ ஒரு ஆணின் உருவமாக உருமாறிக் கொண்டிருந்தது.

அந்த இடத்தில் இன்னும் சற்று நேரத்தில் ஏதோ விபரீதம் நடக்கப்போவதற்கான அறிகுறி தெரிந்தது.

சுடுகாட்டில் கோட்டான்களின் ஓலம் மரண ஓலமாய் கேட்கத்தொடங்கியது.

அருகில் இருந்த மரங்களில் உறங்கிக் கொண்டிருந்த ஔவால்கள் எழுந்து சிறகடித்து மயானத்தை விட்டு வானத்தை நோக்கி பறக்கத் தொடங்கியது.

அதை கவனித்த.... கிருஷ்ணன் உன்னி தான் பூசையை துவங்க இதுவே சரியான நேரம் என கருதினார்.சத்தமாய் கத்தினார்.தன் சீடனைப் பார்த்து...

“...ஏன்ட..குஞ்சோ...யாகத்தை ஆரம்பிச்சோடா......'' என்றவாறே வேகமாக அவரது யாககுண்டத்தை நோக்கி நடந்தார்.அப்படியே திரும்பி துரையை பார்த்தவர்..

“..துரை..இப்பவே தாலியை கட்டு...இல்லனா இந்த பெண்குட்டி சாகப்போறா...” என கோபமாக...சொல்லியவாறே யாககுண்டத்தை நோக்கி நடந்தார்.

அப்போது குதிரை வண்டி வரும் ஓசை இன்னும் பக்கமாக கேட்கதொடங்கியது.

முருகவேல் துரையின் கால்களில் விழுந்தான்...கதறினான்.

"...துரை...இப்பவே தாலியை கட்டு...என்னை நம்பு...உன்னையும் என் தங்கையையும் காப்பாத்தணும்...எனக்கு வேற வழி தெரியலை...'' என்று கண்ணீரோடு கெஞ்சினான்.

துரை என்ன செய்வதென தெரியாமல் குழம்பியவாறே நின்றிருந்தான். பூரணியை நிமிர்ந்து பார்த்தான்.அவளும் ஏதும் புரியாதவளாகவே நின்றிருந்தாள்.

கிருஷ்ணன் உன்னி நம்பூதிரி தன் பூசையை தொடங்கினார்... அவருக்கு அருகே அவரது சீடனும் அமர்ந்திருந்தான்.

அவர் பூசையை தொடங்கியதும் நாய்களின் ஓலம் மெல்ல குறைந்தது..அப்படியே கேட்காமலும் போனது.

அப்போது காஞ்சனையின் யாககுண்டத்தின் மிகஅருகே அந்த குதிரை வண்டி வந்து நின்றது.

அதிலிருந்து முதலில் இறங்கியது கணக்குப்பிள்ளை நாராயணன்.அவரே வண்டியை ஓட்டியும் வந்திருந்தார்.

இறங்கும்போதே கத்திக்கொண்டே இறங்கினார்.

“...ஏய்..பூசாரி.. என்ன பண்ற..இங்கே.... எல்லாத்தையும் இப்பவே நிறுத்தறியா..இல்லையா..." என கத்தியவாறே இறங்கினார்.அவரது பேச்சில் கடுங்கோபம்.அதிலிருந்தே தெரிந்தது. அவருக்கு இங்கு பூசை நடப்பதில் விருப்பமில்லை என்பது.

அவருக்கு பின்னாலேயே ஆண்டானும் இறங்கினார்.

துரை,முருகவேலின் கண்ணீரையும்,பூரணியின் வெள்ளந்தி முகத்தையும் கண்டவனாக மெல்ல தாலியை நந்தனின் கையிலிருந்து வாங்கினான்.

அப்போது காஞ்சனையின் யாககுண்டத்தில் தீஜீவாலைகள் முழுமையான மனித உருவமாக மாறியிருந்தது.அந்த கொடிய துர்ஆத்மா மெல்ல உருவம் பெற்று சத்தமாக சிரிக்கத் தொடங்கியது.

..ஹ...ஹா...ஹா...ஹா...

அந்த சிரிப்பு சத்தத்தை யார் கேட்டாலும் ஒருகணம் உடல் புல்லரித்து சித்தம் பயமெடுக்கும் அப்படியொரு சிரிப்பு...அதைக்கேட்ட நாராயணன் ஒருகணம் தடுமாறி தரையில் பயந்தவாறே விழுந்தார்.

மெல்ல காஞ்சனை உடலை அசைத்து எழ முற்பட்டாள்.

நந்தன் கத்தினார்.

“...துரை..காஞ்சனை எழுந்திரிக்க போறா...சீக்கிரமா..தாலியை கட்டு...’’.என சொல்ல ...

துரை தாலியை வாங்கி பூரணியின் கழுத்தில் கட்டினான்.

அப்போது தான் அந்த குதிரை வண்டியின் பின்னால் அமர்ந்திருந்த மலர்விழி மெல்ல வண்டியின் திரையை விலக்கிப் பார்த்தாள்.

அவளுக்கோ தூரத்திலிருந்து பார்க்கையில் துரை பூரணியின் கழுத்தில் தாலி கட்டுவது தெளிவாக தெரிந்தது..வேகமாக வண்டியிலிருந்து குதித்தாள்........

"....வேணாம்...துரை.நிறுத்துங்கள்.....'' என கத்தியவாறே துரையை நோக்கி ஓடிவந்தாள்.

அவள் ஓடிவருவதற்கும்,காஞ்சனை சத்தம் கேட்டு கண்விழிப்பதற்கும்,அந்த கொடிய உருவம் சோமுவாக உருமாறவும் சரியாக இருந்தது.

அந்த உருவம் மெல்ல ஜீவாலையிலிருந்து மிதந்தவாறே மலர்விழியை பிடித்துக்கொண்டது.அவளை தன்னோடு அணைத்துக் கொண்டது.

மலர்விழியின் உடலில் தீ பட்டு எரியத்தொடங்கியது.

அதை சற்றும் எதிர்பார்க்காத காஞ்சனையோ ....

“...வேணாம்....சோமு...அவளை...விடு....'' என கத்தியவளாய் தன் அருகில் வைத்திருந்த எலுமிச்சை பழத்தை எடுத்து மலர்விழியை நோக்கி எறிய முற்பட்டாள்.

அதற்குள்ளாக அந்த சோமுவின் துர்ஆத்மா மலர்விழியை இழுத்துக்கொண்டு யாககுண்டத்திற்குள் பாய்ந்தது.

..ஓ.. .....ஓ...வென அலறியவாறே மலர்விழியின் உடலெங்கும் தீப்பற்றி எரியத்தொடங்கியது.அவள் யாககுண்டத்தின் மீது விழுந்து எரிந்து கொண்டிருந்தாள்.

அந்த யாககுண்டத்தில் இதுவரை பூசைக்கு உதவியாக காஞ்சனை மந்திரத்தால் கட்டிவைத்திருந்த ஆவிகள் அனைத்தும் கட்டுடைத்து ....

...ஓ....ஓ.....வென...சத்தத்தோடு...அந்த மயானத்திலிருந்த பிணக்குழிகளை நோக்கி பறந்து போய் கொண்டிருந்தது.

தனது கன்னிப்பூசையில் கருத்தரித்த மலர்விழியை பழியிட்டதால் காஞ்சனையின் சக்திகள் அனைத்தும் செயலிழந்து போனது.

காஞ்சனை பெருங்கோபத்தில் நாராயணனை பார்த்து கத்தினாள்.

"...உங்களால் என் பூசையெல்லாம் வீணாப்போச்சே ....இங்க...ஏன்டா..வந்தீங்க....'' என்று..

தன் கையிலிருந்த பெரிய கவசகுண்டலத்தை தூக்கி நாராயணனின் தலையில் ஓங்கி அடித்தாள்.

நாராயணனோ வலி தாங்காமல் இரத்தம் வழிய சற்றே வலியோடு தரையில் உருண்டான்.

ஆண்டானோ பயந்தவாறே வேகமாக தன் குதிரை வண்டியை நோக்கி ஓடினான்.

அவனை துரத்தியபடி ஓடிய காஞ்சனை அவனையும் கட்டையால் அடித்து தரையில் விழவைத்தவள்.கோபம் தாளாமல் தன்னைத்தானே நொந்தவாறு தேம்பி அழ ஆரம்பித்தாள்.

ஆண்டானோ வலியோடு தரையில் இரத்தம் ஒழுக பிதற்றிக் கொண்டிருந்தான்.

துரை தாலியை கட்டி மூன்று முடிச்சு போட்டுவிட்டு திரும்பி பார்க்கையில் மலர்விழி உடல் தீயில் எரிந்து கருகிக்கொண்டிருந்தது.

அவனது கண்ணுக்கு அங்கு எரிந்து கொண்டிருப்பது மலர்விழி என்பதே தெரியவில்லை. முருகவேலும்,பூரணியும் அருகில் இருந்த நந்தனும் கூட தாலிகட்டுவதில் கவனமாய் இருந்தவர்கள். மலர்விழி தீயில் விழுந்து எரிந்ததை கவனிக்கவில்லை.

அப்போது ஓங்கி ஒலித்தது.கிருஷ்ணன் உன்னியின் குரல்...

....?...?..க்ரீம்.. க்ரீம்...?...என்ட பகவதே...நமோஸ்துதே... பிரசன்ன....பிரசன்னமே...."""

அவரது குரல் யாரையும் எளிதில் கட்டி இழுத்துக்கொண்டு வரும் ...அப்படியொரு தொனியில் கத்திக்கொண்டே இருந்தார்.

காஞ்சனை தன் யாகம் பாதியில் தடைபட்ட கோபத்தில் நாராயணனையும்,ஆண்டானையும் பார்த்து கத்திக்கொண்டிருந்தாள்..

"....யோவ்...ஏன்யா...இங்கே வந்தீங்க...அநியாயமா...இப்போ ரெண்டு உசுர..கொன்னுட்டீங்களேயா..." .என வேதனையோடு ....

நாராயணனும்,ஆண்டானும் நடப்பது என்னவென தெரியாமலேயே வலியோடு முழித்துக்கொண்டிருந்தார்கள்.

நாராயணனோ தன் மகனின் துர்ஆத்மாவை கண்முன் கண்ட பயத்திலிருந்து இன்னும் மீளவே இல்லை.தன் நெஞ்சில் கைவைத்து அழுதவாறே யாககுண்டத்தின் அருகில் தரையில் விழுந்து வலியோடு அழுது கொண்டிருந்தார்.

ஆண்டானும் ஒருபக்கம் வலியில் துடித்துக் கொண்டிருந்தான்.காஞ்சனை அவனை பின் மண்டையில பலமாக தாக்கியிருந்தாள்.

மலர்விழியின் உடல் முழுவதும் எரிந்து சாம்பலாக மாறிப்போயிருந்தது.

அப்போது தெய்வநாயகியின் உடல் மெல்ல அசையத்தொடங்கியது.

அதை கவனித்த பூசாரி நந்தன் மெல்ல துரையின் காதுகளில் என்னவோ கிசுகிசுத்தார்.

அப்போது தெய்வநாயகியின் உடலிலிருந்து மெல்லிய புகைபோல ஓர் ஆத்மா வெளியே வரத்தொடங்கியது.

அதைக்கவனித்த நந்தன் தான் கூடாரத்தின் பின்னே மறைத்து வைத்திருந்த வாளை துரையின் கைகளில் வைத்து அழுத்தினார்.

துரை அதை வாங்கிக்கொண்டு மெல்ல கிருஷ்ணன் உன்னியை நோக்கி நடந்தான்.

நந்தன் தனது யாககுண்டத்தை நோக்கி ஓடினார்.அங்கு அவர் தெய்வநாயகியின் ஆத்மாவை ஒரு குடுவைக்குள் அடைத்து வைத்திருந்தார்.அந்த குடுவையை எடுக்க வேகமாக ஓடினார்.

அதைக்கவனித்த காஞ்சனை என்ன செய்வதென தெரியாமல் மெல்ல எழுந்து,நந்தனின் கைகளிலிருந்த குடுவையை பிடுங்க முற்பட்டாள்.

நந்தனோ அவளது கைகளில் தாராமல் அவளோடு போராட தொடங்கினார்.

தூரமாய் நின்று இதைக்கவனித்த முருகவேல் தன் கையில் கிடைத்த கட்டையை எடுத்துக்கொண்டு வேகமாக ஓடி வந்தவன் காஞ்சனையின் தலையில் ஓங்கி அடித்தான்.

அவளோ வலியோடு கத்திக்கொண்டே தரையில் விழுந்தாள்.

அப்போது அந்த மெல்லிய வெள்ளைநிற குழந்தையின் ஆத்மா , நம்பூதிரியின் யாககுண்டத்தின் அருகில் நகர்ந்து சென்று கொண்டிருந்தது.

இதற்காகவே காத்திருந்த நந்தன் தான் குடுவையில் அடைத்து வைத்திருந்த தெய்வநாயகியின் ஆத்மாவை,குடுவையை திறந்து வெளியேற்றினார்.

அப்போது எழுந்த காஞ்சனை தூரமாய் துரை வாளோடு நம்பூதிரியை நோக்கி நடப்பதை கண்டவள்.அவனைத் தடுக்க தட்டுத்தடுமாறி எழுந்து நடக்க தொடங்கினாள்.

அவள் எழுந்திரிப்பதை கண்ட முருகவேல் அவளை தடுக்க முற்பட,

" ..அவளை தடுக்க வேண்டாம்..முருகவேல்.. அவளை விட்டுவிடு...அவளை துரை பார்த்துக்கொள்வான்..." என சொன்னார் நந்தன்.

அவரின் பேச்சைக் கேட்ட முருகவேல் அவளை தடுக்காமல் தள்ளி நின்ற பூரணியின் கைகளை பாதுகாப்பாக பிடித்தவாறே நின்றுகொண்டான்.

நம்பூதிரியின் அருகில் வந்த துரை வாளை வேகமாக ஓங்கி காற்றில் வீசினான்.

அவனது வேகமான வீச்சில் அந்த சீடனின் தலைதுண்டாகி அந்த யாககுண்டத்திற்குள் விழுந்தது.

அதை சற்றும் எதிர்பார்க்காத கிருஷ்ணன் உன்னி தன் மந்திர உச்சரிப்பை நிறுத்தினார். தன் யாகம் கெட்டுப்போன கோபத்தில் துரையை முறைத்தார்.

துரையோ அவரைப்பார்த்து புன்னகையோடு சொன்னான்.

"....ஏன்டா...ஒரு பாவமும் அறியாத பிஞ்சு பெண் குழந்தையை கொன்னு..நீ யாகம் நடத்துவ...அதோட ஆவியகூட நடமாட விடமாட்ட....உன்ன நான் காப்பாத்தணுமா...நீ இங்கயே சாகப்போற..பாரு...."

அப்போது அந்த குழந்தையின் ஆத்மா பெரிய உருவமாக மாறி சிரிக்கத்தொடங்கியது.

அந்த சிரிப்பைக் கேட்ட நம்பூதிரிக்கு எல்லாம் புரிந்தது.தனது சக்தி பூசையில் தனது சீடனான நம்பூதிரியையே பலி கொடுத்ததால் அவனது சக்திகள் செயலிழந்து போனதும்.....அந்த குழந்தை ஆத்மா இப்போது பலமடங்கு சக்திகளைப் பெற்றிருப்பதும்....

தன் கண்களில் பயத்தோடு அலறத்தொடங்கினார்.

"....துரை...என்னை காப்பாத்து....என்னை மன்னிச்சிடு...."

அதேநேரம் தெய்வநாயகியின் உடலில் அவளது ஆத்மா நுழைந்து உயிர் பெற்று எழுந்தது,அதைக்கண்ட நந்தன் வேகமாக ஓடிப்போய் தன் கையிலிருந்த எலுமிச்சை மாலையை அவளுக்கு அணிவித்தான்.

காஞ்சனை என்ன நடக்கிறதென்ன கணிக்க முடியாமல் திணறி நின்றிருந்தாள். அவளுக்கு ஒன்று மட்டும் புரிந்தது. இங்கு நடப்பவை எல்லாமே துரையின் ஆட்டம் தான்.

தானே துரையை குரைத்து மதிப்பிட்டு விட்டதாக நினைத்து வருந்தினாள்.

பூரணி ஓடிப்போய் தெய்வநாயகியை தாங்கிப் பிடித்துக்கொண்டாள்.

முருகவேல் துரையை நோக்கி ஓடினான்.வேகமாக கத்தியவாறே...

"....துரை...என்ன இது...ஏன் அவனை கொன்னீங்க...'' என கத்தினான்.

துரை வேகமாக திரும்பிப் பார்த்து முருகவேலை பார்த்து இன்னும் வேகமாக கத்தினான்.முறைத்தவாறே...

"...ஏய்..அங்கயே..நில்ரா...இந்த சந்தானதேவனுக்கு எல்லாமே தெரியும்.... என்ன யாருன்னு நெனச்ச...ஆங்ங்..…..'' என கோபமாக முறைத்தான்.

துரை அப்படிப்பேசி இதுவரைக்கும் கேட்டிராத முருகவேல் திகைத்து நின்றான்.அவனது குரல் கோபத்தில் வெடித்தது.

துரை ஏதோ முடிவு செய்திருக்கிறான்.அதை தடுக்க நினைக்ககூடாது என நினைத்தவனாய் அப்படியே வாயடைத்து நின்றுவிட்டான் முருகவேல்.

அந்தக் குழந்தையின் ஆவி பெரிய சிரிப்போடு சிரிக்கத் தொடங்கியது.

அதன் ஆடையற்ற குழந்தை உருவம் அந்த தீஜீவாலைகளில் பட்டு நெருப்பாக மாறிக்கொண்டிருந்தது.

அதனைக் கண்ட கிருஷ்ணன் உன்னி

... என்னை விட்டுடு..என்னை விட்டுடு...என அலறத் தொடங்கினான்.

அப்போது அங்கே வேகமாக ஓடிவந்தாள் காஞ்சனை.

அவள் துரையின் கைகளிலிருந்த வாளை பறிக்க முற்பட்டாள்.

அதன் அர்த்தம் புரிந்த துரை,காஞ்சனையை விழியாலேயே எச்சரித்தான்.கூடவே கத்தினான்.

"...ஓய்..நீ தூரமா போயிடு..இப்ப சந்தானதேவனோட ஆட்டம்... குறுக்கேவராத...கொன்னேபுடுவேன்....'' என கத்தினான்.கொலைவெறியோடு அவளை மண்ணில் தள்ளி விட்டான்.

தரையில் உருண்டு புரண்டு,தன் தவறை உணர்ந்த காஞ்சனை மெல்ல எழுந்து தன் தாத்தாவை ஏறிட்டாள்.

அவரோ " ....வேண்டாம்..இங்கே வந்திடு.." என குரல் கொடுக்க...அவரிடம் நடந்து சென்றாள் காஞ்சனை.

அப்போது துரை அந்த குழந்தையின் ஆத்மாவை பார்த்து பேசினான்.

"...ஓம்...காளி...ஜெய்காளி......ஏய்...இங்கபாரு..நீ கேட்ட மாதிரியே..நான் இவனை உன்கிட்ட ஒப்படைச்சிட்டேன்...இவனை என்ன பண்ணணுமோ பண்ணிக்கோ...'' என சொல்ல அது மீண்டும் அதே போல கெட்டிச்சிரிப்பை கொட்டியது.

கிருஷ்ணன் உன்னி அலறிக்கொண்டிருக்க...அது அவனை நோக்கி தன் பிஞ்சுக்கரத்தை நீட்டியது.

துரை தொடர்ந்தான்.

"..?..?...? காளி...மாகாளி... நான் சொன்ன மாதிரியே...உன்னை என் குலதெய்வ கோவில்ல வழிபடுவேன்...அங்க நீ வந்திடு..நான் காத்திருப்பேன்....'' என்றவாறே வாளை யாககுண்ட தீஜீவாலைக்குள் எரிந்தான்.

அந்த குழந்தை ஆத்மா அப்போதும் விடாத சிரிப்பு...இப்போது அதைக்கேட்கும் போது...அங்கே அதுவரை போதையில் விழுந்து கிடந்த அந்த குழந்தையின் அப்பா ஓடி வந்து..துரையின் கால்களை பிடித்துக் கொண்டான்.அழுதான்..

“....அய்யா...என்னை மன்னிச்சிடுங்க..அய்யா..இந்த குடிக்கு ஆசைப்பட்டு...என் குழந்தையை நானே கொன்னுபுட்டேன்...ஆனால் நீங்கள் ஆவியா இருந்தாலும் என் குழந்தையோட ஆசைய நிறைவேத்தியிருக்கீங்க..அவளை சாமியாட்டம் கொண்டாடறீங்க.என்னை மன்னிச்சிருங்க.. அய்யா....” என கண்கள் கலங்கியவாறே கதறினான்.

"...யோவ்..போ...போயி உன் குழந்தையிடம் மன்னிப்புக்கேள்.. நான் குடியால என்ன பெத்தவளை இழந்தேன்..நீ பெத்ததை இழந்திருக்கே...ரெண்டுபேரும் ஒண்ணுதான்... என்ன மாதிரி இனியாவது நீ திருந்தப்பாரு...போ...'' என சொன்னான் துரை.

அவனோ கண்ணீரோடு அந்த குழந்தையின் ஆத்மாவை பார்த்து கதறி அழத்தொடங்கினான்.

அந்த குழந்தை ஆத்மாவோ எல்லோரையும் பார்த்து மீண்டும் கைகொட்டி சிரித்துக்கொண்டிருந்தது.

துரை தெய்வநாயகியிடம் வந்தான்.கதறி அழுதவாறே...தன் அம்மாவின் காலில் விழப்போனான்.

“...என்னை மன்னிச்சிருங்க.. அம்மா.குடிக்கு அடிமையாகி என்னை பெத்தவளையே உயிரோட கொன்ன பாவியாகிட்டேன்..அம்மா....'' என கண்ணீரோடு அழத் தொடங்க..

தெய்வநாயகி தன் மகனை நீண்ட நாட்களுக்கு பிறகு தொட்டுப் பார்த்தாள்.தன் ஆசைதீர அவனை முத்தமிட்டாள்

அவனது கண்ணீரை தன் முந்தானையில் துடைத்தாள்.அவனை அப்படியே கட்டிஅணைத்துக்கொண்டாள்.

துரையின் கண்ணீர் அவளது தோளில் வழிந்து முதுகை நனைத்தது.கூடவே பூரணியும் சேர்ந்து அழத்தொடங்கினாள்.அவர்கள் இருவரையும் சேர்த்து அணைத்தவாறே தெய்வநாயகியும் ஆனந்தகண்ணீரில் மூழ்கினாள்.

அப்போது தூரத்திலிருந்து எழுந்து தலையை பிடித்தவாறே ஓடிவந்தார் ஆண்டான்.ஆனால் நாராயணனோ இன்னும் அங்கேயே தரையோடு உருண்டு கொண்டிருந்தான்.

“...என்னை மன்னிச்சிடு..தங்கச்சி...” என காலில் விழப்போனான்.

"...சரி..விடுங்க... அண்ணா...உங்களை மன்னிச்சிட்டேன்..வாங்க..வீட்டுக்கு போகலாம்...'' என அவள் கூற..

அனைவரும் குதிரை வண்டியில் ஏறத்தொடங்கினர்.ஆண்டானும் தன் குதிரை வண்டியில் ஏறிக்கொண்டான்.

முருகவேல் தெய்வநாயகியை மீண்டும் உயிரோடு பார்த்த சந்தோசத்தில் வண்டியை பங்களாவை நோக்கி உற்சாகமாக ஓட்டினான்.

அவர்களது வண்டிகள் மயானத்தை தாண்டி சிறிது தூரம் சென்றிருந்தது.

அப்போது இரண்டு அலறல் சத்தங்கள் மரண ஓலமாகமாறி இவர்களது காதில் கேட்டுக்கொண்டிருந்தது...

ஒன்று கிருஷ்ணன் உன்னி நம்பூதிரி,மற்றொன்று கணக்குப்பிள்ளை நாராயணன்.

தன்னை கொன்றதற்காக நம்பூதிரியையும்,துரையின் வேண்டுகோளின் படி தனக்கு எதிராக,சொத்துக்களை கொள்ளையடிக்க சோமுவோடு சேர்ந்து திட்டமிட்ட நாராயணனையும் கொன்று ருசித்திருந்தது அந்த குழந்தையின் ஆத்மா.

குதிரை வண்டி சந்தோசமாய் பங்களாவை நோக்கி ஓட,முருகவேலுக்கோ தலைக்குள் குடைந்தது..

துரையின் காதுகளில் கிசுகிசுத்தான்.

“...துரை...என்னதான்..நடந்தது...அந்த குழந்தையோட ஆவியோட..நீ பேசற...திட்டம் போட்டிருக்க....என்னதான் நடந்தது...எனக்கு மண்டையே வெடிச்சிரும்..போலருக்கு..." என ஆவலாய் கேட்டான் முருகவேல்.

துரை சொல்லத் தொடங்கினான்.

“...முருகவேல்... நான் சொல்றதை தெளிவாக.. கேட்டுக்கோ....அம்மாவோட உடம்போட அந்த குழந்தையோட ஆவி அன்றைக்கு நம்ம பங்களாவுக்கு வந்த அன்றிரவு... என்ன நடந்துச்சுனா...'' என தொடங்கினான்.

"....நான் அன்றிரவு தூக்கம் வராமல் ரொம்பநேரம் புரண்டு படுத்துட்டே இருந்தேன்.அப்போது எனக்கு அந்த பூசாரி நந்தன் சொன்னதையும் நம்பமுடியாம....என்ன நடந்துச்சுனு தெரிஞ்சுக்கும் ஆர்வத்தோடயே..நான் அம்மாவோட அறைக்கு அன்றிரவு நள்ளிரவில் போனேன்.....

.....அப்போது தான் அங்கு அந்த குழந்தையோட ஆவியோட பேசற வாய்ப்பு கெடச்சது...அப்போது எங்களுக்குள்ள ஒரு முடிவுக்கு வந்தோம்..நான் அதுக்கு கிருஷ்ணன் உன்னியை கொண்டுவந்து அதே மயானத்தில் ஒப்படைக்கணும்னும்...அதுபோல...அது எனக்காக கணக்குப்பிள்ளை நாராயணனை கொல்லணும்னும்....என் கோவில்ல அது வந்து குடியமர்ந்து ஆசி வழங்கணும்னும்...நாங்கள் ஒப்பந்தம் போட்டுக்கிட்டோம்..."...என தொடர..

...என்ன..சொல்ற..துரை...நாராயணனை ஏன் கொல்லணும்....எல்லாத்தையும் செஞ்சது ஆண்டான் தானே...என கேட்டான் முருகவேல்.

"...இல்லை துரை...எல்லாத்தையும் செஞ்சது...நாராயணன் தான். அம்மா அன்றிரவு விஷம் குடிக்கவில்லை.....அதில் ஆண்டான் கலந்தது மயக்க மருந்து தான்...ஏனென்றால் அன்று அம்மாவின் கைரேகை அவருக்கு தேவைப்பட்டிருக்கிறது..இந்த மாகாளியம்மனின் கோவில் சொத்தை விற்பதற்கு..அம்மா ஒத்துக்கொள்ள மாட்டார் என நினைத்தே....''

....அவர் மயக்கமருந்து வைத்திருக்கிறார்..அதில் விஷம் கலந்திருப்பதாக அம்மா நம்பியதை பயன்படுத்திக் கொண்டார்...இந்த நாராயணன்......உன் அப்பா தவறாக மாற்று மருந்தை கொடுத்ததாலே தான்...அம்மா..மயக்கநிலைக்கே போயிருக்கிறார்...மேலும் அம்மா இறந்த செய்தியை கேட்ட நொடியிலிருந்தே ஆண்டானும் போதையிலேதான் இருந்திருக்கிறார்...அதற்கு காரணம் இந்த நாராயணனும் சோமுவும்....இவர்களே பின்னாலிருந்து எல்லா வேலையும் செய்திருக்கிறார்கள்...."

"...அப்படினா...அன்றைக்கு பூரணிக்கு கோவிலில் விஷம் வைச்சது யாரு...'' என வினவினான் முருகவேல்.

“....அதுவும் நாராயணனின் வேலையே....மலர்விழிக்கு போட்டியாக பூரணி வந்திட கூடாதென்பதற்காகவே...அன்று அவள் வீட்டிற்கு புதிதாக வந்தபோது அவளுக்கு குடிக்க கொடுத்த பானத்தில் விஷத்தை கலந்து வைத்திருக்கிறார்..நாம் தான் அதை கோவிலில் சாப்பிட்ட பொங்கலில் விஷம் கலந்ததாக தவறாக நினைத்து விட்டோம்...." என துரை சொல்ல...

முருகவேலுக்குள் அடுத்த கேள்வி எழுந்தது.

''...துரை..இதெல்லாம் உனக்கு சொன்னது யாரு...நம்மை ஏன் அறைந்தது அந்த குழந்தை ஆத்மா...'' என கேட்டான் முருகவேல்.

"...முருகவேல்.. நம்மை அறைந்தது...நம்மை காப்பாற்றியது..எல்லாமே இந்த காஞ்சனையின் ஏற்பாடுதான்...அன்று நாம் கோவிலில் இருந்து வரும் வழியில் சோமுவின் ஆவியாக மாறி நம்மை பயமுறுத்தியதும்..இந்த காஞ்சனையின் வேலைதான்..நாம் அவளை நம்ப வேண்டும் என்பதற்காகவும்..நான் அவளை திருமணம் செய்ய வேண்டுமென்பதற்காகவும்...அவள் செய்த விளையாட்டே. ...அவை...'' என முடித்தான் துரை...

அப்போது முருகவேலின் கண்களில் கண்ணீர் வழியத்தொடங்கியது.

“...ஏன்..என்ன.முருகவேல்.... ஏன் அழற....'' எனக் கேட்டான் துரை.

“...இவனுங்க பண்ணுன திட்டத்துல பாவமா...என் தங்கச்சி மலர்விழியை இழந்துட்டேன்...'' என அழுதான் முருகவேல்.

அவனை தோளோடு அணைத்து சமாதானம் செய்தான் துரை.

"...முருகவேல்.. இது தான் விதி...அதனால் தான் நானும் அவளை வீட்டிலேயே விட்டுவிட்டு வந்தேன்...அவள் அந்த நாராயணனோடு சேர்ந்து ஏன் மயானத்திற்கு வர வேண்டும்... இது இறைவன் செயல் கவலைப்படாதே...." எனச் சொல்லிஅவனை தேற்றினான் துரை

புரிந்து கொண்ட முருகவேல் தன் கண்ணீரை துடைத்துக்கொண்டான்.

அப்போது குதிரை வண்டி மாகாளி அம்மனின் கோவிலை கடந்து போய்க்கொண்டிருந்தது.

அதைக்கவனித்த துரை கையை உயரமாய் உயர்த்தி மாகாளியை வணங்கினான்.

“...??.???....சக்தி..பராசக்தி... ஓம் காளி...மாகாளி...”

குதிரைகள் சந்தோசமாக பங்களாவை நோக்கி ஓட....துரையோ தன் தாயின் தோளில் சாய்ந்து கொண்டான்.

அதைப்பார்த்த பூரணியோ தன் கழுத்தில் இருந்த மஞ்சள் கயிற்றை கையில் எடுத்துப்பார்த்தாள்.

இதைக்கவனித்த தெய்வநாயகி..

“....சந்தான தேவனின் காதலியே...நாச்சியாரே... பூரணியே....என்ன தயக்கம்..சந்தேகம்... நீயே...நீ தான்...என் மருமகள்....தேவனின் காதலி...'' என சத்தமாய் கூறிச்சிரிக்க...

வெட்கத்தோடு சந்தானதேவனின் மார்புக்குள் முகம் புதைத்தாள் பூரணி நாச்சியார்.அப்படியே அவளை அணைத்து நெற்றியில் முத்தமிட்டான் தேவன் துரை.

இருவரையும் பார்த்து புன்னகைத்தவாறே மனசு நிறைந்தான் முருகவேல்.

தன் இருகைகளாலும் இருவரையும் ஒருசேர குழந்தைகள் போல அணைத்துக்கொண்டாள்.

தாயான தெய்வநாயகி....

××××××××××××××××××××××××××××××

சந்தான தேவன் அந்தக் குழந்தையின் ஆத்மாவிற்கு மாகாளியம்மன் கோவிலில் ஒரு இடம் ஒதுக்கி சிறிய சிலையை வடித்துவைத்து வழிபட்டுக் கொண்டிருக்கிறான்.இன்றும் அங்கே பூசைகள் நடக்கிறது.. அந்த இளம் பிஞ்சு கன்னிகையாய் மாறி குழந்தை இல்லா-தவர்களுக்கு குழந்தையாய் பிறந்து இறவா வரங்களை வழங்கிக்கொண்டு இருக்கிறாள்.

****முற்றும்****

www.ingramcontent.com/pod-product-compliance
Lightning Source LLC
LaVergne TN
LVHW040443051026
849517LV00002B/733
* 9 7 9 8 8 8 5 4 6 2 5 3 2 *